தம்மம் தந்தவன்

விலாஸ் சாரங்

தமிழில்: காளிப்ரஸாத்

நற்றிணை பதிப்பகம்

Dhammam Thanthavan, a Tamil Translation of the English Novel
The Dhamma Man by Vilas Sarang

Copyright © Vilas Sarang 2011

First published in Penguin Books by Penguin Random House India, 2011

Translated into Tamil by Kali Prasad

Tamil translation © Natrinai Pathippagam Pvt. Ltd.

First Edition: June 2019 (500 Copies)

Second Edition: October 2021 (300 Copies)

Published by: Natrinai Pathippagam Pvt. Ltd.
No. 6/84, Mallan Ponnappan Street,
Triplicane,
Chennai - 600 005.
Mobile: +91 94861 77208
natrinaipathippagam@gmail.com
www.natrinaibooks.com

Printed at:
Sai Thendral Printers,
Chennai - 600 005.

ISBN: 978-81-940162-6-7

Price: Rs. 260

விலாஸ் சாரங் (1942 – 2015)

விலாஸ் சாரங், கர்நாடக மாநிலத்தில் உள்ள கார்வாரில் 1942இல் பிறந்தார். மும்பையில் இண்டியானா பல்கலைக்கழகத்தில் கல்வி பயின்றார். பம்பாய் பல்கலைக்கழகத்தில் ஆங்கில இலக்கியத்தில் முனைவர் பட்டம் பெற்றார். பின் பேராசிரியர் பிரியோன் மிட்சலின் வழிகாட்டுதலின்படி இரண்டாவது முனைவர் பட்டத்தை ஒப்பீட்டு இலக்கியத்தில் பெற்றார். அவர் பல நாடுகளில் ஆங்கில இலக்கியம் பயிற்றுவித்தார். பின் இந்தியா திரும்பி, பல ஆண்டுகளுக்கு மும்பை பல்கலைக்கழகத்தில் ஆங்கிலத் துறைத் தலைவராகப் பணியாற்றினார்.

முக்கியமான நவீனத்துவ மராத்தி எழுத்தாளர்களில் ஒருவரான விலாஸ் சாரங் குறிப்பிடத்தக்க சிறுகதைகள், கவிதைகள், நாவல் மற்றும் பல விமர்சனக் கட்டுரைகளைத் தனது தாய்மொழியான மராத்தியிலும் ஆங்கிலத்திலும் எழுதியுள்ளார். இரு மொழிகளில் எழுதினாலும் தன் சிந்தனை மொழி மராத்திதான் என்றும் அதில்தான் சுலபமாக எழுதமுடிகிறது என்கிறார். அதேநேரத்தில் ஆங்கிலத்திலும் தன் எழுத்துகள் கட்டுக்குலையாமல் தான் இருக்கின்றன என்றும் தன்னுடைய ஆங்கில எழுத்துக்கள் தான் தன்னை இவ்வுலகிற்கு முன் கொண்டு வந்து அறிமுகப்படுத்து கின்றன என்றும் குறிப்பிடுகிறார். அவ்வகையில் அவர் தன்னை "இருமொழி எழுத்தாளர்" என்றே கருதுகிறார்.

சாரங், 1950 மற்றும் 1960களில் தோன்றி நிலை பெற்ற மராத்திய நவீன எழுத்தாளர்களின் வழியே தனக்கான சிறுகதை வடிவத்தைப் பெற்றுக்கொண்டார். 1940களில் பி.எஸ். மர்தேகர் எழுதிய மராத்திய நவீனக் கவிதைகளும், 1950களில் மாறுபட்ட பல புதுக்

கவிதைகள் படைத்த திலீப் சித்ரே மற்றும் அருண் கோலட்கர் ஆகியோரின் கவிதைகளும் சாரங்கிற்கு தனது கவிதைகளில் புதிய வழிகளைக் கண்டடைய உதவின. 1980களில் மராத்திய இலக்கியம் இந்திய அடிப்படைவாதம் மற்றும் மேற்கத்தியமயமாக்கல் என இரு பிரிவுகளாக நின்றது. அந்தக் குறுகிய, சுலபமான சுழலுக்குள் ஆட்படாமல், ஒரு எழுத்தாளராகத் தன் சுயதேடலுக்கான களத்தை, மேற்கத்திய ஐரோப்பிய எழுத்தாளர்களான காஃப்கா, காம்யு, சார்த்தர் மற்றும் பெக்கெட் ஆகியோரின் வழியே சாரங் பெற்றுக் கொண்டார். அதன் மூலம் இந்தியத்தன்மை மற்றும் மேற்கத்திய மயமாக்கல் போன்ற அளவுகளைக் கடந்து தனது தனித்துவமான எழுத்துலகை வந்தடைந்தார்.

அவரது மனைவி, ரெபா தாஸ்குப்தா வங்காள வம்சாவளியைச் சேர்ந்தவர், அவர்களுக்கு இரு குழந்தைகள் உள்ளனர். விலாஸ் சாரங் 2015 ஏப்ரல் 14ஆம் தேதியன்று மரணமடைந்தார்.

புத்தரைச் செலுத்திய விசை

புத்தர் வாழ்வில் நிகழ்ந்த பல சம்பவங்களும் அவரின் உபதேசங் களும் பல்வேறு வடிவங்களில் நம்மை வந்தடைந்த படியேதான் இருக்கின்றன. நாடகத் தருணங்கள், நீதிக்கதைகளாக வந்திருக் கின்றன. ஒரு பறவையை வீழ்த்தியவனைவிட அதைக் காப்பாற்றிய வனுக்கே அது உரிமையானது என்கிற கதை மூலமாகவே நான் சிறுவயதில் முதன் முதலாக சித்தார்த்தனைப் பற்றி அறிந்தேன். சித்தார்த்தன் தன் மனைவியையும் குழந்தையையும் விட்டுவிட்டு ஞானம் அடையச் சென்ற அகத் தத்தளிப்பைச் சித்தரிக்கும் இடத் தைப் பலர் கவிதைகளாகப் புனைந்திருக்கின்றனர். சித்தார்த்தன் புத்தரான பிறகு அவர் உபதேசித்தவை ஜென் கதைகளாகவும் புத்தரின் சொல் என்ற வகையில் ஓரிரு வரிகளாகத் தொகுக்கப் பட்டும் இன்றும் நாம் காணும் பதாகைகளிலோ நம் கைப்பேசியில் வரும் குறுஞ்செய்திகள் வடிவிலோ நம்மை வந்தடைந்து கொண்டு தான் இருக்கின்றன. இவ்வாறு எக்காலத்திற்கும் பொருத்தமான உபதேசங்களை அவர் அளித்துவிட்டுச் சென்றிருக்கிறார் என்று எண்ணுகையில் வியப்பு மேலிடுகிறது.

இவ்வண்ணம் புத்தர் காலத்திற்கு அப்பாற்பட்டு நின்றாலும், அவரை இங்கனம் செலுத்திய விசை எது என்பதை அறியும் ஆவல் எழாமல் இருந்ததில்லை. ஒரு கதையாகக் காண்கையில், நம் மண்ணின் பெரும் நாயகர்களான ராமனும் கிருஷ்ணனும், வீறு கொண்டெழுந்து, இவ்வுலகுக்குப் புதிய அறத்தைப் போதித்திருக் கிறார்கள். அதற்குத் தேவையான காரணங்கள் அவர்களின் வாழ்விலேயே நிரம்பியிருக்கின்றன. அவர்களைக் காழ்ப்பும் வஞ் சமும் சூழ்ந்திருக்கின்றன. தன் இளமையில் உற்றார்களாலேயே அலைக்கழிக்கப்படுகின்றனர். அவர்களுக்குப் பாதகமானவர்களாக முறையே கைகேயியும் கம்சனும் திகழ்கிறார்கள். அதே உலகியல் பார்வையில் சித்தார்த்தனை நோக்கும்போது, சித்தார்த்தனுக்கு வாய்த்தவர்கள் அனைவருமே அவருக்கு மிகவும் சாதகமானவர்கள். ஒருக்காலும் அவருக்குத் தீங்கு விழைவிக்க எண்ணாதவர்கள். இவர்களிடமிருந்து விலகி, பிரிந்து சென்று அவன் தனித்தலைய

5

வேண்டி இருந்ததற்கான காரணங்கள் எவை என்பதை அறியும் ஆவல் ஒரு வாசகனுக்குள் இயல்பாகவே தோன்றக்கூடும். காழ்ப்பும் குரூரமும் ஒருவனை விரட்டுவதைப் போல, மாசற்ற அன்புமே கூட ஒருவனை விரட்டியடிக்குமோ என்னவோ?

மராத்தியின் தலைசிறந்த எழுத்தாளர்களில் ஒருவரான விலாஸ் சாரங், இந்நாவலில் புத்தரின் வாழ்க்கையோடு மட்டுமன்றி, மேற் சொன்ன நீதிக்கதைகள், கவிதைகள், உபதேசங்கள் ஆகிய அனைத்தையுமே எதிர்பாராத விதங்களில் கலந்து அளித்திருக்கிறார். கூடவே புத்தரின் வாழ்க்கையில் முன்னும் பின்னும் நிகழ்ந்த சம்பவங்களைத் தொகுத்தும் இதை ஒரு சுவாரசியமான நாவலாக ஆக்கியிருக்கிறார். காலமும் தூரமும் தோன்றிய பின்னர்தான் உலகில் உயிரினங்கள் தோன்றுவதற்கான காரணிகள் உருவாயின என்று சொல்லப் படுகிறது. இந்நாவலில் கூட சில தருணங்களை அவர் காலமும் தூரமும் கொண்டுதான் விளக்குகிறார். அதில் தனக்கான ஒரு சுதந்திரத்தையும் எடுத்துக் கொள்கிறார். உதாரணமாக, கதாபாத் திரங்கள் உரையாடுகையில் இடையே தற்காலச் சொற்களைக் கதைகளில் உள்நுழைக்கிறார். இது ஆங்கிலத்தில் எழுதப்பட்டது என்பதால் தன் ஆங்கில வாசகர்களின் புரிதலுக்காக லில்லிபுட், எலிசபெத் கதைகளையும் கதாபாத்திரங்களின் உரையாடலுக் கிடையே உட்புகுந்து உரைக்கிறார். அதுவும் மிக இயல்பாகவே எவ்விடத்திலும் துருத்திக் கொள்ளாமல் அவரின் தனித்துவ நடையுடன் இயைந்து கொள்கிறது. இந்நாவலை வாசிப்பவர்கள், புத்தரின் வாழ்க்கையை மட்டுமன்றி, அன்றைய மக்களின் பழக்க வழக்கங்கள், கல்விமுறைகள் எவ்வாறு இருந்தன, அதிலிருந்து பௌத்தம் எவ்வாறு எழுந்து வந்தது என்னும் ஒட்டுமொத்த புரிதலையுமே அடைந்துவிட முடியும். அவ்வகையில் இது ஒரு சிறந்த துவக்கமாகவும் விளங்கும்.

இம் மொழிபெயர்ப்பிற்கு முழு உறுதுணையாக இருந்து ஊக்க மளித்தவர் பதிப்பாளர் யுகன். அவரின் இடையறாத தூண்டுதல் இல்லையேல் இம் மொழிபெயர்ப்புப் பணி இவ்வகையாக நிறை வடைந்திருக்காது. என் குடும்பத்தாருக்கும், மொழிபெயர்ப்பின் முதல் பிரதியைப் பார்த்துத் தகுந்த ஆலோசனை வழங்கிய மூத்த நண்பர் ஸ்ரீநிவாஸன் அவர்களுக்கும் என் நன்றியையும் வணக்கத்தையும் இத்தருணத்தில் தெரிவித்துக் கொள்கிறேன்.

– காளிப்ரஸாத்

முன்னுரை

புத்தரைப் பற்றிய புத்தகங்கள் ஏராளமானவை உள்ளன. அவற்றில் பெரும்பாலானவை அறிவார்ந்த நிலையில் எழுதப் பட்டவை. அலட்சியமானவை சில; அபாரமானவை சில. அந்த அபாரமானவைகளில் மிகவும் முக்கியத்துவம் வாய்ந்த ஒன்றாக நான் கருதுவது ஹான்ஸ் வூல்ஃப்கேங் ஷூமன் எழுதிய 'ஹிஸ்டாரிக்கல் புத்தா' என்னும் புத்தகத்தைத்தான். அபாரமானவை என்று நான் குறிப்பிடும் புத்தகங்களில்கூட விவரிக்க முடியாத ஒருவகை திருப்தியின்மையை நான் உணர்ந்தேன். அறிஞர்களின் ஆராய்ச்சிப் புத்தகங்களின் லகான் அதன் ஆசிரியர் கைகளில் இருக்கிறது. அதனால் அதை நான் குறைபாடுள்ள புத்தகங்கள் என்று சொல்ல வரவில்லை. ஒரு தீவிரமான கருணையோ அல்லது நாடகீயத் தருணமோ இன்னும் குறிப்பாக ஒரு மறைமுக நாடகீயத் தருணமோ நிகழும்போது ஒரு அறிஞர் அதைத் தன் மொத்த அறிவுப் புலனாலும் கட்டுடைக்கிறார். நுண்ணறிவுள்ள வாசகர்கள் அப்பகுதிகளைக் கடக்கும்போது இவற்றை ஒரு நாவலாசிரியனிடம் ஒப்படைத்து இருந்திருக்கலாமே என்று எண்ணுவர். புத்தரின் வாழ்க்கைக் கதைகளிலும் இவ்வாறு கருதத்தக்க தருணங்கள் நிறைந்திருப்பதை உணரமுடிகிறது. ஆனால் புத்தரைப் பற்றிய ஏராளமான அந்தப் புத்தகங்களுக்கிடையே நாவல்கள் சொற்ப மானவையே உள்ளன. நீங்கள் ஒரு கைவிரல்களினால் அவற்றை எண்ணிவிடலாம்.

வாழ்க்கை வரலாற்றுப் புதினங்கள் எழுதுவது ஒரு நுட்பமான வேலை என்று நான் உணர்ந்துகொண்டேன். அகவயமாகவும் புறவயமாகவும் ஒன்றைச் சரியான புரிதலுடனும் கவனத்துடனும் அணுகவேண்டும். உதாரணமாக, நாவலின் நாயகனாக சித்தார்த்தன் இருக்கும்வரை அவனைத் தன்மையில் எழுதியபடிதான் துவங்கு கிறேன். ஆனால் அவனே ஞானமடைந்து புத்தரானபிறகு அவர் சாதாரண இயல்பிற்கு அப்பாற்பட்டு சென்றுவிடுகிறார். அதன்பின்

அத்தகையதொரு மனிதரின் சிந்தனையின் உள்ளே சென்று அவர் நினைப்பதாக எழுதுவது அறிவீனமாகத்தான் வெளிப்படும்.

ஆனால் அந்த நாவலின் வடிவம் அதற்கான ஒரு திருப்புமுனையான இடத்தையும் கொண்டிருக்கிறது. சித்தார்த்தனின் வாழ்க்கையைச் சிறுவயதிலிருந்து முதிர்ச்சிவரை சித்தரிக்கும் பாணியிலேயே வரையறுத்திருக்கிறேன். ஆனால் இதையே ஒரு வரலாற்று அறிஞர் எழுதியிருக்கும் பட்சத்தில் இதை இந்தளவிற்கு பொருட்படுத்தியிருக்க தேவை இருந்திருக்காது.

மேலும் குறிப்பாக இந்நாவலின் பிற்பகுதியில் மேல் விளக்கங்கள் அளிப்பதிலும் சிலநேரங்களில் விமர்சனம் செய்வதிலும் பரவலாக ஈடுபட்டிருக்கிறேன். இதே இடத்தில் ஒரு வரலாற்று அறிஞர் தன்னை வரலாற்றுச் சான்றுகளுடனே புதைத்துக் கொண்டிருக்கவே வாய்ப்புகள் அதிகம். ஒரு நாவலாசிரியனின் அடிப்படைத் தகுதியாக இருக்கவேண்டிய அத்தகைய எண்ணவோட்டமே இக்கதைக்கு ஒரு முழுமையை அளித்துள்ளது.

புத்தரை நான் ஆழ்ந்த பாசத்துடனும், மிக்க ஆர்வத்துடனும், மரியாதையுடனும் மேலும் பெரு வியத்தலுடனும்தான் அணுகுகிறேன். இருப்பினும் நான் ஒரு பௌத்தனாக இல்லாத காரணத்தினால், சிந்தனையில்லாமல் வெறும் பக்தியுடன் மட்டும் அவரை அணுகுவதையும் சற்று நிறுத்தியிருக்கிறேன். இத்தகைய 'அறிவார்ந்த சிந்தனையுள்ள' பக்தரைத்தான் புத்தருமே விரும்பியிருப்பார் என்பதில் எனக்கு மாற்றுக்கருத்தில்லை.

மொழி சார்ந்து சில மாறுதல்களை நான் செய்திருக்கிறேன். இத்தகைய மாற்றங்கள் நீண்டகாலம் தாமதித்தே நிகழ்கின்றன என்றும் நான் கருதுகிறேன். மேலைநாட்டு அறிஞர்களால் எழுதப்படும் ஆங்கிலப் புத்தகங்கள் அனைத்துமே அந்நாட்டு வாசகர்களுக்கானவை. குறிப்பாக உச்சரிப்பிலும் எழுத்தாக்கத்திலும் இயல்பாகவே அவர்களை எண்ணியே எழுதப்படுகின்றன. ஒரு நட்சத்திர உதாரணமாகத் திகழ்வது புத்தா என்னும் வார்த்தை. மேலை நாட்டு அறிஞர்கள் எப்பொழுதும் 'The budhdha' என்று அவரை ஒரு அஃறிணை போல குறிப்பிட்டிருக்கின்றனர். துவக்கத்தில் நானுமே அதேபாணியில்தான் எழுதிக்கொண்டிருந்தேன். ஆனால் பிற்காலத்தில் என் மனம் ஒரு கலகக்கார மனமாக மாறியது. கிறிஸ்துவை ஆங்கிலத்தில் 'The' என்ற விகுதியினுடன் குறிப்பிடப்படாதபோது புத்தரை மட்டும் ஏன் 'The budhdha' என்று வலிந்து குறிப்பிட வேண்டும்? எளிமையாக 'Budhdha' என்று மட்டும் குறிப்பிட்டால் என்ன என்று தோன்றியது. புத்தரை மட்டுமன்றி இந்நாவலில் வரும் எண்ணற்ற பிற பெயர்களையும் இவ்வண்ணமே மாற்றியமைத்துள்ளேன்.

– விலாஸ் சாரங்

1

பல பிறவிகளுக்கு முன்பு நான் மன்னர் சுத்தோதன கௌதமரின் அரண்மனையில் ஒரு சேவகனாக இருந்தேன். சுதத்தா என்று அழைக்கப்பட்ட அந்த வேலைக்காரர் உருவத்தில் மிகச்சிறிய வராகவும் மிகவும் அன்பானவராகவும் இருந்தார். என் ஆழ் நினைவு களுக்குள் சென்று அவரைக் கவனித்து நோக்குகையில் அவர் அப்பொழுதே மிகவும் வயதானவராகத்தான் தோன்றுகிறார். பிறப்பு முதல் இறப்பு வரைக்குமான அவரது மொத்த வாழ்க்கையையுமே நான் வாழ்ந்திருக்கிறேன் என்பதால் ஒரு திரைப்படத்தை வேகமாக முன்நகர்த்திப் பார்ப்பதுபோல அவரது மொத்த வாழ்க்கையையும் என்னால் ஓட்டிக்காட்டமுடியும். ஆனால், தன்னுள் சிக்கும் கரும்பைத் தன் எண்ணற்ற பற்சக்கரங்களால் கசக்கிச் சாறு பிழிவது போன்றது அது. அந்தத் தந்திரத்தில் சிக்கி என்னையே நசுக்கிக் கொள்வதைவிடவும் சிறந்தவையான பலவற்றை நான் அறிவேன் என்பதால் நான் சுதத்தாவின் வாழ்க்கை வரலாற்றிலேயே தங்கிவிட விரும்பவில்லை. எப்படியிருந்தாலும் எந்த ஒரு ஆணும் பெண்ணும் தொடர்ச்சியாக நிகழ்ந்துகொண்டே இருப்பதும் இல்லை. அவனோ அல்லது அவளோ ஒரு நிலையற்ற ஆடலை மின்னல் போல நிகழ்த்திவிட்டு மறைந்துவிடுகிறார்கள். முடிவற்ற காலவெளியில் மின்னிமறையும் ஒரு சிறு கணம் போன்றதே சுதத்தாவின் செயல். எனது பிறப்புகளில் வரலாற்றுச்சிறப்பு கொண்ட அதன் மீதே என் மனக்கண்களின் கவனம் குவிகிறது.

பிரகாசமும் வெக்கையுமாக இருந்த ஒரு காலைப்பொழுது. அந்த வெட்டவெளியில் ஒரு திருநாள் ஊர்வலம் போல, நன்கு அலங்கரிக்கப்பட்டும் திரை மூடப்பட்டும் இருந்த ஒரு வண்டியும் அதனுடன் சிறு குழுவாகச் சில மனிதர்களும் மெல்ல நகர்ந்து கொண்டிருந்தனர். அவர்களுக்குப் பின்னால் சுதத்தா நடந்து வந்தபடியிருந்தார். மற்ற சேவகர்களைப்போல சுதத்தாவும் அந்தப் பயணத்தின் ஒரு அங்கம்தான் என்றபோதிலும், அவரைப் பொருத்த மட்டில் அவருக்கு அது சற்று நெருக்கமான ஒன்று. அதனால் அவர் அந்தப் பயணத்தில் மிக விருப்பத்துடன் பங்குகொண்டார் என்றும் சொல்லலாம். காலமும் தூரமும் கலந்த என் நினைவுகளில், இந்தக்

காலஇடைவெளியில் சுதத்தாவை எளிதாக என்னால் வரையறுக்க முடியும், சற்று முயற்சி செய்தால் தூர இடைவெளியிலும்கூட இது ஓரளவிற்கு இயன்றுவிடும்.

அந்த வெட்டவெளியில் அந்தச் சிறு ஊர்வலம் மெதுவாகச் சென்றபடியிருந்தது. அதனால் காலதாமதமானாலும் அந்தக் காலம் அங்கு தூரத்தால் முக்கியத்துவம் வாய்ந்த ஒன்றாகவே இருக்கிறது. தூரத்திலிருந்து நோக்கினால் அந்த வண்டியும் அதன் படைக்கலன் களும் சரியாகத் தென்படாத ஒன்றாகவே இருந்தன. எங்கிருந்தோ எங்கேயோ இட்டுச்செல்லும் சாதாரண மாட்டு வண்டிபோலவே அது தோற்றமளித்தது. இந்திய மாட்டுவண்டிகள் எங்கனம் ஒருவரை எங்கேயோ இட்டுச்செல்வதைப் போன்றதொரு பிரமையை உருவாக்கிவிடுகின்றன என்று வியக்கிறேன். ஒருவேளை இது தன் ஞானத்தை வலியுறுத்தும் பெருவெளியாக இருக்கலாம். அந்தப்பரந்த தரிசுநிலத்தில் முன்னும் பின்னும் ஆட்கள் சூழ அந்த வண்டி மிகவும் மெதுவாக நகர்ந்தது. தான் நகராமல் நிலைத்து நின்றுகொண்டி ருப்பதாக யாரும் கருதிவிடக்கூடாதென்ற எண்ணத்தில்தான் அந்தக்குழு கட்டுப்பாடான ஒழுங்குவரிசையில் அவ்வளவு மெல்ல நகர்கிறதோ என்றுகூடத் தோன்றியது. அதுதான் இந்தியாவின் அழகு. 'கொஞ்சம் கொஞ்சமாக மறைந்துகொண்டிருக்கும் இந்தியாவின்' என்று இன்னும் தெளிவாகச் சொல்லவேண்டும். ஒருசிலர் இந்தியா தன்னை நவீனகாலத்திற்கேற்றவாறு மாற்றிக் கொண்டிருக்கிறது என்றும் சொல்லக்கூடும்.

அந்த வண்டியின் அலங்காரமும் கூரைவேலைப்பாடும் அதன் ஆடம்பரத்தைப் பறைசாற்றுவதாகவே அமைந்திருந்தன. அதன் முன்னும் பின்னுமாகச் செல்லும் காவலர்களைக் கண்டாலும் அதுவே உறுதியானது.

கபிலவஸ்துவைத் தலைநகராகக்கொண்ட சாக்கிய அரசின் அரசரான சுத்தோதனரின் பட்டத்தரசி மாயாவைச் சுமந்துகொண்டு தான் அந்த வண்டி சென்றுகொண்டிருந்தது. தேவதாஹாவில் உள்ள மாயாவின் பெற்றோர்களின் இல்லத்திற்குத்தான் அவளை அழைத்துச் சென்று கொண்டிருக்கிறார்கள். அவள் கர்ப்பவதியாக இருந்தாள். அவளது பிரசவநாள் நெருங்கிக்கொண்டிருந்தது. ஒருபெண்ணின் தலைப்பிரசவம் அவளின் தாய்வீட்டில்தான் நிகழவேண்டுமென்னும் மரபுக்கேற்ப அவள் தன் பிறந்தகத்திற்குச் சென்றுகொண்டிருக்கிறாள்.

அரச சேவை அனுபவத்தில் முதன்மையானவராகவும் சிறிதளவு கல்வி கற்றிருந்தவராகவும் இருந்ததால் சுதத்தா அந்தப்பயணத்தின் பொறுப்பாளராக இருந்தார். அந்தப்பயணம் ஒரு சிறு அவசரத்தில் தான் துவங்கியது. அரண்மனை மருத்துவர்கள் தோராயமாகக் கணித்திருந்த பிரசவநாளுக்கு இன்னும் சில நாட்கள் இருக்கின்றன.

ஆனால் எதிர்பாராவிதமாக அந்த இரவில் மாயாவிற்கு வலியெடுத்திருந்தது. மருத்துவர் அவசரமாக அழைக்கப்பட்டார். அரசி இன்னும் ஓரிரு நாட்களில் பிரசவிக்கக்கூடும் என அவர் ஒரு குறுகிய பரிசோதனைக்குப்பின் தெரிவித்தார்.

அவசர ஆலோசனைகள் நிகழ்ந்தன. மேலும் காலம் தாமதிக்காமல் மாயா தன் பிறந்தகத்திற்கு கண்டிப்பாக அனுப்பிவைக்கப்பட வேண்டும் என முடிவெடுக்கப்பட்டது. மாயா தேவதாஹாவிற்கு அழைத்துவரப்பட வேண்டும் என அவள் தாய் யசோதரை வலியுறுத்தினாள். அதற்கு மாற்று ஆலோசனைகளும் எழுந்தன. பெற்றோரின் விருப்பத்திற்கே முன்னுரிமை அளிக்கவேண்டும் என அரசவையினர் கருத்து தெரிவித்தனர். ஆனால் அங்கிருந்த பெரும் பான்மையான பெண்கள் கௌதமரின் குடும்பத்தைச் சார்ந்தவராக இருந்தனர். அவர்கள் தங்கள் மருமகளை அனுப்புவதில் அரைகுறை மனதுடனே இருந்தனர். மேலும் புகுந்தவீட்டினராக தாங்களே முடிவெடுக்க வேண்டுமென விரும்பினார்கள். அதன்பிறகு ஒரு முதிய உறவினர் மூலம் மாயாவின் விருப்பத்தையும் கேட்டனர். அப்பொழுது பேச மட்டுமே இயலக்கூடிய நிலையில் இருந்த மாயாவால், “என்னைச் சீக்கிரம் என் அம்மாவிடம் அழைத்துச் செல்லுங்கள்.. சீக்கிரம்..!!” என்று மட்டுமே சொல்லமுடிந்தது. அதுவே அனைவரின் வாயையும் அடைத்துவிட்டது.

ஒரு வண்டி கொண்டுவரப்பட்டது. பணியாட்கள் திரண்டனர். தண்ணீர், பழங்கள், பயணத்திற்கான உணவுகள் என அனைத்தும் தயார் செய்யப்பட்டன. சுதத்தா அந்த ஏற்பாடுகளைத் துரிதப்படுத்தினார். தேவையானவை எல்லாம் வண்டியில் ஏற்றப்பட்டன. இயன்ற வரையில் அந்தச் சூழ்நிலைக்குத்தக்க வசதியுடன் மாயாவின் படுக்கை அமைக்கப்பட்டது. ஒரு முதிய தாதியும் அவளுடன் அனுமதிக்கப்பட்டாள். அனைத்தும் ஓரிரவில் நிகழ்ந்தன. சூரிய உதயத்திற்கு முன்பே அவர்கள் கிளம்பியாக வேண்டியிருந்தது.

தாதிகளின் உதவியோடு மாயா வண்டியில் ஏறும்போது இன்னும் இருளாகத்தான் இருந்தது. அந்த அலங்கார வண்டியின் திரைச்சீலைகள் இறக்கப்பட்டதும் சுதத்தா வண்டி கிளம்புவதற்கான சமிக்ஞையை அளித்தார். வண்டியோட்டி தார்க்குச்சிபோட்டபடி காளைமாடுகளை நகர்த்தும் பிரத்யேக சப்தங்களை எழுப்பினார். மாட்டுவண்டி ஓட்டுபவர்கள் எழுப்பும் அந்த பிரத்யேக சப்தம் இத்தனை நூற்றாண்டுகள் கடந்தும் பெரிய அளவில் மாற்றமடையவில்லை. பிரம்மமுகூர்த்தம் முடிய இன்னும் கொஞ்சகாலமே இருந்ததால், மனிதர்களும் விலங்குகளும் இன்னும் இருளால் போர்த்தப்பட்டே இருந்தார்கள். அவர்களின் நிழல் உருவங்கள் தீப்பந்த வெளிச்சத்தில் அவ்வப்போது பளிச்சிட்டபடியே இருந்தன.

இந்தியாவின் வடக்கு மூலையில் இருக்கும் ஒரு நகரத்தில், அதிகம் முக்கியத்துவம் ஏதும் இல்லாமல் இந்தப்பயணம் துவங்கி யதை நான் என் ஆழ்மனக்கிணற்றின் அடியிலிருந்து கொண்டுவந்து தருகிறேன். அது ஒரு குழுவான மக்கள் கூடிப்பயணிக்கும் ஒரு சிறு யாத்திரைபோலத்தான் தோன்றியது என்றாலும் அது நிகழ்ந்த அத்தருணத்தில், இது ஒன்றும் சிறிய அத்தியாயமாக முடியப்போவ தில்லை, ஏதோ ஒரு பெரும் விளைவையே உண்டாக்கப் போகிறது என்றே தோன்றியது. பகல்நேர வெயில் கொடுமை தாளாமல் மக்கள் அடிக்கடி இறந்துகொண்டிருந்த அக்காலத்தில், ஒரு பயணத்தை அதிகாலைப்பொழுதில் தொடங்குவதோ அல்லது முடிப்பதோதான் அனைவருக்கும் சரியானதாக இருந்தது.

அந்தக் குறிப்பிட்ட பிறவியில், சுதத்தா சுயமாகச் சிந்திக் கக்கூடிய ஒருவராகவும், புதுப்புதுக்கோணத்தில் யோசித்தபடி அதிலேயே ஆழ்ந்துவிடுபவராகவும் இருந்தார். ஆனால், இப்போது அவர் நிறைவேற்றியாகவேண்டிய பல விஷயங்கள் இருந்தபடியால் அவர் எதைப்பற்றியும் அதிகம் யோசிக்கவில்லை. ஒரு மேற்பார்வை யாளராக, அனைத்தும் இயல்பாக நிகழ்கிறதா, ஒவ்வொருவரும் ஊக்கத்துடன் தனது பணியில் ஈடுபடுகின்றனரா என்பதைக் கவனிக்கவேண்டும். ஒருவர் ஆற்றும் செயல்களை வைத்தே அவர் மதிப்பிடப்படுகிறார். ஒரு மனிதனின் செயல்கள்தான் அம்மனிதனைப் பற்றிய அளவுகோல். சிந்தனைகள் மட்டும் அல்ல.

நகருக்கு வெளியே செல்லும்போது எப்பொழுதும் மேற் கொள்ளப்படும் முன்னெச்சரிக்கைபோல நான்கு காவலர்கள் கையில் வேல்களுடன் வண்டியின் அனைத்துப்புறங்களையும் சூழ்ந்தபடி நடந்து வந்தனர். வழிப்பறிக்கொள்ளை எப்பொழுதுமே ஒரு அச்சுறுத்தல்தான். மேலும் காட்டு மிருகங்கள் எதாவது வழிதப்பி இந்தப்பாதைக்கு வந்துவிடலாம். சுதத்தா அனைவருக்கும் பின்னால் இருந்தார். அது வெறும் பாதுகாப்பிற்கு மட்டுமல்ல, அங்கிருந்தபடி அனைவர் மீதும் ஒரு கண் வைத்தபடிவரவும் அது வசதியானதாக இருந்தது.

அது மே மாதம் என்பதால் சூரியன் விரைவாக உதித்து விட்டது. சூரியன் எழும்பினாலும் அந்தக்கருக்கலில் குளிர்காற்று சிறிது நேரத்திற்கு குளிர்ச்சியாகவும் புத்துணர்ச்சியூட்டுவதாகவும் இருந்தது. சூரியன் எழுந்த பின்னரும்கூட காற்று குளிராக இருந்த வரை அந்தப்புத்துணர்ச்சி நீடித்தது. இளம் வெயிலின் தூய்மை, காலச்சக்கரம் தினமும் தன்னைப் புதுப்பித்துக்கொள்வதை உறுதி செய்தது. மரங்களின் ஒவ்வொரு இலையும் கரியமிலவாயுவிலிருந்து உயிர்க்காற்றை வரவேற்கத் தயாரானதுபோல இருந்தது. இது வெறும் வேதியியல் மட்டுமல்ல. சூரியோதயத்தைக் கவனிக்கும் ஒருவரை இந்தச்சூழற்சி ஆழமாகப் பாதிக்கும். இந்தியாவின் கிராமங்களில், நகரங்களில் கூட சூரியோதயம் ஒரு மலர்ச்சியான உணர்வை

அளிக்கிறது. ஒருவேளை அதற்கு அந்த இளங்காலைப் பொழுதில் காற்றோடு இணைந்து ஆற்றவேண்டிய ஏதோவொன்று இருக்கலாம். அந்த மேன்மையான அமைதியும் ஒரு போர்வைபோல போர்த்தியிருக்கும் தூசுதுகள்களும் குளிர்ந்த சுகமான அனுபவத்தோடு கூடவே ஒரு மென்சோகத்தாலும் தீட்டப்பட்டிருக்கிறது. நான் என்னளவில் பல நூற்றாண்டுகளை முழுப்பிரக்ஞையுடன் கடந்ததில் கலவையான பல கதிரொளிகளுக்குப் பழகிவிட்டிருக்கிறேன்.

ஆம்! இதைச் சொன்னபின், இதே அளவிற்கு மனதை மயக்கும் மாலைப்பொழுதின் அழகை வர்ணிக்காமல் நான் எங்கனம் தவிர்ப்பேன்? அந்த மாலைகள்தான் என்ன மாயம் செய்தோ மிக ஆழமானதாகவும் புரிந்துகொள்ள இயலாததாகவும் இருக்கிற உணர்ச்சிகளையும் உணர்வுநிலைகளையும் வருவித்துவிடுகின்றன. பல வண்ணங்களில் இவை மின்னுகின்றன. என்னதான் தற்காலிகம் என்று சொல்லிக்கொண்டாலும், அனைத்திற்கும் பிறகு மீட்க முடியாத ஒரு இருளை அவை கொண்டிருக்கின்றன.

இவ்வாறு காலை மாலை என இரு பொழுதுகளுமே நமக்குள் மிக நுட்பமாக ஒரு விடுபடலையும் பற்றற்றதன்மையையும் உருவாக்கிவிடுவது ஆர்வமூட்டுவதாக இருக்கிறது. பொதுவாகவே இந்திய மனம் பற்றற்று இருப்பதைப் பற்றிக்கொண்டு இருக்கிறது என்பதை நான் வியந்து காண்கிறேன், எதன்மீதும் பற்றில்லாமல் எதற்காகவும் உயிரைப்பிடித்து வைத்துக்கொண்டிருக்காமல் துறவிகள் கூட்டம் கூட்டமாக அலைந்து திரிந்து கொண்டிருப்பதன் காரணம் இதுவாகவும் இருக்கலாம்.

ஆனால் அந்தப்பிறவியில் அந்தக் கணத்தில் நானும் விலகியே இருக்கிறேன். அதற்குக் காரணம் நான் முன்பு குறிப்பிட்ட காலைப் பொழுதின் அற்புதக் கணங்களை எப்படி அணுகுவது, அதில் எப்படிபங்கு கொள்வது என்பது எனக்குப் புரியவில்லை.

சூரிய உதயத்திற்குப்பின் இந்தியாவின் பல பகுதிகளில் நிகழ்வதைப்போலவே இங்கும் வெப்பநிலை மிக வேகமாக உயர்ந்தது. அதை உணர்ந்துகொண்ட சுதத்தாவின் முகம் வியர்க்கத் துவங்கியது. ஆனால் அவர் அதிகம் தவித்தது அரசியை நினைத்துத்தான். நல்ல வேளையாக அந்த வண்டி திரையால் மூடப்பட்டு இருக்கிறது. அதனால் மாயாவின் முகத்தில் சூரியஒளி நேரடியாகப் படுவதை அது தடுக்கிறது. மாயாவின் படுக்கைகூட நல்ல வசதியுடன்தான் உருவாக்கப்பட்டிருக்கிறது என்றாலும் அந்தப்பாதை மிகவும் கடினமானதாகவும் மேடுபள்ளத்துடனும் இருந்ததால் அரசி தொடர்ச்சியாக அவதிக்கு உள்ளாகிக்கொண்டிருந்தது குறித்து அவருக்குக் கவலையாகவே இருந்தது.

திரையிடப்பட்டிருந்த அந்த வண்டியிலிருந்து இப்பொழுது அசௌகரியத்தின் முனகல் சப்தங்கள் அதிகமாகக் கேட்கத்துவங்கின.

பயணம் துவங்கியபோது கேட்டிருக்காத அந்த முனகல்கள் இப்பொழுது அதிகரித்து வருவதையும் சுதத்தா கவனித்தார். சிறிது நேரத்திலேயே அந்தப் பிதற்றலையும் அலறலையும் தொடர்ந்து ஒரு பரபரப்பும் அங்கு அதிகரித்தது. சுதத்தா மிகவும் கவலைக்குள்ளானார்.

வண்டியோட்டியை விரைவாக ஓட்டச்சொல்வதால் அசௌகரியந்தான் எஞ்சுமேயன்றி யாதொரு பயனும் இல்லை. இப்போதைக்கு சுதத்தாவால் செய்யமுடிந்த ஒன்று பயணத்தை நம்பிக்கையுடன் அமைதியாகத் தொடர்வது மட்டுந்தான். அதுதவிர ஓரிருமுறை வண்டிக்கு அருகில் சென்று அரசிக்குத் தண்ணீரும் பழங்களும் அளிக்கப்படுகின்றனவா என்று உறுதுணையாக இருந்த தாதியிடம் விசாரித்து வந்தார். அரசி தண்ணீர் மட்டும் சிறிதளவு உட்கொள்வதாகவும் வண்டியில் இருந்த பழங்களையோ வேறு எந்த உணவுப் பொருட்களையோ அவர் சாப்பிடவில்லை என்றும் அவர் கூறினார்.

தங்களின் நிழலைக் கொண்டு உச்சிப்பொழுது நெருங்குகிறது என சுதத்தா அனுமானித்தார். வழியில் கண்ட அடையாளங்களை வைத்துப்பார்க்கையில் இதுவரை பாதி தூரம்தான் கடந்திருக்கிறார்கள். தேவதாஹா வர இன்னும் நீண்ட நேரமாகலாம்.

வியர்வை ஆவியாகும் அளவிற்கு அந்த மே மாத சூரியன் கருணையற்று இருந்தது. சுதத்தாவின் உள்ளங்கால்கள் பற்றியெரி வதைப் போல இருந்தன. நிறைமாத கர்ப்பிணியைப் பயணிக்க அனுப்ப இந்தக் காலநிலையைவிட மோசமான காலம் வேறு எதுவும் இல்லை என்று சுதத்தா அறிந்துதான் இருந்தார். இந்த ஈவு இரக்கமற்ற வெப்பம் அந்தப்பெண்மணிக்கோ அவள் வயிற்றில் வளரும் சிசுவிற்கோ உகந்ததல்ல. என்னென்னவெல்லாம் நிகழக்கூடுமோ என்று நினைத்து அஞ்சியவர் தன் தலையை ஒருமுறை குலுக்கிக் கொண்டார். அவையில் அவருடைய கருத்து என்ன என யாராவது கேட்டிருந்தால் அவர் இந்தப் பயணத்திற்கு எதிராகத்தான் கூறியிருப்பார். ஆனால், தன்னுடைய பிறந்தகத்திற்கு, தனக்கான சொந்த வீடாக உணரும் தேவதாஹாவிற்குத்தான் போவேன் என்று பிடிவாதம் பிடித்து நிற்கிறாள் இந்தப் பெண்மணி. அதற்காக எந்தவிதக் கஷ்டத்தையும் பொறுத்துக்கொள்ளவும் தயாராக இருக்கிறாள். அவரால் வேறு என்னதான் செய்யமுடியும். அவரது வேலை ராஜவம்சத்தினரின் விருப்பங்களை நிறைவேற்றுவதுதானே தவிர அவர்களிடம் கேள்வி கேட்பதல்ல.

வண்டிக்குள்ளிருந்த மாயாதேவி வேதனையில் அலற ஆரம்பித் தாள். அந்த அலறல் இடைவிடாது அதிகரித்து இடையிடையே சிறு சிறு கேவல்களாகக் குறைந்து, மூச்சை உள்ளிழுத்துக்கொண்டு மீண்டும் அதிகரித்துக்கொண்டு தொடர்ந்தபடியே இருந்தது. சுதத்தாவிற்கோ என்ன செய்வது என்றே தெரியவில்லை.

மாயாவுடன் இருந்த தாதி திரையை விலக்கி அவரை அழைத்தாள். "ஐயா. அரசியால் வலி பொறுக்கமுடியவில்லை. அவர்கள் கீழே இறங்கி காற்றோட்டமாக இருக்க விரும்புகிறார்கள். வண்டியைச் சற்று நிறுத்துங்கள்."

சுதத்தாவும் அங்கனமே ஆணையிட்டார். வண்டிகள் நின்றன. காளைகளின் கழுத்திலிருந்து அதுவரை ஒலித்துவந்த சதங்கை மணியோசையும் அதோடு நின்றது.

தாதி திரையை விலக்கியபோது சுதத்தா வண்டியின் பின்னால் நின்றிருந்தார்.

"அரசியின் நிலை எப்படியிருக்கிறது? நம்மால் மேற்கொண்டு பயணம் செல்ல முடியுமா?" எனக் கேட்டார்.

"சந்தேகம்தான்..." என்றாள் தாதி. "அரசி கீழே இறங்க விரும்பு கிறார்கள்" என்றாள்.

"கீழே இறங்குவது அவர்களுக்கு மிகவும் சிரமமான ஒன்றாக இருக்கும். அவர்கள் உள்ளேயே இருக்கட்டும். நாம் சற்று இங்கேயே ஓய்வெடுப்போம்."

வண்டியின் உள்ளிருந்த மாயாவிடம் தாதி சிறிது நேரம் பேசினாள். "அவர்கள் வண்டியை விட்டு இறங்க வேண்டும் என்று கூறுகிறார்கள்" என்றாள்.

"சரி" என்றபடி அரைகுறை மனதுடன் ஒப்புக்கொண்டார் சுதத்தா.

சுதத்தா மற்றும் தாதியின் உதவியோடு மாயா வண்டியிலிருந்து கீழே இறங்கினாள். சூரியஒளியில் கண் கூசியது. மேலும் அவள் நேராக நிற்கவும் முயற்சித்தாள். ஆனால் அவள் உடல் நேராக நிற்கவே இல்லை.

இரு தாதிகளையும் பற்றியபடி வேதனையுடன் சில அடிகள் நடந்தவள், சற்றுத் தடுமாறியபடி "இப்பொழுது எங்கே இருக்கிறோம்?" என்றாள்.

"லும்பினி கிராமத்திற்கு அருகில் இருக்கிறோம். நாம் இன்னும் நான்குகாத தூரம்தான் செல்லவேண்டும்." (இன்றைய கணக்குப்படி ஒன்பது மைல்கள்).

வண்டிப்பாதையின் இருபுறங்களிலும் அடர்ந்த புதர்களும் காய்ந்த கோரைப்புற்களுமாக இருந்தன. அந்தச் சுற்றுவட்டாரத்திலேயே ஒரே ஒரு மரம்தான் இருந்தது. அது ஒரு சாலமரம். ஒவ்வொரு அடியையும் வேதனையுடன் எடுத்துவைத்தபடி அந்த மரத்தை நோக்கி நடந்தாள் மாயா. அது குறுகிய தூரம்தான் என்றாலும், அதுவரை நடந்ததற்கே, அவளுக்குத் தலை சுற்றியது. இருப்பினும் அந்தக் குளுமையான நிழலில் ஒரு மரத்தின் பாதுகாப்பில் இருப்பது அவளுக்கு ஆசுவாசமாகவும் இருந்தது.

அந்தச் சாலமரம் மிக உயரமானதாகவும், பசுமையான இலைகளோ, அடர்ந்த கிளைகளோ ஏதுமற்றதாகவும் இருந்தாலும் ஒட்டுமொத்தமாகப் பார்க்கையில் போதுமான அளவிற்கு நிழலை அளிக்கக் கூடியதாகவே இருந்தது. மரத்தடியை அடைந்ததும் மாயா அங்கேயே படுத்துக் கொண்டாள். மரத்தின் வேர்கள் இறங்கும் பாதையில் சென்று விழுந்தாள் என்று சொல்வது இன்னும்கூட பொருத்தமாக இருக்கும். அவள் தண்ணீருக்காக முனகினாள். உடனிருந்த தாதி உடனே தண்ணீரை அளித்துவிட்டு தன் அரசி அங்கு ஓய்வெடுப்பதற்கான ஏற்பாடுகளைச் செய்யத் துவங்கினாள். மல்லாந்து படுத்தபடி இருந்த மாயா, சொர்க்கத்தைத் தொடும் அளவிற்கு உயரமாக நின்றிருந்த மரத்தை மட்டுமே தன் கண்முன் கண்டாள். கீழிருந்த கிளைகள் மென் காற்றுக்கு ஏற்றார் போல மெல்ல அசைந்தன. மாயா நீண்டதோர் மௌனத்தையும் பேரமைதியையும் உணர்ந்தாள். எதிர்பாராமல் கிட்டிய அந்தத் தரிசனத்தை இழக்கவோ கெடுக்கவோ விரும்பாதவள் போல மெல்ல தன் கண்களை மூடிக்கொண்டாள். அப்படியே அரை மயக்கநிலைக்குச் சென்று உறங்கத் துவங்கினாள்.

சில சின்னஞ்சிறு உபாயங்களைத் தவிர வேறு எதையுமே செய்யக்கூடிய நிலையில் சுதத்தா அப்பொழுது இல்லை. அரசியும் தாதியும் அந்தச் சால மரத்தடியில் அமர்ந்து இளைப்பாறிய அந்த இடைப்பொழுதில் அந்த வண்டியையும் கூடவந்த ஆட்களையும் அந்த இடத்திலிருந்து சற்றுத் தள்ளி நிற்கவைத்தார். காளைகள் ஓய்வெடுக்கவும் நீரருந்தவும் வேண்டும். சுதத்தா மொத்தச் சூழலையும், அவ்வப்போது ஓரக்கண்ணால் அரசியையும் கவனித்துக்கொண்டபடி அவர்கள் உதவிக்கு அழைக்காமல் அருகே செல்ல வேண்டாம் எனக்கருதியபடி அந்த வண்டியின் மீது சற்று சாய்ந்து நின்று கொண்டார்.

மாயாதேவிக்கு சில வருடங்களாகப் பணிவிடைகள் செய்து வருபவராக இருப்பதால் அவளைப்பற்றி சுதத்தா நன்கு அறிந்து வைத்திருந்தார். அரண்மனையில் பெண்கள் தங்கள் கணவருடன் அதிக நேரம் செலவிடுவதில்லை. உணர்ச்சிகரமான உறவுகள் ஏதும் அவர்களிடையே அதிகநேரம் நீடித்திருப்பதும் இல்லை. அந்தப் பெண்களுடன் அவர்களின் அந்தரங்கச் சேடிகள் அதிகநேரம் நெருங்கிப்பழகுவார்கள். எப்பொழுதாவது ஆண் சேவகர்களும் அங்கனம் இருப்பார்கள். அவ்விதத்தில் சுதத்தா மிகவும் பொறுமையானவராகவும், நேர்மையானவராகவும் தான் அறிந்த அரசாங்க ரகசியங்களை வைத்து வம்பு பேசாதவராகவும் இருந்ததால் அவர்மீது மாயா நல்லெண்ணம் கொண்டிருந்தாள். சுதத்தாவும் மாயா அவ்வண்ணம் பாதுகாப்பான மனநிலை கொள்ளும் வண்ணமே நடந்து வந்தார்.

தேவதாஹாவிற்குச் செல்லும் பயணத்தில் இருந்த மற்ற அனைவரைவிடவும் சுதத்தாவே மிகுந்த மனச்சோர்வுக்கு ஆளானார்.

மற்றவர்களுக்கு அப்படியில்லை. அவர்கள் தங்கள் இயல்பான உள்ளுணர்வாலோ அல்லது தங்கள் குல வழக்கப்படியோ தங்கள் வேலையை அப்போதைய நடைமுறை ஒழுங்குபடி செய்வது மட்டுமே தனது தர்மமாகக் கருதி வந்தனர்.

சுதத்தாவிடமும் அவரது வேலை அவரது தர்மமாகத்தான் துவங்கியது என்றாலும் மெல்ல தனிப்பட்ட உணர்ச்சியாக அது கொஞ்சம் உரிமை எடுத்துக்கொள்ளத் துவங்கிவிட்டது. இது அப்போதைய காலத்தில் விபரீதமான ஒன்றுதான் என்றாலும் சுதத்தாவிற்கு இந்தவிஷயத்தில் தனக்கான சுயவிருப்பங்கள் என ஏதும் இருக்கவில்லை. மேலும் அவர் தனது இடத்தையும் வேலையையும் அறிந்திருந்ததால், தனக்கான இடைவெளியையும் பேணியே வந்தார். அவர் தன் அரசியிடம் எளிய அளவில் அன்பும் பரிவும் மட்டுமே கொண்டிருந்தார். அந்த உணர்வுகளை இப்பொழுது இரக்கம் கருணை பச்சாதாபம் எனச் சிறந்த முறையில் வரையறுக்கலாம். ஆனால், அன்று நான் சுதத்தாவாக நின்று, எந்த ஒரு அவதாரத்தின் பிறப்பைக் காணப்போகும் பேறு பெற்றவனாக ஆகப்போகிறேனோ, அது நிகழ்வதற்கு முன்னால் அந்த வார்த்தைகளுக்கு ஆழ்ந்த அர்த்தங்கள் என ஏதும் இருந்திருக்கவில்லை.

அனைத்து அரசிளங்குமரிகளின் வாழ்க்கையைப்போலவே மாயாவின் வாழ்வும் ஒரு இளவரசியாக மகிழ்ச்சியுடனே இருந்தது. அவள் தன் கணவனுடன் இருந்த ஒவ்வொரு தருணத்திலும் மிக்க மகிழ்ச்சியுடனேதான் இருந்தாள். அவளது இல்வாழ்வில் தனக்குக் குழந்தையில்லாதது மட்டுமே அவளின் மனவேதனையாக இருந்தது. அவளுக்கு அப்பொழுது நாற்பது வயதாகியிருந்ததுதான் அவளின் பெரும் அச்சமாக இருந்தது. பெண்களெல்லாம் பதினைந்து அல்லது பதினாறு வயதிலேயே குழந்தை பெற்றுக்கொண்டிருந்த அந்தக் காலத்தில் இந்நிலை அதிர்ச்சியான ஒன்று என்பதைத் தவிர வேறு ஏதும் இல்லை. ஆணோ அல்லது பெண்ணோ அவர்களுக்கு நாற்பது வயதாகிவிட்டால் முதியவர்களாகக் கருதப்பட்டனர். மாயா தனது நம்பிக்கையையெல்லாம் கைவிட்டிருந்தாள். பல நேரங்களில் ஆறுதல் சொல்ல முடியாதவண்ணமும் இருந்தாள். எப்பொழுது தான் கருவுற்றிருப்பதை அவள் அறிந்தாளோ அந்தச் செய்தியே அவளுக்குப் புத்துணர்ச்சியை அளித்தது. அந்தக் கணம் முதல் மொத்த உலகும் மகிழ்ச்சியானதாகவும், ரோஜாப்பூ நிறங்கொண்டதாகவும் ஆகிவிட்டிருந்தது. சுதத்தா தன் அரசியை எண்ணி மிகவும் மனம் மகிழ்ந்தார். இன்னும் பிறக்காத அந்தக் குழந்தையின் மூதாதையாகத் தன்னை அவர் உணர்ந்தார்.

ஆனால் இப்போதோ, நிகழ்வதையெல்லாம் பார்த்தால் அனைத்தையும் கலைத்துவிடும் போலிருக்கிறது. இனி என்ன நிகழப்போகிறதோ அதில்தான் அனைத்துக் காரியங்களும் தொக்கி

நிற்கின்றன. இப்பொழுது நம்மால் செய்யக்கூடியது இனி நிகழப் போவதை எதிர்பார்த்துக் காத்திருப்பது மட்டுந்தான். சுதத்தா ஒரு தந்தையைப்போல ஓரிடத்தில் நிலை கொள்ளாமல் அமைதியற்று இருந்தார்.

அவர் அதிகம் சிந்தித்த ஒன்றே அவர் மனதை மிகவும் பாதிப் படைய வைப்பதாக ஆகிவிட்டது. அவருக்கு வாழ்க்கையைப்பற்றி ஒரு அனுபவ அறிவு இருந்தது. நாற்பது வயதில் ஒரு பெண்ணின் தலைப்பிரசவம் நிகழ்வதென்பது பேறுகாலத்தில் பல இன்னல்களை விளைவிக்கும் என அவர் அறிந்தே இருந்தார். இதுவும் அத்தகைய ஒரு கடினமான பிரசவமாக இருக்கப்போவதற்கான ஒவ்வொரு சாத்தியங்களும் கண்முன்னே நிற்கின்றன. குண்டும் குழியுமான சாலையில் மாட்டுவண்டியில் வந்ததே வினையாகிவிட்டது. தாங்க முடியாத வெயிலும் அதனுடன் இணைந்துகொண்டது. இப்பொழுது கூட நிலைமையொன்றும் மெச்சக்கூடிய அளவிற்குத் திரும்பி விடவில்லை. கருப்பைக்குள்ளிருந்து வெளியே பிறவியெடுக்கத் துடித்துக் கொண்டிருக்கும் அந்தக் குழந்தை ஏற்கனவே பதற்றம் மற்றும் குழப்பத்தில் சூழப்பட்டிருப்பதைப்போல அது தோன்றியது. உலகத்திற்குள் பிரவேசிக்கும் குழந்தைகளின் ஆரம்பகால அனுபவம் இதுவாகத்தான் இருக்கின்றது என்ற போதிலும் இந்தக்குழந்தையைப் பொறுத்தவரை தன் தாயின் பேறுகால வேதனைகள் அந்தப் பிஞ்சு மனதில் நீண்டகாலத்திற்கு அழியாமல் நீடித்தே இருந்திருக்கக்கூடும். அதனால்தான் தன் தாயின் நினைவுகளே இல்லாத, புத்தரின் மொத்த வாழ்க்கையுமே அந்தத் தாயின் வேதனையைப் புரிந்து கொள்ளவும் அதைத் தாண்டிச்செல்வதற்கான ஒரு தேடலாகவும் அமைந்து விட்டதோ என்னவோ.

அந்தத் தாதி இடையறாது மாயாவிற்கு விசிறியபடியே இருந் தாள். சிறிது நேரங்கழித்து மாயா தன் விழிகளைத் திறந்தாள். தன் தலைக்கு மேல் நின்ற அந்த உயர்ந்த மரம் அவளுக்குத் தைரியத்தை அளித்தது. தான் படுத்திருந்த இடத்திலிருந்து மிக உயர்ந்தும் சூழ்ந்தும் இருந்த அம்மரத்தைக் கவனித்தபடியே இருந்தாள். அவள் கண்களில் ஒரு அசைவு தென்பட்டது. அது ஒரு பறவை. அவ்வளவு உயரத்திலிருந்த கிளைகளில் இருந்த பறவை எதுவென்று அவளால் தெரிந்துகொள்ள முடியவில்லை. அது ஒரு கிளையிலிருந்து மற்றோர் கிளைக்கு அமைதியாக நகர்ந்தது. ஒருவேளை அது ஒரு சகுனமாக இருக்கலாமோ? அவ்வண்ணமெனில் நற்சகுனமா அல்லது தீயதா?

அதே நேரத்தில் பூகம்பம் நேர்வதைப்போன்றதொரு வலி அவளது மொத்த உடலையும் கடுமையாக உலுக்கியெடுத்தது. இடை விடாது அலைஅலையாய் அந்தப் பெருவலி அவள் உடலைச் சுழற்றியடித்தது.

உடனிருந்த தாதி உடனே எச்சரிக்கை அடைந்தாள். விசிறியைத் தூக்கியெறிந்தவள் தன் அரசியின் இரு தோள்களையும் இறுகப்

பற்றிக்கொண்டாள். அவள் உடலின் வலிப்பு அதிகரித்துச் சென்ற போது நிலைமை தன் கைமீறிப் போனதைத் தாதி உணர்ந்தாள். சுதத்தாவையோ அல்லது அந்தச் சேவகர்களில் யாராவது ஒருவரையோ அழைக்கலாமா எனவும் யோசித்தாள். ஆனால் அரசி இங்ஙனம் இருக்கையில் ஒரு ஆணை அழைப்பது முறையன்று என்று யோசித்துத் தயங்கினாள்.

பிறகு மாயாவே, தனது இல்லறத்தின் முக்கிய தருணம் வந்து விட்டதை உணர்ந்தாள். தனது மொத்த ஆற்றலையும் திரட்டிக் கொண்டு திரும்பி அந்த மரத்தின் அடிப்பகுதியைத் தனது கைகளுக்கு வாகாகப் பிடித்துக்கொண்டாள். அந்தப்பெரிய சாலமரத்தைப் பற்றியபடி கடும் சிரமத்திற்கிடையே அவள் எழுந்து நின்றாள். மாயாவால் சரியாக நிற்கவே முடியாத நிலையிலும், தனது கரங்களால் அம்மரத்தை இறுகப் பற்றிக்கொண்டாள்.

அந்நிலத்துப் பெண்கள் நின்றபடியே பிரசவிக்கவேண்டும் என்கிற சம்பிரதாயத்தை அவள் நினைவுகூர்ந்திருக்கலாம். அல்லது தன் பிரசவத்திற்கு பூமாதேவியின் உதவியை அவள் நாடியிருக் கலாம்.

ஒரு நாற்பது வயதுப்பெண், தன் கணவனின் அரண்மனை யையும், தன் மகளின் வருகைக்காகப் பொறுமையற்றுக் காத்திருக்கும் பிறந்த வீட்டையும் விட்டுவிட்டு வெகுதொலைவில் அதுவும் ஒரு வெட்ட வெளியில் தன் தலைச்சன் குழந்தையைப் பிரசவிப்பது என்பது யாருக்கும், எந்த துரதிர்ஷ்ட காலத்திலும் நிகழக் கூடாத ஒன்று.

தன் காதலனையோ அல்லது தனக்கு மீட்சியளிக்க வந்த கடவு ளையோ ஒரு பெண் மூர்க்கமாகத் தழுவிக்கொள்வதைப்போல அந்தச் சாலமரத்தைத் தழுவியபடி அரசி மாயா காத்திருந்தாள்.

அந்தப் பிறவியில் சுதத்தாவாக இருந்த நான், நீண்டுகொண்டே சென்ற அந்த அசாதாரணமான நிகழ்வின் சாட்சியாக நின்றிருந் தேன். கணக்கற்ற தெளிவில்லாத சுழற்சிகளுக்கிடையே இந்தக் குறிப்பிட்ட காட்சி மட்டும் மங்காமல் பிரகாசிக்கிறது. காலமும் தூரமும் பின்னிப்பிணைந்த அந்த இடைவெளியில், ஒற்றை மரத்தைத் தழுவியபடி திறந்தவெளியில் தன் பிரசவத்திற்காக ஆடையில்லாமல் நிற்கிற பெண்மணியை நான் காண்கிறேன்.

இயற்கையாக வளர்ந்து நிற்கிற ஒரு தாவரம் போல, அந்த மரப்பட்டையின் பழுப்புநிறம் அந்த மனித உடலின் தோலின் நிறத்துடன் இயல்பாக இயைந்துகொண்டு, “அந்தப்பெண் என்ன அம்மரத்தின் ஒரு அங்கமோ?” என வியக்கும் அளவிற்கு அது கலந்திருந்தது.

இரண்டாயிரத்து ஐநூறு வருடங்களுக்கு முன்பு இது ஒரு சம்பிரதாயமாக இந்தியாவில் இருந்திருக்குமென்றால் கண்டிப்பாக

இது நூற்றாண்டுகளுக்குத் தொடர்ந்திருக்க வேண்டும். இந்தியப் பெண்கள் தங்கள் வாழ்வின் கடினமான தருணங்களில் மரங்களைத் தழுவிக்கொள்வதை ஒருவர் கற்பனை செய்து பார்க்கலாம். ஒரு பெண்ணும் ஒரு மரமும் கயிற்றால் பிணைக்கப்பட்டிருப்பது என்பது பெண் தன் கணவனுடன் கொண்டிருக்கும் பிணைப்பை விட மிகவும் மதிப்புடைய ஒன்றாகவும் அவளது உள்ளார்ந்த ஒன்றாகவும் இருக்கிறது. மரம் என்பது இந்தியாவில் கணக்கற்ற பெண்களுக்கு மருத்துவத் தாதியாக இருக்கிறது. கிராமங்களிலும் நகரங்களிலும் மாறும் காலநிலைகள் கொண்ட அகண்ட மாகாணங்களிலும் உள்ள மனிதர்களுக்கு மரங்களுடன் மூலாதாரமான ஒரு பிணைப்பு இருந்திருக்கிறது. அது, சில நேரங்களில் தன் தாய்வீட்டிற்குச் செல்லும் வழியில் ஒரு மரத்தை அதிர்ஷ்டவசமாகக் காணும் ஒரு கர்ப்பவதியுடனும் இருக்கிறது.

"இன்னும் பலமாக! இன்னும் பலமாக!" என்றபடி அந்தத் தாதி தன் அரசியின் இடுப்பைப் பிடித்தபடி அவளைத் தூண்டியபடி அவளுக்கு உதவிக்கொண்டிருந்தாள். இது மாதிரியான வேலைகளில் அந்தத் தாதிக்கும் பெரிய முன் அனுபவம் ஏதும் இருந்திருக்க வில்லை. அவளும் தனக்குள்ளே மிகவும் பயந்தவளாகவும் மனதில் பெரும் அச்சம் கொண்டவளாகவும் இருந்தாள்.

ஏதோவொன்று உடைந்து இளகியது போலிருந்தது. தாங்க முடியாத வலியோடு இருந்தாலும் அதற்கிணையானதோர் அசைவை மாயா தன் பிரக்ஞையை மீறிய உள்ளுணர்வால் தன் தசைகளுக்கு அளித்தாள். அவள் உடலின் கீழ்ப்பகுதியில் ஏதோ நிகழ்வது போலிருந்தது.

"வா! வா! ஆமாம்.. இதோ... அது வந்துவிட்டது..!" என்று கூவினாள் தாதி பரவசத்துடன்..

குழந்தையின் தலை முதலில் வெளியே வந்தது. துரிதமாக முடிவெடுத்த அந்தத் தாதி, பிறந்து கொண்டிருக்கும் அந்தக் குழந்தையின் வழியைத் தடையில்லாமல் எளிதாக்கும்படி அதன் தலையை மென்மையாகப் பிடித்துக்கொண்டாள்.

குழந்தை பிறந்துவிட்டது. மாயா தன் உள்ளுணர்வால் அதை உணர்ந்தாள். அம்மரத்தடியிலேயே தளர்ந்து விழுந்தாள். ஒருவழியாக அந்தப்பெண் தனது குறிக்கோளை எட்டிவிட்டாள். இந்த மரத்துக்கு நன்றி. ஏதோ இந்தக்குழந்தை இம்மரத்தின் அடியிலிருந்து வெளிப்பட்டதைப் போல் அல்லவா இருக்கிறது. அதில் சந்தேகமே இல்லை. எண்ணற்ற மனிதர்கள் காலத்தின் சிறு குழவிகளாகத் தோன்றுகையில், சந்தேகமே இல்லாமல் இது மரத்தின் குழந்தைதான்.

அந்தத் தொப்புள்கொடி இன்றும் தீர்மானிக்கப்பட வேண்டிய ஒன்றாகத்தான் இருக்கிறது. தாதி ஒரு உடைந்த கல்லைக் கொண்டு அந்தக்கொடியை அறுத்து எறிந்தாள். குழந்தை இப்பொழுது விடுதலை அடைந்துவிட்டது! இவ்வுலகில் முன்னேறிச் செல்வதற்கான முற்றான அதிகாரம் கொண்டதொரு விடுதலை. நிலையாக இல்லாமல், ஓரிடத்திலிருந்து இன்னோர் இடத்திற்குப் பயணிக்கையில் தானாகவே பிறந்திருக்கின்ற நிலையற்ற கணத்தில் பிறந்த அவன் இன்னும் பல நிலையற்றவைகளை இவ்வுலகிற்கு உபதேசிப்பான்.

கைக்குழந்தையின் தூய அழுகையை எதிர் நோக்கியபடி மாட்டு வண்டியைச் சுற்றித் தவிப்புடன் காத்திருந்த செவிகள் திடீரென ஒரு விடுபடலை உணர்ந்தன. மகிழ்ச்சியின் கூக்குரல்கள் அவர்களிடமிருந்து வெளிப்பட்டன.

"குழந்தையை இங்கே கொண்டுவாருங்கள்.. விரைவாக.." என்று கத்தினார் சுதத்தா.

இன்னும் குருதியாலும் பிரசவக் கழிவுகளாலும் சூழப் பட்டிருக்கின்ற குழந்தையைத் தாதி எடுத்துவந்தாள். தன் கரங்களில் குழந்தையை வாங்கிக்கொண்ட சுதத்தா அதன் நாடித்துடிப்பையும் சுவாசத்தையும் பரிசோதித்தார்.. தங்களது சேமிப்பில் இருந்த தண்ணீர் கொண்டுவரப்பட்டு குழந்தை ஓரளவிற்குக் குளிப்பாட்டப் பட்டது.

"போய் அரசியைக் கவனித்துக்கொள்க!" என தாதிக்கு ஆணை யிட்டார் சுதத்தா.

"அவர்கள் நலமாக இருக்கிறார்களா என நோக்கி, உன்னால் எந்தளவிற்கு அவரைச் சுத்தப்படுத்தமுடியுமோ அந்தளவிற்கு சுத்தப் படுத்தி அவரது ஆடைகளையும் அணிவித்து விடு."

தாதி மீண்டும் அரசியிடம் சென்றாள்.

"குழந்தை நலமாக இருக்கிறதா?" மாயாவால் இந்தச் சில வார்த்தைகளை மட்டுமே உச்சரிக்க முடிந்தது.

"ஆம் அரசி! குழந்தை பரிபூரண நலத்துடன் இருக்கிறது. பையன்!! அழகான ஆரோக்கியமான பையன்!"

தன்னை மறந்த புன்னகையொன்று மாயாவின் முகத்தில் சுடர்விட்டது. அவள் ஒரு வழியாக அமைதியடைந்ததைப்போல இருந்தது. தாதி அவளுக்கான பணிவிடைகள் செய்யத் துவங்கிய போது மாயா அவை குறித்து ஏதும் அலட்டிக்கொள்ளவில்லை. களைப்பு மீறியதில் அவள் தன் கண்களை மூடிக்கொண்டாள்.

அந்தக்குழுவிலிருந்த ஆண்கள் நீண்டநேரம் விவாதித்தார்கள். இனி தேவதாஹாவிற்குச் செல்வதில் சிறிதளவே பயன் உள்ளது என முடிவெடுக்கப்பட்டது. அரசர் பல வருடங்களுக்குப் பிறகு

இப்பொழுது தனக்குப்பின் கிரீடமணிந்து அரியணையில் வீற்றிருக்கப்போகும் ஓர் ஆண்மகனைத் தன் அன்பான மனைவியின் வழியாகப் பெற்றிருக்கிறார். இந்த நற்செய்தியை அரண்மனைக்குச் சொல்லவேண்டியதே தற்போதைய தேவையாகவும் உடனடியாகச் செய்யவேண்டிய ஒன்றாகவும் இருந்ததால் கபிலவஸ்துவிற்கே திரும்பினர்.

பயணக் குழுவினர் ஊர் திரும்பினர். அந்த நற்செய்தியும் பரவியது. அரண்மனை முழுவதும் ஓர் ஆனந்தக் களியாட்டம் நிரம் பியது. மொத்த அரண்மனையும் அகல் விளக்கின் வெளிச்சத்தில் பிரகாசித்தது.

அந்தப் பிஞ்சுக்குழந்தையின் தாயான மாயா, இன்னமும் பலகீனமாகவும் முற்றிலும் வற்றிப்போனவளாகவும் இருந்தாள். அரண்மனை வைத்தியர்கள் அவளைப் பரிசோதித்தனர். அவளுக்கு சற்று காய்ச்சல் இருப்பது போலிருந்தது. அவளுக்கான மருந்துகள் பரிந்துரைக்கப்பட்டன. முறையான ஓய்விலும் பராமரிப்பிலும் அவள் நலமாக மீண்டுவிடுவாள் என்றே நம்பப்பட்டது. அந்தப் பச்சிளங் குழந்தை மருத்துவதாதிகளிடம் அளிக்கப்பட்டது. அவர்களில் சிலர் அந்த அரசக் குழந்தைக்கு தாய்ப்பாலூட்டினர். அந்தச் செவிலித் தாய்களின் தேவை நீண்டகாலத்திற்கு நீடிக்கும் என்று அச்சமயத்தில் யாரும் அறிந்திருக்கவில்லை.

மேலும், பிரசவத்திற்காக அவசர அவசரமாகச் சென்றதாலும் அதே அவசரத்துடன் திரும்பி வந்ததாலும் அவர்கள் யாருமே அந்தச் சாலமரத்தில் ஒரு புலியின் நகக்கீறல் போல மாயா விட்டுவிட்டு வந்த கீறல்களைக் கவனிக்கவில்லை. விரக்தியடைந்த கர்ப்பவதியின் ஓசையெழுப்பாத அந்தத் தடயங்கள் அந்த மரம் அவற்றைக் குணப் படுத்தும் வரை அதிலேயே நீடித்திருந்தன. மரங்கள் மன்னித்துக் கொண்டேதான் இருக்கின்றன.

~

இவ்வாறு அவன் வந்தான்...

அவன் நிகழ்ந்தான்...

அவன் முடிவில்லாமல் நிகழ்ந்துகொண்டேயிருக்கிறான்....

இது மதங்களுக்கு எதிரானதுபோல தோன்றக்கூடும். மறுபிறப்பு எனும் சுழற்சியிலிருந்து அவன் விடுபடவில்லையா? மேலான அறிவுடன் சிந்தித்தால் ஆமாம் என்று சொல்லலாம். இன்றும் மறுபிறவியின் அந்தச் சக்கரம் நின்றபாடில்லை. அவன் வருகைக்கு முன் பல புத்தர்கள் இருந்தார்கள். மேலும் பல புத்தர்கள் இன்னும் வரவேண்டும். அப்படிப்பார்த்தால் அவன் நிகழ்வு முடிவில்லாததாக இருக்கிறது.

நானுமே அதைப் புரிந்து கொண்டிருக்கிறேன். இந்தப் பிறவிச் சக்கரத்தில் தொலைதூரத்திற்கு முன்பு நான் சுதத்தாவாக இருந்தேன். அந்த நீண்ட பயணத்தில் நான் அரசி மாயாவின் பாதுகாவலனாக இருந்தேன். அவள் மகனின் பிறப்பிற்குச் சாட்சியாக இருந்தேன். நான் அவளுக்கும் அவளது பச்சிளங்குழந்தைக்கும் பாதுகாவலனாய் மீண்டும் அரண்மனைக்குத் திரும்பினேன்.

இவற்றிலிருந்து நான் அறிந்துகொண்டதுதான் என்ன? அந்த நேரத்தில் மிகக் குறைவாகத்தான் அறிந்தேன். அதற்குப் பிறகான எனது ஏனைய பிறவிகளின் போதுதான் நான் என்ன கண்டேனோ என்ன உணர்ந்தேனோ அதற்கான முழு அர்த்தத்தையும் கொஞ்சம் கொஞ்சமாக உள்வாங்கினேன். அன்றையநாளில் அற்புதங்கள் ஏதும் நிகழவில்லை அல்லது நான் அங்கனம் நினைத்திருந்தேன். அந்த அரசிளங்குமாரனின் பிறப்பில் கொஞ்சம் பதட்டம், கொஞ்சம் சோகம், கொஞ்சம் ஆறுதல் ஆகியவைகளே இருந்தன எனவும் எண்ணியிருந்தேன். ஆனால் அதேநேரத்தில், குழந்தைகள் தினமும்தான் பிறக்கிறார்கள். பிரசவிக்கும் பெண்களும் தினமும் அவதியுற்றுக் கொண்டுதான் இருக்கிறார்கள். அதில் அநேகம் பேர் மரணிக்கவும் செய்கின்றனர் என்பதையும் எண்ணிப் பார்க்கவேண்டும்.

அன்றைய தினத்தில் நற்சகுனங்கள் என ஏதும் நிகழவில்லை. நட்சத்திரங்களோ வால் நட்சத்திரமோ தோன்றவில்லை. இரக்கமேயில்லாத அந்த மே மாத சூரியன் மட்டும்தான் இருந்தது. அதைத்தவிர ஒரு மரம் ஆடம்பரம் ஏதுமில்லாமல் இருந்தது. அந்த மரம் ஒரு குறியீடா? ஆம்.. ஏனிருக்கக் கூடாது? மர வாழ்வு! இது ஆர்வத்தைத் தூண்டுவதாகவே இருக்கிறது. எந்த ஒன்றை அன்று பிறந்த அந்தக் குழந்தை தன் வாழ்வின் அனைத்திற்கும் மேலானதாக வைத்து வணங்கினானோ அந்தத் தம்மம் அம்மரத்திடம் இருந்தது. அவை இரக்கம், அகிம்சை மற்றும் குரூரமின்மை. மரங்கள் யாரையும் உண்பதில்லை. தாவர பட்சிணிகள் உட்பட மற்ற அனைத்து உயிரினங்களான மீன்கள், விலங்குகள், பறவைகள் என அனைத்துமே மற்ற உயிரினங்களை உண்கின்றன. மனிதர்களையும் மற்ற விலங்குகளையும் போல மரங்கள் எதைக்குறித்தும் பிரார்த்திப்பதில்லை. தாம் உயிர் வாழ்வதற்கான மூலப்பொருள்களை மரங்கள் நேரடியாக காற்று, நீர், சூரியன் போன்ற பருப்பொருட்களிடமிருந்தே பெறுகின்றன.

ஆனால் அன்று பிறந்த அந்தக் குழந்தை வேறொரு பிரபலமான மரத்தோடு இணைந்துகொண்டான். பல வருடங்கள் கழித்து அந்த மரத்தினடியில் அமர்ந்துதான் அவன் ஞானமடைந்தான். பிறப்பின் மரம்; ஞானத்தின் மரம்; இவ்விரு மரங்களுக்கிடையே பெரும் பாய்ச்சலொன்று இருக்கிறது. அதிலும், அந்த இரண்டாவது குறியீடாக அமைந்த மரம் பிறப்பின் சின்னமாக அமைந்த முதல்

மரத்திற்கு முற்றிலும் எதிர்நிலையைக் கொண்டுள்ளது. ஏனெனில், பிரபலமான அந்த மரம் பிறப்பற்ற நிலையை வரையறுக்கிறது.

பல பிறவிகள் கடந்து, அந்த நாளை இன்று திரும்பிப் பார்க்கையில் அதை வேறு விதமாகக் காணமுடிகிறது. ஒரு நாளோ, ஒரு முழு வாழ்வோ காலத்தில் அப்படியே உறைந்து நின்றுவிடுவதில்லை. சடுதியில் இருப்பாக மாறிவிடுவதில்லை. கடந்துசென்ற ஒரு நாளும், ஒரு வாழ்வும் மாற்றமுடியாத ஒன்றாக ஆகிவிடுவதில்லை. பல நூற்றாண்டுகள் கடந்தும் அதன் மர்மம் விரிந்தபடியே செல்கிறது. பல பிறப்புச் சுழற்சிகளுக்குப் பின் நான் கற்றுக் கொண்டது இதையே. எதையும் இன்றைய இருப்பு எனும் குப்பைத்தொட்டியில் எறியக் கூடாது.

என்றாலும், வரலாறு எனும் குப்பைத்தொட்டியை உயர்த்திப் பிடிப்பதும், மரபெச்சங்கள் ஒவ்வொன்றையும் என்றென்றைக்கும் ஆனது என்று கருதுவதும் அறிவீனம். நிலையற்றதைப் பற்றிக் கொண்டிருத்தல் நமது சிந்தனை மரபு அல்ல; அயலவரின் சிந்தனை முறையிலிருந்து நாம் பெற்றது அது. பேராலயங்கள், அரண்மனைகள், செழிப்பான நகரங்கள் எனப் பலவும் சுவடின்றி அழிந்துவிட்டன; சிலவற்றின் தடயங்கள் எஞ்சியுள்ளன. பயணியர்களின் காலமான இன்று அவற்றைக் காண்கையில் "ஐயோ!" என்ற கூப்பாடு எழுகிறது. அழியக்கூடிய ஒன்றைப் பாதுகாக்க வேண்டும் என்ற இந்த வேட்கை விளங்காத ஒன்றாக, இயல்புக்கு மாறான விருப்பமாக உள்ளது. காற்றும் புழுதியும் தமக்கு உரிமையானதை எடுத்துக்கொள்ளட்டுமே! படிப்பறிவில்லாத கிராமவாசிகள் தம் உள்ளுணர்வால் இதைச் சரியாகப் புரிந்து கொள்கின்றனர்.

இந்நிலத்தில் பாயும் எண்ணற்ற ஆறுகளும் மகாநதிகளும் ஒழுகிச்செல்வதும் மிதந்துசெல்வதும் எப்படி என்பதை நமக்கு கற்பித்துள்ளன. நீரில் மிதந்தும் மேலெழுந்தும் செல்லும் பிணங்கள் விருந்தாடிக்கொண்டிருக்கும் ஆமைகளை வியப்பிலாழ்த்துகின்றன. சிதையிலேற்றப்படும் பெண் தன் மகவை முறையாகப் பெற்றெடுக்கிறாள். இறந்தோருடன் பிறந்த நாம் விருப்புவெறுப்பற்ற நிலையாமைக்குப் பழகியவர்கள். அனைத்தும் சென்று மறைபவை. மீண்டும் வருபவை. "அவர்கள் திரும்பி வருவதைக் காண்க! நம்மைத் தம்முடன் அழைத்து வருகின்றனர்."

என்றாலும், அந்தக் கணம் முற்றாக அழிந்துவிடவில்லை என்பதில் எனக்கு மகிழ்ச்சியே. அது நடந்து இருபது வருடங்களுக்குப் பின் ஒரு பேரரசர் அங்கு வந்தார். லும்பினியில் இன்று ஒரு சிற்றாலயம் உள்ளது. சாலமரக் கிளையொன்றைப் பற்றியபடி நின்றுகொண்டு மாயா பிரசவிப்பதைக் கல்லில் வடித்துவைத்துள்ளனர். நான்

அந்த ஆலயத்திற்குச் சென்றிருக்கிறேன். ஆழ்நினைவுகளும் நிழலுருவான கல் உருவங்களும் ஒன்றையொன்று பிரித்து அறிய முடியாமல் ஒன்றெனக் கலந்துவிட்டன. இன்றைய உடனடி சித்திரங்களுடன் ஒப்பிடுகையில் அது மிகவும் கண்ணியமான ஒன்றாகவே இருந்தது. இத்தகைய சிறு குறியீடுகளே போதுமானவை; பேராலயங்களாகவோ, குகைகளாகவோ, கல்லறைகளாகவோ இருந்தாலும் அவற்றின் உட்பொருள் குறியீடுகளுக்கெல்லாம் அப்பாற்பட்டது.

நான் கண்ட அவன் பிறந்த இடத்தின் பாதையையோ, அவன் தாயுற்ற துயரையோ, பேற்று வலியையோ சித்தார்த்தன் காண வில்லை என்பது எனக்குத் தெரிகிறது. அவன் அதில் வாழ்ந்தான்; நான் அதைக் கண்டேன். அவன் வாழ்வு மலர்ந்தபின் வெகுகாலம் கடந்தே அதை நான் தெளிவாகப் புரிந்துகொண்டேன். இன்று அடிப்படை மெய்மையாகத் தோன்றும் ஒன்றை நான் புரிந்து கொண்டேன்: பிறப்பே துன்பம். சில நேரங்களில், நான் கண்ட ஒன்றைப் போல, பிறப்பு இறப்புடன் ஒத்திசைகிறது. பிறப்பும் இறப்பும் ஒன்றோடொன்று கைகோக்கும் ஒன்றிற்கொன்று நிகரான இணை. ஆனால் நான் கண்டதை அவன் காணவில்லை என்று கூறியது முட்டாள்தனம். அவன் அனைத்தையும் கண்டிருந்தான்.

சித்தார்த்தன் பல வருடங்கள் கழித்து எதிர்கொண்ட அவனது உருமாற்றத்துக்குப்பின் இந்த இடைவெளியைக் கண்டான். வேதகாலம் இதை இங்கனம் காணவில்லை. “என்னை இறப்பிலிருந்து விடுதலை செய்” என பிரார்த்திக்கிறான் ரிக் வேத கவிஞன். வேதகாலம் “அமரத்துவத்தையும்” எடுத்தாள்கிறது என்றாலும் அவர்கள் பார்வையில் அமரத்துவம் என்பது நூறு ஆண்டுகள் வாழ்வதுதான். ஆகவே சித்தார்த்தன் அவர்கள் வேண்டிக்கொண்டது நூறு ஆண்டுகள் வாழ்க்கையைத்தானே தவிர உண்மையான அமரத்துவத்தை அல்ல என்று கூறினான். இவ்வாறு சித்தார்த்தன் பரிகாசத்திற்குரிய இந்த முரண்பட்ட கருத்துக்களை ஒரு முகச்சுளிப்புடன் மறுத்திருக்காவிடில், அவனும் ஒரு பரிதாபமான பிச்சைக்காரன் என்றே ஏளனத்துடன் கருதப்பட்டிருப்பான்.

பிறகு, இறப்பு என்பது மாரனாக மாறியபோது அது இன்னும் சிக்கலான ஒன்றாக மாறிவிட்டது. புதிய மதநெறிகள் அவற்றிற்கு நிறைய நுண்பொருள்களையும் விரிவாக்கங்களையும் எடுத்துக் கொண்டன. “அவன் மரணமாக இருப்பதனாலேயே அவனே காமனாகவும் இருக்கிறான். அவனுடைய அந்த அடக்க இயலாத வேட்கை இன்னும் பல பிறப்புகளுக்கும் இறப்புகளுக்கும் இட்டுச் செல்கின்றன” என அவை மாரனைப் பற்றி வரையறை செய்கின்றன.

ஆகவேதான் எப்பொழுது சித்தார்த்தன் புத்தராக ஆனாரோ, அப்பொழுது அவர் ஒரு அதிர்ச்சியளிக்கக்கூடிய ஒரு அற்புதமான சிந்தனையை வலியுறுத்தினார் "துன்பத்திற்கான அடிப்படைக் காரணம் இறப்பு அல்ல; பிறப்பே ஆகும்:" என்றார் அவர்.

இறப்புக்கு ஒரு தேவதை இருப்பதைப்போல பிறப்புக்கும் ஒன்று இருந்திருந்தால் "என் வேலைக்கே உலை வைக்கப் பிறந்திருக்கும் அந்தக் குழந்தையைக் கொல்லுங்கள்" என்று அமைதியிழந்து பெரும் அச்சத்துடன் வீறிட்டிருப்பாள். அவனைத் தீர்த்துக் கட்டுவதற்காக விதவிதமான தந்திரங்களையும் களமிறக்கியிருப்பாள்.

மாயாவின் கருப்பையின் ஒரே கனியாக உருவாகி, சிலரால் தாமதமான கருத்தரிப்பு என்றும் வேறு சிலரால் அதிர்ஷ்டவசமான கரு என்றும் கருதப்பட்ட அந்தக் குழந்தையின் பிறப்பு, பிறவாமையைப் போதிப்பதில் வந்தடைந்தது.

~

நான் மாரன்.

எனது எதிரியின் அந்தச் சபிக்கப்பட்ட பெயரால் எனது பெயரின் முக்கியத்துவம் குறைந்துவிட்டதால் உங்களில் பலருக்கு எனது பெயரே தெரிந்திருக்காது. அவன் மிகப்பெரிய புகழை அடைந்துவிட்டான் என்பதை நான் ஒப்புக்கொள்ளத்தான் வேண்டும். கோடிக்கணக்கான மக்கள் அவனைத் தொழுவதாக அவர்கள் சொல்கிறார்கள். சொல்பவர்கள் எல்லோரும் நாசமாகப் போகட்டும்.

எனக்கொரு பெரிய குடும்பம் இருக்கிறது. கலகன், களியன், வஞ்சகன் என மூன்று மகன்களும் அதிருப்தி, இன்பா, விடாய் என மூன்று மகள்களும் உண்டு. அவர்களின் தாய் எப்பொழுதோ சென்று விட்டாள். எங்களுடைய இல்வாழ்க்கை மிகக் கடுமையானதாகவும், எப்பொழுதும் நிலைத்த பூசலுடனும் இருந்ததை நான் நினைவுகூர்கிறேன். அதுதான் வேட்கைக்கு நிகராக நீங்கள் அளிக்கும் விலை. வேட்கை என்பது போர். அனைத்துமே போர்தான்.

உண்மையில், மக்கள் என்னை வழிபடுகிறார்கள். நான் வேட்கையின் கடவுளாக அழைக்கப்படுவதால், வேறு எதற்காக இல்லையென்றாலும் காமத்திற்காக என்னைப் பிரார்த்திக்கிறார்கள். ஆனால் என்ன.. அவர்கள் அதைச் சொல்லிக்கொண்டிருக்க மாட்டார்கள். அவ்வளவுதான். இதில் விநோதம் என்னவெனில் மக்கள் என்னை வழிபடுவதில் வெட்கம் கொள்கிறார்கள். சொல்லப்போனால் இந்த இனிமையான கோட்பாடுதான் பூமியில் உயிரினங்கள் தோன்றுவதற்கே காரணமாக இருக்கிறது. இப்படித்

தான் உயிரினங்கள் லட்சக்கணக்கான ஆண்டுகளாக உருவாகி வந்திருக்கின்றன. வேட்கை... வேட்கை.. வேட்கை.. அனைத்து வேட்கைக்கும் மேலாக புணர்ச்சிக்கான வேட்கை. உணவிற்கான வேட்கை.. பலவகையான சிறந்த உணவு வகைகள். ஓராயிரம் வேட்கைகள். வாழ்க்கை வேட்கைகளால் பெருகியிருக்கிறது.

இரண்டாவதாக, மனித மூளைக்குள்ளே அதன் பெரும் பகுதிக்கும் கீழே, மிகச்சிறிய பகுதியொன்று வித்தியாசமாக இருக்கிறது என்றும் அது மிருக மூளையின் அடிச்சுவட்டை ஒத்து இருக்கிறது என்றும் என் ரகசிய அறிவு எனக்குச் சொல்கிறது. பகுத்தறியும் திறனில்லாத அப்பகுதியிலிருந்துதான் அனைத்து வகையான கண்மூடித்தனமான ஆசைகளும் ஊறிவருகின்றன. வன்புணர்வு, தகாப் புணர்ச்சி, கொலை, போர், நர மாமிசம், இனப்படுகொலை எனப் பலவகைகளில் சொல்லப்படுகின்ற குரூர நடத்தைகள் எல்லாமே மூளையின் அந்தக் குறும்பகுதியின் இயல்பாக இருக்கலாம். எப்பொழுதும் வெடித்துச்சிதற தயார்நிலையில் இருக்கும் இப்பகுதி பெரும்பாலும் தூங்கிக்கொண்டுதான் இருக்கிறது. ஆனால், எப்பொழுது இது விழித்தெழுந்து பகுத்தறிவுக்கு இடையூறு ஆகுமோ என்பது தெரியாது. அதன்பின் முற்றான அழிவு மட்டுமே எஞ்சும்.

அனைத்திற்கும் மேல், மேல்நிலை மனம் மனிதனின் நடத்தையைத் தன் கட்டுப்பாட்டிற்குள் எடுக்கும் என்பதும் உண்மை தான். ஆனால் பெரும்பான்மை நேரங்களில் அந்த மேல்நிலை மனம் ஒன்றும் உதவிகரமாக இருப்பதில்லை. ஆனாலும் இது மூளையைத் தன் கட்டுப்பாட்டிற்குள் கொண்டுவர உண்மையாகவே முயற்சித்துக்கொண்டு தான் இருக்கிறது.

இன்று பிறந்திருக்கும் இந்தக்குழந்தை என்னுடன் யுத்தம் புரிய விருப்பதாகச் சொல்லப்படுகிறது. அவன் ஒரு பராக்கிரமசாலியாக சித்தரிக்கப்படுகிறான். அவன் வளர்ந்தபின் அவன் தன்னுடைய முழு ஆற்றலைக்கொண்டும் என்னுடன் யுத்தம் செய்வான். நான் அவனைவிட வலிமையானவன். அவனால் முடிந்ததை அவன் பார்த்துக்கொள்ளட்டும்.

என்னுடைய இந்த எதிரி முயற்சிக்கப் போவதெல்லாம் ஒன்று தான். அவன் சமூகத்தின் மேல்நிலை மனத்துடன் உரையாடப் போகிறான். அவன் அதில் ஓரளவிற்கு ஒரு குறிப்பிட்ட காலம் வரையிலும் வெற்றியடையவும் கூடும். ஆனால் அவனால் மூளையின் அந்த முரண்பட்ட பகுதியை வேரோடு பிடுங்கியெறிய இயலவே இயலாது. நீங்களும் எனது அந்த எதிரியும் அதனுடன் வாழ்ந்துதான் தீரவேண்டும்.

ஆம். இறுதியில் வெற்றிவாகை சூடப்போகிறவன் மாரன்தான்.

2

மிகவும் சோர்வான நிலையிலிருந்த மாயா தனக்கான அறையில் ஒரே ஒரு பணிப்பெண்ணுடன் இருந்தாள். அசையக்கூட இயலாத நிலையில் தன் படுக்கையில் நேராகப் படுத்திருந்தாள். அவளது மொத்த ஆற்றலும் உறிஞ்சப்பட்டிருந்தது போல உணர்ந்தாள். அவளுக்கு ஜுரமும் விட்டுவிட்டு வந்துகொண்டிருந்தது. மயக்க நிலையில் மிக அரிதாகவே விழிகளை அவளால் திறக்கமுடிந்தது. அங்கிருந்த பணிப்பெண் அவளுக்கு நேரத்திற்கு சிறிதளவு தண்ணீரும் நீராகாரங்களும் அளித்து வந்தாள்.

மயக்கத்தில் இல்லாத பொழுதுகளில் மாயாவின் சிந்தனை முழுவதுமே அவளது குழந்தையின் மீதே வியாபித்திருந்தது. பல ஆண்டுகளாக ஒரு குழந்தையை எண்ணி ஏங்கிக் கிடந்தவளுக்கு ஒரு குழந்தை பிறந்தும்கூட அவளால் அக்குழந்தையைப் பார்க்கவோ, தூக்கவோ கொஞ்சவோ இயலவில்லை. மயக்கத்தில் இல்லாத பொழுதுகளில் அவள் இதை எண்ணியே நொந்துகொண்டிருப்பாள்.

மாயாவின் சகோதரியும் சுத்தோதனரின் இரண்டாவது மனைவி யுமான பஜாபதியின் கவனிப்பில் அவள் இருந்தாள். மாயா கருவுற்றிருந்த அதே நேரத்தில்தான் பஜாபதியுமே கருவுற்றிருந்தாள். மேலும் அவர்களிருவரும் ஒரே சமயத்திலேயோ அல்லது ஓரிரு நாட்கள் இடைவெளியிலேயோ பிரசவிக்க வாய்ப்பு இருப்பதாக வைத்தியர் கள் தெரிவித்திருந்தனர். இறுதியில், மாயாவின் இந்தப் பிரசவ செய்தி பஜாபதியைச் சற்றுக் குழப்பத்தில் ஆழ்த்திவிட்டிருந்தது. தன் தமக்கையின் பிரசவத்தை எண்ணி அவள் மகிழ்ந்திருந்தாலும், பிரசவ கால சம்பவங்களால் அவள் அச்சமும் கவலையும் கொண்டி ருந்தாள். அவளுமே தலைப்பிரசவத்திற்கு தேவதாஹா செல்வதா கத்தான் இருந்தாள். ஆனால் திடீரென்று மாயாவின் நிலையில் ஏற் பட்ட மாற்றங்கள் அனைத்துத் திட்டங்களையும் மாற்றியமைத்து விட்டன.

ஆகவேதான், தான் தன் தாய்வீட்டிற்குப் போகப்போவதில்லை என்று பஜாபதி முடிவெடுத்தாள். கோடைக்காலத்தில் ஒரு கர்ப் பிணிப்பெண் கரடுமுரடான சாலையில் பயணிப்பது எந்தளவு

விபரீதங்களுக்கு இட்டுச்செல்லும் என அவள் தெளிவாக உணர்ந்து கொண்டாள். ஆகவே அந்தச் சம்பிரதாயங்களை இதன் காரண மாக விட்டுவிடலாம். பஜாபதி தன் நிறைமாத வயிறோடு, மாயா வையும் அவளின் குழந்தையையும் பார்த்தாள். மாயாவால் இந்தக் குழந்தையைக் கவனிக்க இயலாது, ஆகையால் இவனைத் தனியாகத் தான் கவனித்துக்கொள்ளவேண்டும்.

மாயாவிற்கு நினைவு திரும்பி நன்றாக விழித்திருந்த போதெல் லாம் பெரும்பாலும் சைகையில் பஜாபதியை அழைத்து குழந்தையை அருகே எடுத்துத்தரச் சொல்வாள். ஒரு பணிப்பெண் அவனைத் தூக்கி மாயாவின் முன் நீட்டுவாள். அப்பொழுதும்கூட மாயாவால் எழுந்து அமர இயலாது. அவள் கடும் சிரமத்துடன் தன் மொத்த பலத் தையும் திரட்டி தன் தலையைத் தூக்கி அவனைப்பார்க்கச் செய்த முயற்சிகள் அனைத்தும் வீணாகிவிடும். ஒவ்வொருமுறையும் அவள் ஆசை உடல் பலத்தின் முன் தோற்றுப் போனது. தன் குழந்தை யின் முகத்தைப் பார்க்கக்கூட அவளால் இயலவில்லை. ஒரு மங்க லான குழப்பமான உருவமாகவே அக்குழந்தை அவளின் மனதில் இருந்தது.

பலவருடங்களாக அவள் அக்குழந்தைக்காகத்தான் தீராத ஆசையுடன் தவமிருந்தாள். அவளது விருப்பம் இறுதியாக நிறை வேறினாலும் ஒருவகையில் அந்த துரதிர்ஷ்டம் கொண்ட தாயால் இன்னும் தனது குழந்தையைத் திருப்தியாகத் தொட்டு அதன் முகத் தைக்கூட காண இயலவில்லை. பரவலாகவே மக்களின் ஆசைகள் பொதுவானதாகத்தான் இருக்கின்றன. ஆனால் கொடுமையான ஆசைகளும் இருக்கத்தான் செய்கின்றன. இது அந்தக் குழந்தைக்கும் பிறக்கும்போதே தெரிந்துதான் இருந்ததோ? வளர்ந்த பிறகு அவன் தன் வாழ்நாள் முழுவதும் ஆசையால் உண்டாகும் பேரழிவிற்கு எதிராகத்தானே பேசியிருக்கிறான்?

~

இந்திய அரண்மனைகளிலோ அல்லது சாதாரணக் குடும்பங் களிலோ கூட ஒரு குழந்தை பிறப்பதென்பது அதன் கூடவே சகலவித மான ஞானிகளையும் குருமார்களையும் அந்த வீட்டிற்கு இட்டு வந்து விடுகிறது. ஒவ்வொருவரும் தங்களது சக்தியாலும் ஞானத்தாலும் அந்தக் குழந்தையின் எதிர்காலத்தை உரைக்கிறார்கள்.

ஆனால் அப்படிப்பட்ட உபகாரங்கள் ஏதுமே சுத்தோதனருக்கு தேவைப்படவில்லை. பெருமரியாதைக்குரிய ஞானியான அஸிதர், இரு தலைமுறைக்காலமாகவே கௌதமரின் குடும்ப குருவாகவும் வழிகாட்டியாகவும் இருக்கிறார். சுத்தோதனரின் தந்தை சிஹாஹனு விற்கும் பிறகு சுத்தோதனருக்கும் அவரே குலகுருவாக இருக்கிறார். தற்பொழுது அஸிதருக்கு மிகவும் வயதாகி விட்டிருக்கிறது. மேலும் வேதங்கள் வலியுறுத்தும் வழியில் செல்லும் அவர் தனது நான்காவது ஆசிரமமான வானப்பிரஸ்தத்திற்குச் செல்லவிருக்கிறார்.

“அஸிதரை அழைத்துவருக!” என சுதத்தாவிற்கு அரசர் ஆணையிட்டார்.

அரசர் இப்பணியை ஏன் தனக்குப் பணிக்கிறார் என்பதை சுதத்தா அறிந்தே இருந்தார். அஸிதர் ராஜகுருவாக இருந்த காலத்தில் அவர்கள் இருவரும் ஒருவரை ஒருவர் அறிந்திருந்தனர். பரஸ்பரம் அன்புடனே இருந்தனர். “அஸித்” என்கிற பெயரை நேரடியாக மொழிபெயர்த்தால் “வெண்மையில்லாதது” என்ற பொருளைத் தரும். மேலும் அது ஆரிய வழிப்பெயரும் அல்ல. அவர்களுக்கு இடையிலான பிணைப்பிற்குச் சொல்லப்படாத ஒரு காரணமாக அதுவும்கூட இருந்திருக்கலாம். அவருடைய தோல் அப்படி ஒரு கருமை நிறம் கொண்டிருந்தது. மேலும் அவர் முக அமைப்பும் “வழக்கமான” ஒன்றாக இல்லாமல் விலகியே இருந்தது. அவரை முற்கால ஆரிய நாகரிகத்தைச் சேர்ந்தவராகச் சொல்லலாம். அப்படிப்பட்ட ஒருவர் அரண்மனையில் ராஜகுருவாக அமர்த்தப்பட்டதும் அனைவரும் அவரை மிக்க மாண்புடனும் பணிவுடனும் அணுகியிருப்பதும், அன்றைய சமூகத்தில் தொழில் அடிப்படையிலான பிரிவுகள் இறுக்கமாக இருக்கவில்லை என்பதையும் ஆரியர் அல்லாதோர் இடையில் காழ்ப்புணர்ச்சி ஏதும் இருக்கவில்லை என்பதையும் உணர்த்துகிறது, சுதத்தாவும் பழுப்பு நிறத்துடன் ஆரியரல்லாதோருக்கு நெருக்கமானதொரு நிறத்துடன்தான் இருந்தார்.

அரசர் சுதத்தாவை இந்தத் தூது செல்ல அனுப்பியதற்கு விவேகமான இன்னொரு காரணமும் உண்டு. அஸிதர் தற்போதைய ராஜகுருவாக இல்லை. ஓய்வு பெற்று வெகு தொலைவிற்குச் சென்றும் விட்டார். அப்போதைய சூழலுக்கேற்றவாறு, அவ்விடத்திற்குச் சில பிராமணர்களைச் சுத்தோதனர் அமர்த்தியிருக்கிறார். அந்தப் பிராமண குருமார்கள் அஸிதருக்கு அழைப்பு விடுக்கப்பட்டிருப்பதை அறிந்து சினம் கொண்டிருக்கிறார்கள். ஆனால், அவர்களுக்குள் பேசி குமுறிக் கொள்வதைத் தவிர அவர்களால் வேறு எதையும் செய்யவும் முடியாது.

காட்டில் இருந்த அஸிதரின் ஆசிரமத்திற்குச் சென்று அவரைப் பாதுகாப்புடன் அழைத்து வந்த சுதத்தா இப்பேச்சுக்களின் மீதும் குமுறல்களின் மீதும் ஒரு கண் வைத்திருந்தார். அவர் அவற்றை ரசித்தும் வந்தார். ராஜகுருவாக இருந்து ஓய்வுபெற்றபிறகும்கூட அரண்மனையில் இன்றும் பெருமதிப்புடன் இருக்கும் அஸிதரைக் கண்டு அவருக்கு உவகையாகவும் இருந்தது. அஸிதரை அழைத்து வருகையில் வழி முழுவதும் அவருடன் பேசிக்கொண்டே வந்த சுதத்தா, அவரிடம் பிராமண குருமார்களின் மனவிலக்கத்தையும் சூசகமாகத் தெரிவித்திருந்தார். அனைத்தையும் அமைதியாகவும் கவனம் இல்லாமலும் அஸிதர் கேட்டுவந்தார். அவருக்கு இத்தகைய உலகியல் விஷயங்கள் மீதும் புகழ்ச்சி வார்த்தைகள் மீதும் நாட்டம்

ஏதுமில்லை. ஆனால் சுதத்தா இந்தச் சமூக அமைப்பின் மீது கவனமாகவும் எச்சரிக்கையாகவும் இருந்தார். இந்த வயதில் அவரால் இந்தச் சமூகப் போர்க்களத்திலிருந்து ஓய்வு பெற்றுவிட முடியாது.

சுத்தோதனர் அஸிதரை மிக்க பணிவுடனும் மரியாதையுடனும் வணங்கி வரவேற்றார். பிராமண குருமார்கள் குழந்தையின் பிறந்த நேரத்தைக் கணித்து உரைத்திருந்த ஓலைச்சுவடிகள் அஸிதரின் மேற் பார்வைக்காக அளிக்கப்பட்டன. அப்பட்டயங்களை மேம்போக் காகப் பார்வையிட்ட அஸிதர் அவற்றை அலட்சியமாக ஒதுக்கித் தள்ளினார். “இவையேதும் எனக்குத் தேவையில்லை” என்று கூறினார். அவ்வோலைகள் எல்லாம் திரும்ப எடுத்துச் செல்லப்பட்டன. அந்த ஜாதகக் கட்டங்களை எழுதிய பிராமண குரு மிகவும் அவ மதிப்பை அடைந்தார்.

அங்கு நிகழ்வனவற்றை மேற்பார்வையிட்டவாறு வந்த அரசர், தன்னுடைய பெருமதிப்பிற்குரிய அந்த விருந்தினரின் அருகில் வந்தமர்ந்தார். மற்றவர்கள் அனைவரும் தங்களுடைய இடம் மற்றும் தகுதிக்கு ஏற்றவாறு அமர்ந்திருந்தாலும் ஒருவருக்கொருவர் நெருக்கமாகவே அமர்ந்திருந்தனர். தனது குலமுறைமைக்கும் அதி காரமையத்துடன் நெருக்கமாக இருக்க விரும்பும் ஆர்வத்திற்கும் இடையிலான ஒரு நுட்பமான சமநிலையை அங்கிருக்கும் அனைவருமே வென்றெடுத்தனர்.

அரண்மனைப் பெண்கள் சற்றுத் தள்ளியிருந்த மகளிர் அறைக் கருகே அமர்ந்திருந்தனர். அவர்களுமே அந்த முதிய தீர்க்கதரிசியின் வார்த்தைகளைக் கேட்க ஆவலுடன் காத்திருந்தனர். மகளிர் அறைக்குள் மாயா தனித்திருந்தாள். கூடத்தில் பேசுவதைக் கேட்கத் தன் செவிகளை மிகவும் கூராக்கியிருந்தாள். எவ்வளவு கவனத்துடன் செவி கூர்ந்தாலும் படுக்கையறையில் மிகச் சன்னமாகவே அவ ளால் கேட்க முடிந்தது.

அஸிதரின் செயல்களை மிகவும் பக்தியுடனும் குறுகுறுப் புடனும் கவனித்திருந்த அவையோர்கள் அவர் பேசுவதற்காகக் காத்திருந்தனர்.

“குழந்தையை இங்கு கொண்டுவாருங்கள்” என்றார் அஸிதர்.

அங்கு ஒரு நீண்ட பரபரப்பு உண்டாகி சற்று நேரத்தில் அங்கிருந்த சேடிகளில் ஒருத்தி இருண்டிருந்த உட்பகுதியிலிருந்து கையில் குழந்தையுடன் வந்தாள். மெல்லிய துணியால் அது சுற்றப் பட்டிருந்தது. அவள் மிக மென்மையாகவும் பணிவுடனும் அந்தக் குழந்தையை அஸிதருக்கு முன்னால் விரிக்கப்பட்டிருந்த பருத்தி யாலான சிறு பாயில் இட்டாள். “துணிகளை அகற்றிவிடு” என்றார் அஸிதர் அந்தச் சேடியிடம். அவையோர் அனைவருக்கும் அவனது முழு நிர்வாணத்தை வெளிப்படுத்தும்படி அவள் அக்குழந்தையின் ஆடைகளைக் கழற்றினாள். குழந்தை அந்த நிர்வாணத்தை அனுப

வித்தபடி தன் சிறுகைகளை ஆட்டி விளையாடிக்கொண்டி ருந்தான். அவன் அழவே இல்லை.

அஸிதர் நன்றாக முன்நோக்கிக் குனிந்து, ஒரு விசித்திரமான பிராணியொன்றைப் பார்ப்பதுபோல அந்தக் குழந்தையின் உடலைப் பார்த்தார். அக்குழந்தையின் பாதங்களை உயர்த்திப் பிடித்து கூர்ந்து கவனித்தார். பின் அவனது கைவிரல்களை விரித்து உற்று நோக்கினார். பிறகு குழந்தையின் ஆண் உறுப்பைத் தூக்கி அதனடியில் நோக்கினார். அவையில் சிறு முணுமுணுப்பு எழுந்தது. அஸிதர், பரிசோதனைகளை முடித்தபின் மிகவும் அமைதியாக அமர்ந்திருந்தார். தலை நரைத்து உடல் சுருங்கிப்போய் அமர்ந்திருந்த அந்த ஞானி சற்று நேரத்தில் அவை திகைப்படையும் வண்ணம் அழத் துவங்கினார். கண்ணீர் அவர் முகத்தில் வழியத்துவங்கியது.

அவையில் அதிர்ச்சியும் பீதியும் கலந்த கூக்குரல்கள் எழுந்தன. அனைத்திற்கும் உச்சமாக ஒரு பதற்றமும் இருந்தது. இவ்வாறு அழுவதன் பொருள் என்ன? அந்தத் தீர்க்கதரிசி கண்டறிந்தது ஒரு நல்ல சகுனத்தையா அல்லது தீய சகுனத்தையா? எதுவானாலும் அவையோருக்குப் புரியும் வண்ணம் விளக்கும்படி சுத்தோதனர் அஸிதரிடம் கேட்டுக் கொண்டார். அஸிதர் தன் உணர்ச்சிகளைக் கட்டுப்படுத்தியவாறு பேசத் துவங்கினார். "அரசே! நீங்கள் அதிர்ஷ்டசாலி. ஒரு அசாதாரண குழந்தைக்குத் தந்தையாகி இருக்கிறீர்கள். உங்களுக்குப் பிறந்த குழந்தை லட்சத்தில் ஒருவருக்குப் பிறக்கக்கூடியது. அவன் பெரும் புகழை அடைவான்."

"முனிவரே, அவன் ஒரு பேரரசனாக ஒரு சக்ரவர்த்தியாக ஆவான் என்று கூறுகிறீர்களா?" என்று கேட்டார் சுத்தோதனர்.

"அத்தகைய உலகியல் சாதனைகளைக் கணக்கில் கொள்ளாதீர்கள், அரசே! இந்தக் குழந்தை பற்றிக்கொள்ளப்போவது வாளின் கைப்பிடியை அல்ல. இவன் அசாதாரணமான சுயதரிசனம் உடையவனாகவும், உண்மையை நாடுபவனாகவும் விளங்குவான். வருங்காலங்களில், நிலையற்ற இவ்வாழ்வின் மீதான நம்முடைய எண்ணங்களையெல்லாம் தன்னுடைய நுண்ணறிவால் மாற்றியமைக்கப்போகும் இவன் முன்னால், என்னைப் போல தன் வாழ்நாள் முழுவதும் தவமிருந்து போராடிய அனைவருமேகூட ஒன்றும் இல்லாதவர்களாக ஆகிவிடுவார்கள்."

"ஓ! அப்படியா சொல்கிறீர்கள்..!" என்று ஆச்சரியமாகக் கேட்டார் சுத்தோதனர். ஆனால் அஸிதரின் இந்தக் கணிப்பு அவரை ஆனந்தமடையச் செய்யவில்லை. அவர் எதையோ சிந்தித்தபடி அஸிதரை நோக்கினார்.

ஆனால், இன்னும் பரவசம் குறையாதிருந்த அஸிதர் "ஆமாம் அரசே! இந்தக் குழந்தையின் புகழ் தேசம் முழுவதும் பரவும். சொல்லப்போனால் தொலைதூரத்தில் உள்ள தேசங்களுக்குக் கூடப்

பரவும். எண்ணிக்கையில் அடங்காத சீடர்களையும், பின்பற்றும் மக்களையும் இவன் பெறுவான்" என்றார்.

"மிக்க மகிழ்ச்சியான செய்திதான், முனிவரே! ஆனால் தாங்கள் ஏன் அழுதீர்கள்? அதனால்தான் நான் மிகவும் குழம்பிப் போய் விட்டேன்."

"ஆம்" என்று கூறியபடி தன் கண்ணீரைத் துடைத்துக்கொண்ட அஸிதர், "நான் என்னுடைய அதிர்ஷ்டமின்மையை எண்ணியே அழுதேன்" என்றார். "நான் இன்னும் சிலநாட்களே வாழ்வேன். உங்கள் மைந்தன் பெரும்புகழை அடையும் காலத்தில் அதைக் காண நான் இருக்கப்போவதில்லை. அதை நினைத்துத்தான் அழுதேன்" என்றார்.

"அதைப் புரிந்துகொள்கிறேன், முனிவரே!"

இன்னும் பரவசம் குறையாத நிலையிலேயே இருந்த அஸிதர் "என்றாலும் இப்பொழுது அவையில் இளையோராக உள்ள அனைவருமே பிற்காலத்தில் இந்தப் பெரும் ஞானியின் சீடராக ஆக வேண்டும் என நான் விரும்புகிறேன்" என்றார்.

"அவ்வண்ணமே!" என்றார் சுத்தோதனர். ஆனால் அவரது குரலில் மகிழ்ச்சி இல்லை. மாறாக, துயரப்பட்டவராகவும் ஏதோ சிந்தனையில் ஆழ்ந்தவராகவுமே இருந்தார்.

மகளிர் அறையில் இருந்த மாயா தான் விழித்திருக்க வேண்டிய தற்கான பெரும் போராட்டத்தினூடே மனதைக் குவித்த வண்ணம் இருந்தாள். இன்றைய அவையின் முக்கியத்துவத்தையும் மிகவும் ஆர்வமளிக்கும் செய்திகள் அங்கு உரைக்கப்படுவதையும் அவை யனைத்தும் நேரடியாகவே தனது மகனின் எதிர்காலம் குறித்தவை என்பதையுமே அவள் அறிந்திருந்தாள். ஆனால் அவளால் எதையுமே கேட்க முடியவில்லை. அந்த அறைக்கும் அந்த அவைக்குமான தொலைவு அவளுக்குத் தொலைதூரம்போலவும் வலியேறியதாகவும் மிகவும் துயரளிப்பதாகவும் தோன்றியது. அவள் மட்டுமே அவ்வறை யுள் இருந்தாள். அவளுக்குத் துணையாக ஒரு இளம்சேடி இருந்தாள் என்றாலும் அவளது முழுக்கவனமும் அவையில் நடக்கும் உரையா டல்கள் மீதே குவிந்திருந்தது. மற்ற அனைவருமே அவைக் கூட்டத் திற்குள்தான் இருந்தார்கள். அவர்கள் அனைவருமே தங்களுக்குப் பின்னால் உள்ள அறையில் ஒரு பெண் தனித்திருப்பதை உணராதவர் களாகவே இருந்தார்கள். இவ்வாறு நிகழ்கையில் தான் நோயுற்ற வர்கள் இன்னும் தாங்கமுடியாத தனிமையையும் கைவிடப் பட்டதோர் உணர்வையும் அடைகிறார்கள்.

மாயா மீண்டும் மயக்கமடைந்தாள். தன்னுடைய தங்கை பஜாபதி விரைவாகவோ அல்லது தாமதமாகவோ வந்து அவையில் நிகழ்ந்தனவற்றைத் தனக்கு உரைப்பாள் என்று அரைமயக்க நிலை யிலிருந்து நினைவிழக்கும் நிலைக்குச் செல்லும் தருவாயில் அவள்

நினைத்துக்கொண்டாள். பஜாபதி தன்னை மிகவும் நேசிக்கிறாள் என்பதையும் அந்தப் பரபரப்பான அவை நிகழ்வுகளிலிருந்து வந்து தன்னிடம் உரையாட அவளுக்கு நேரம் வாய்க்கவேண்டும் என்பதையும் அவள் அறிந்திருந்தாள்.

"முனிவரே! நான் ஒருவிஷயத்தை அறிய மிகவும் ஆவலாக உள்ளேன்... குழந்தையின் உடலை அந்தளவிற்கு கூர்ந்து கவனித்தது ஏன்? அதில் எதை அறிய எது எங்கனம் தங்களுக்கு உதவியாக இருந்தது என்பதை உரைக்கவியலுமா?" என்றார் சுத்தோதனர்.

"அரசே! அதுவும் ஒரு தனிப்பட்ட வகை ஞானமே! யாரும் அவ்வளவு சுலபமாக அடைய இயலாத அளவிற்குப் பழமையான ஒருவகை ஞானம் இது. நாகரிக மக்கள், அதிலும் குறிப்பாக இந்தத் தன்னலம் மிக்க பிராமண குருமார்கள் இதை ஒரு தந்திரம் எனக் கருதி நிராகரிக்கவும் செய்யலாம். ஆனால் சில செய்திகளை இதுவே பட்டவர்த்தனமாகக் காட்டுகிறது. குறிப்பாக எதிர்காலத்தில் நிகழப்போவதை..."

"அப்படியா.."

"ஆம். சற்றுக் கூர்ந்து கவனித்தால் உங்கள் மைந்தனின் உள்ளங் கால்களில் சக்கரக்குறிகள் உள்ளன. மேலும் ஒரு சக்கரம் அவனது இரு புருவங்களுக்கிடையே உள்ளது. அவனது கரங்கள் மற்றும் பாதங்களில் உள்ள விரல்களுக்கு இடையேயும் இங்கனம் உள்ளன. மேலும் அவனது விதைப்பைகள் உள்வாங்கியிருக்கின்றன. மிக அரிதாகவே தென்படுகின்றன."

"இப்பொழுது அவற்றிற்கு என்ன அர்த்தம் முனிவரே!" சுத்தோதனரின் குரல் மிகவும் எச்சரிக்கையாக ஒலித்தது. "இது எவ்வகையிலேனும் ஒரு குறைபாடா?"

"கண்டிப்பாக அவ்வண்ணம் அல்ல! இவை கருணையின் மற்றும் எல்லையில்லாத சக்தியினுடைய குறியீடுகள்தான். அரசரே, யானையின் விதைப்பைகள் கூட இங்கனம் உள்வாங்கி மிக அரிதாகவே தென்படும் என்பதை நீங்கள் அறிந்திருப்பீர்கள். அது பணிவின் குறியீடாகும். அதேநேரத்தில் அது மாபெரும் சக்தியை மறைத்தும் வைத்திருக்கிறது. அதனால்தான் யானை காட்டில் மிகப்பெரிய விலங்காகவும் சக்திவாய்ந்த விலங்காகவும் திகழ்கிறது. வழியில் ஒரு யானையைக் கண்டால் வேங்கை கூட எச்சரிக்கை கொள்கிறது."

"நான் இவ்வகையில் யோசித்துப்பார்க்கவே இல்லை குருவே."

"நீங்கள் யானையை மற்ற மிருகங்களுடன் ஒப்பிட்டுப் பாருங்கள். ஒரு உதாரணத்திற்கு எருதுடன் ஒப்பிடலாம். மாங் கனிகள் கனிந்து எந்நேரமும் கீழே விழத்தயாராக இருப்பது போன்றே எருதின் விதைப்பைகள் தொங்கிக்கொண்டிருக்கின்றன.

குதிரையையோ கழுதையையோ நினைத்துக்கூடப் பார்க்க முடியாது. அந்தளவிற்கு ஆபாசமாக இருக்கின்றன.”

“ஆனால் யானை அவ்வகையில் ஒரு உயர்ந்த மிருகம் அரசே!. அவற்றின் அமைதியைக் காணுங்கள். அவற்றின் கண்ணியத்தைக் காணும்போதே அவற்றின் கட்டுக்கடங்காத வலிமையைக் காணுங் கள். அதனால்தானே அவை ஒரு ஊர்வலத்தைத் தலைமை தாங்கு கின்றன.”

“இது மிகவும் ஆர்வமூட்டுவதாக உள்ளது குருநாதரே!” என்றார் சுத்தோதனர்.

அஸிதர் அளித்த விளக்கத்தை அவையோர் மெய்மறந்த நிலையில் ஆர்வத்துடன் கேட்டுக் கொண்டிருந்தனர். சிலர் தன் னையறியாமல் தன் தொடையிடுக்கில் சோதித்துக்கொண்டு பின் மற்றவர்களும் அவ்வண்ணமே சோதித்துக் கொண்டதைக் கண்டு ஆறுதலடைந்தனர். ஆனால் அனைவருமே தங்களுக்குத் தனி மையான இடம் கிடைத்ததும் முற்றிலும் சோதித்து ஏதோ ஒன்றை உறுதிசெய்துகொண்டார்கள் என்பது திண்ணம். அவர் களில் பெரும்பாலானவர்கள் ஏமாற்றமும் அடைந்தனர். ஏமாற்ற மடைந்தவர்களில் இளந்துறவிகள்கூட இருந்தனர்.

“இந்த அசட்டுக் கதைகள் எல்லாம் அஸிதர் அவிழ்த்து விடும் புரட்டுகள்” என்றார் அந்தத் துறவிகளில் ஒருவர்.

“ஆம். இவையனைத்துமே குண்டுகள்தான்” என்றார் மற்றவர்.

“இதுநாள்வரை என்னுடையதுதான் மற்றவர்களை விடப் பெரியது என்னும் சிந்தனையோடு இனி வேறொன்றும் சேர்ந்து கொண்டது” என்றார் மூன்றாமவர்.

“இளம் துறவியாரே! நீங்களும் யானையைப் போன்றதொரு பெரிய உருவத்துடன் இருந்தால் உங்களின் பெரிய மடிப்புக்குள் இருக்கும் உங்களின் உறுப்பு கண்களுக்குத் தென்படாமல் உள்ளே இருக்கும், ஆகவே, இந்தத் துணுக்கு மூட்டைகளை இப்பொழுதே கட்டி வையுங்கள்” என்றார் அவர்களில் மூத்தவராக இருந்த ஒருவர்.

தன்னுடைய விளக்கங்களை அளித்து முடித்தவுடன் அஸிதர் குழந்தையின் பாதங்களைத் தன் கைகளில் ஏந்தியவாறு வணங்கி நின்றார். கண்களை மூடிக்கொண்டு அதே நிலையில் இருந்தார். அவரது உதடுகள் மட்டும் அசைந்துகொண்டிருந்தன. பின் தனது கண்களைத் துடைத்தபடி மெல்ல எழுந்தார். யாரிடமும் எதுவும் உரைக்காமல் அறையை விட்டு வெளியேறினார். அஸிதர் தன்னுடைய ஆசிரமத்திற்குத் திரும்புகையில் உடன் செல்லுமாறு சுதத்தாவை சுத்தோதனர் பணித்தார்.

அந்த முனிவர் சென்றதும் அனைவரின் கவனமும் ஆர்வமும் அந்தச் சிறு குழந்தையான சித்தார்த்தன் மீதே இருந்தது. அந்த அற்புதக் குழந்தையைத் தன் கைகளில் ஏந்திக்கொண்டு அந்த

மகத்துவம் வாய்ந்த கணங்களை அனுபவிக்க அங்கிருந்த பெண்கள் அனைவருமே மிகுந்த ஆர்வத்துடன் ஒருவரோடு ஒருவர் போட்டி போட்டுக் கொண்டனர்.

அவர்களின் ஆர்வத்தைச் சற்றுப் பயத்துடனே பஜாபதி கவனித்தாள். அந்தச் சிறு குழந்தை அவர்களின் கைகளில் ஒரு விளையாட்டு பொம்மைபோல எளிதாகக் கையாளப்படுவதை அவள் விரும்பவில்லை. அப்பொழுதுதான் அவளுக்கு அறையில் தனியாக இருக்கும் மாயாவைப் பற்றிய நினைவு வந்தது.

உடனே எழுந்து பஜாபதி குழந்தையை ஏந்திக்கொண்டு மாயாவின் அறைக்குச் சென்றாள். அங்கு அவள் தன்னிலைமறந்து கிடப்பதைக் கண்டாள்.

பஜாபதி குழந்தையைத் தன் கைகளில் ஏந்தியவாறு மாயாவின் கட்டிலில் அமர்ந்தாள்.

மாயா எதையோ உரைக்க வந்தாள். ஆனால் நோயுற்றிருந்த அந்தப் பெண்மணியால் ஏதும் பேச முடியவில்லை. தன்னைச் சமாளித்துக் கொண்டவாறு "அந்த மகான் என்ன உரைத்தார்?" எனக் கேட்டாள் மாயா.

ஏற்கனவே அவளை நோக்கிக் குனிந்து நின்றபடியிருந்த பஜாபதிக்கு அவள் கூறியது உடனே புரிந்தது. 'அக்கா! உனது மைந்தன் பெரும் ஞானியாக விளங்குவான். அவனது புகழ் தூரதேசங்களுக்கும் பரவும்' என்றாள்.

'அஸிதர் அவ்வண்ணமா உரைத்தார்...?' அந்த மயக்கத்திலும் புன்னகைத்தாள் மாயா.

'ஆம். அந்த அதிசயத்தை அவராலுமே கடக்க இயலவில்லை.'

முன் எப்போதும் இல்லாத ஒரு அமைதியும் முழுமையும் கொண்டதொரு முகபாவம் மாயாவிடம் தோன்றியது. முழுத்திருப்தியுடன் அவள் தன் கண்ணிமைகளை மூடிக்கொண்டாள். பின் மெல்ல தன்விழிகளைத் திறந்தவள் 'அவனது பெயர் சூட்டல் விழா குறித்து என்ன முடிவெடுக்கப்பட்டுள்ளது?' என்று தேய்ந்த குரலில் கேட்டாள்.

'அது நாளை மறுநாள் நிகழும் அக்கா.'

'நான் அதுவரை உயிருடன் இருப்பேன் என்று நம்புகிறேன்.'

'அவ்வாறு சொல்லாதீர்கள் அக்கா.. நீங்கள் விரைவில் நலம் பெறுவீர்கள்.' ஆனால் அதைச் சொல்லும்போதே அவளுக்கு அவ்வார்த்தைகளில் நம்பிக்கையில்லை.

இரு நாட்கள் கழித்து எட்டு பிராமணர்களால் அந்தக் குழந்தையின் பெயர்சூட்டல் விழா நிகழ்ந்தது. அந்தச் சுப காரியத்தைத் தாங்களே நடத்தியதில் அந்தப் பிராமணர்கள் மிகவும் மகிழ்ச்சியடைந்திருந்தனர். அவர்கள் அனைவருமே, அஸிதர்

அவையோரின் கவனத்தையும் மரியாதையையும் பெற்றிருந்தபோது மிகவும் பொறாமை கொண்டவர்களாகவும் ஆனால் அதை வெளிக்காட்டிக் கொள்ளாதவர்களாகவும் இருந்தனர். குழந்தையின் உடலில் இருந்த சிறப்பம்சங்களை அஸிதர் விளக்கியபோது, அவர்கள் உள்ளுக்குள் அவரைப் பரிகசித்தபடிதான் இருந்தனர். அஸிதருடைய கணிப்புகளை அவர்கள் ஒரு பிதற்றல் என்றும் பழங்குடி வழிமுறைகளில் செய்யப்படும் ஒருவித மந்திரவாதம் என்றும் கருதினர். அவருடைய பின்புலத்தில் மர்மமான ஒன்று ஏதோ உள்ளது என்றும் அவரது மொத்தஞானமும் வழக்கமான கல்வி முறைகளில் அடைந்த ஒன்றாகத் தோன்றவில்லை என்றும் எண்ணியிருந்தனர்.

அஸிதர் குழந்தையின் இனப்பெருக்க உறுப்பு பற்றிப் பேசியவை அனைத்தும் சங்கடமானவை மட்டுமல்ல. அந்த அறிதலே, மிகவும் இருளான, கவர்ந்திழுக்கக்கூடிய ஞானமாக இருந்தன. அவற்றை அவர் தனது கிழடுதட்டிப்போன பழங்குடி சிந்தனை மரபிலிருந்து பெற்றுக்கொண்டிருக்கலாம். பிராமண புரோகிதர்கள் அவற்றை நம்பிக்கையில்லாமல் சந்தேகத்துடன் அணுகிய அதேநேரத்தில் அந்த 'தகுதியற்ற'மனிதர் மேல் உள்ளார்ந்த பிரமிப்பும் அச்சமும் கொண்டிருந்தனர்.

புரோகிதர்கள் அஸிதர்போல பண்டைய முறைப்படி கணிக்காமல், ஒரு நாகரிக முறையை உபயோகித்தனர். அவர்கள் தனது ஜோதிட கணித முறைகளைக் கொண்ட நூல்களைக் கொண்டு அறிவியல் முறைப்படி அமைந்த தமது கணிக்கும் முறையைக் காட்டினர்.

"அவன் ஞானியாகப் போகிறானா... ஒரு மதத்தலைவனாகவா.. அல்லது ஒரு பேரரசனாகவோ.. படைவீரனாகவோ.. வெற்றி நாயக னாகவோ ஆகப்போகிறானா?" சுத்தோதனர் தனது மனதிலிருந்த முக்கியமான கேள்வியைக் கேட்டார்.

அந்தக் குருமார்கள் ஒருவரையொருவர் பார்த்துக் கொண்டனர். "அரசே, இந்தக் குழந்தை பெரிய ஞானியாகவும் ஆகலாம் அல்லது ஒரு சக்ரவர்த்தியாகவும் ஆகலாம். இரண்டிற்குமான சாத்தியக் கூறுகள் உள்ளன." என்று அவர்களில் மூத்தவரானவர் கூறினார்.

சுத்தோதனர் அவர் உரைத்த சொற்களை ஆராய்ந்தார். சாமர்த் தியம் நிறைந்த அந்த முதிய குரு ஒன்றை உய்த்தறிந்துவிட்டார். அரச ருக்குத் தனது மகன் ஒரு ஞானியாகக்கூடும் என்கிற கணிப்பு உவ கையை அளிக்கவில்லை. தன்னுடைய மைந்தன் ஒரு வீரனாக, அரசனாகப் பாராளுவதைத்தான் ஒரு சத்ரிய அரசர் காண விரும்பு வார். இதை ஊகித்துக்கொண்ட குருமார்கள் தன் அரசரை மகிழ் விக்கவேண்டி, அஸிதரின் கூற்றை மாற்றிக் கூறினர். இதில் மிகவும் அனுபவம் பெற்றிருந்த சுத்தோதனர் ஒரு வறட்டுச் சிரிப்பை உதிர்த்தார்.

எப்பொழுதும்போலவே, அசையக்கூட இயலாத ஒருவராக, எதிலும் நேரடித்தொடர்பு இல்லாத ஒரு தொலைதூர சாட்சிபோல, மாயா மிகவும் அமைதியாக இருந்தாள். மீண்டும் அவள் தன்னுடைய செவிகளையும் மொத்தப்புலன்களையும் கொண்டு அவையில் நிகழ்வதைத் தொகுத்துக்கொள்ள முயன்றாள். அவள் அறிய விரும்பிய ஒன்றே ஒன்று தனது மைந்தனின் பெயர் மட்டும்தான். அவளிடம் அதை யாருமே உரைத்திருக்கவில்லை. சக்கரத்தின் ஒரு பல் போலத் தான் அரண்மனை மகளிரும் அன்னையரும் இருந்தனர். அவள் தன் இளையவளுக்காகக் காத்திருக்கத் துவங்கினாள். பஜாபதி ஒருவழியாகத் தன் அக்காவின் அறைக்குள் வந்தாள். தன் கண் களையும் முகபாவனைகளையும் ஜாடைமாடையாகக் காட்டியபடி மாயா தனது மைந்தனுக்கு இடப்பட்ட பெயர் என்னவென்று கேட்டாள்.

"சித்தார்த்" தனது மேடான வயிற்றின் மீது கைகளை வைத் தபடி சிரித்துக்கொண்டே கூறினாள் பஜாபதி.

அந்தப்பெயரைக் கேட்ட மாயா தன் மயக்க நிலையில் தளர்ந்த குரலில் அதைச் சொல்லிப்பார்த்தாள். அந்த மகிழ்வான ஓசை 'சித்தார்த்' என்று ஒலித்தது. அதுவரை அவளுக்கு இருந்த ஒரு தணியாத தாகம் அந்த வார்த்தையை உச்சரித்ததும் தணிந்தது.

அந்தக்குழந்தை ஒரு நாமத்தைப் பெற்றது. பல்லாண்டுகள் கழிந்தபின் சித்தார்த் மனிதர்களின் வாழ்க்கைநிலைகளை முறைப் படுத்தினான். அந்தச் சுழற்சி நிலைகளின்படி, தன் பிறவிக்குப் பிறகு அந்தக்குழந்தை ஒரு நாமரூபத்தைப் பெற்றது. அருவுரு எனப்படுகிறது அது.

அருவுரு என்பது பௌத்தம் வகுத்த பிறவிச் சுழற்சியில் நான் காவதாக சார்பு நிலையாக இருக்கிறது. முதல் மூன்றும் அறியாமை, செய்கை மற்றும் உணர்வு எனப்படுகின்றன. விதிமுறைப் படி மரணத்தில் முடியும்வரை பன்னிரு நிலைகள் கொண்ட அச்சுழற் சியின் ஆரம்ப கட்டத்தில்தான் தற்போது சித்தார்த்தன் இருக்கிறான். அருவுரு, உணர்வு அனைத்துமே அந்தச் சுழற்சிநிலையின் ஆரம்ப கட்டங்கள் தான். வருங்காலங்களில் அவனது வாழ்க்கையின் முக்கிய குறிக்கோள்களாக இருக்கப்போவதே இந்தச் சுழற்சியின் பிறநிலைகளை வென்றெடுப்பதுதான். அதிலும் குறிப்பாக பற்று, வேட்கை மேலும் மரணம் ஆகியவைகளைத்தாண்டி ஜராமரன் என்னும் இதன் உச்சகட்டத்தை வென்றெடுப்பது. ஆனால் இவை யனைத்துமே வருங்காலங்களில் நிகழப்போகின்றவை. இப்பொழுது அவன் இன்னும் தன் பிஞ்சுக்காலடிகளையே எடுத்து வைக்க வில்லை.

அன்று மாயா விலைமதிப்பற்ற இரு செய்திகளை அறிந்து கொண்டாள். ஒன்று அவள் மைந்தன் வளர்ந்து பெரும் புகழை

அடைந்து ஒப்பற்றவனாகத் திகழ்வான் என்பது. இரண்டு அவன் பெயர் சித்தார்த் என்பது. தன் வாழ்க்கை முடிவை நெருங்கி யிருக்கின்ற இந்தக் காலகட்டத்தில் இவ்விரண்டு செய்திகள் மட்டுமே ஒருவருக்குப் போதுமானதாக இருப்பதில்லை. நூற்றாண்டுகளாக மனிதர்கள் தன்னுடைய வேட்கையின் இச்சைப்படிதான் வாழ்ந் தார்கள். அர்த்தமில்லாத கொடூரமான வேட்கைகளையும் உள்ளடக் கிய இச்சைகள்தான் அவர்களை இயக்குகின்றன. அவைகளுக் கிடையே மாயாவின் இச்சை மிகவும் சாதாரணமானது. வாழ்க்கை அவளுடன் பகிர்ந்திருந்த அந்தச் சிறு துண்டுகளுடனே அவள் நிறைவடைந்திருந்தாள். மக்கள் தங்களுடைய விருப்பங்கள் எந்தளவிற்கு நிறைவடைந்தனவோ அவற்றுடனே திருப்தியடைய வேண்டும் என்பதே உலகின் தொல்வழக்கம். அவளுடைய மைந்தன் தன்னுடைய வாழ்வு நிறைவடைவதற்கு முன்பே, லட்சக்கணக்கான ஆண்களும் பெண்களும் தன்னுடைய பிறவித்துன்பத்தை எதிர்கொள் வதற்கானதொரு புத்தம்புதியதான ஆச்சரியம் அளிக்கக்கூடிய சிந்தனையை முன்வைத்திருப்பான். கணக்கற்ற மனிதர்களின் சிந்தனை களை அவன் மாற்றி அமைத்ததையெல்லாம் காணும் வரையில் மாயா வாழ்ந்திருக்கவில்லை. ஐந்தாம்நாள் குழந்தைக்குப் பெயர் சூட்டும் விழா நிகழ்ந்தது. ஏழாம்நாள் மாயா இறந்தாள். அமைதியாக இறந்தாள். தன் வாழ்வின் நோக்கத்தை நிறைவேற்றிக்கொண்ட திருப்தியுடன் இறந்தாள் என்று ஒருவர் ஆனந்தத்துடன் சொல்லிக் கொள்ளலாம்.

மாயா நிர்வாணத்தை அடைந்திருக்காத பட்சத்தில் முடிவில்லாத பிறவிச்சுழலில் சிக்கியபடி தற்போது வேறோர் அருவிலோ உருவிலோ இருக்கும் பட்சத்தில் ஆர்வக்கோளாறு மிகுந்திருக்கும் ஒரு பத்திரிக் கையாளர் அவளது முன்பிறவிகளைக் கண்டறிந்து அவளிடம் ஒரு பரபரப்பான பேட்டியை எடுக்கவும் வாய்ப்பு இருக்கிறது. அப்பொழுது அவரது முதல் கேள்வி 'இந்தியாவில் இதுவரை தோன்றியவர்களிலேயே மிகச்சிறந்தவரின் தாயாகக் கருதப்படுவதை எப்படி உணர்ந்தீர்கள்?' என்பதாக இருக்கலாம். அதை மாயா மிகுந்த சிரமத்துடன் உள்வாங்கலாம். அவள் ஏற்கனவே தன் கரடுமுரடான கனவுலகுப் பாதையில் ஐராவதம் என்கிற அந்தச் சிறந்த யானையைக் கண்டபடி பயணித்துக் கொண்டிருப்பாள். புத்தம்புதியதாக இளமையின் மகத்துவத்தோடு ஒரு இளம்பெண்ணாக பிரகாசித்துக் கொண்டிருப்பாள். அவ்வாழ்க்கையும் அவளை அலையடித்துத் தள்ளியவுடன், தான் கண்ட அந்தச் சிறுமி யாரெனும் ஒரு வியப்பில் ஆழ்ந்திருப்பாள்.

3

நான் மோசமான வாழ்க்கையை வாழ்ந்தேன். மிகவும் மோசமானதொரு வாழ்க்கை அது. மகான் அஸிதர், தன்னுடைய தீர்க்கதரிசனங்களை உரைத்து விட்டுச் சென்ற பின்னர், அந்தப் பெரியவரின் வார்த்தைகள் முற்றிலும் தவறானவை என்பதை நிரூபிக்க வேண்டி பல விதங்களில் எனது தந்தை சுற்றி வளைக்கப்பட்டார். அவர் விருப்பப்படியே அனைத்தும் நிகழ்ந்தன. அதற்கான அனைத்து விதக் கட்டளைகளையும் இட்டபடியே இருந்தார். இறுதியில் அவர் ஒரு அரசராக மட்டுமே எஞ்சினார்.

சுத்தோதனர் அந்தக் குழந்தைக்காக ஒரு தனி மாளிகையைக் கட்டினார். அரண்மனைக்கு உள்ளேயே அந்த மாளிகையும் இருந்தது. ஆனால், அரசரால் தேர்வு செய்யப்பட்ட சிலர் மட்டுமே அதற்குள் அனுமதிக்கப்பட்டனர். இருபது வயதிற்கு உட்பட்ட நபர்கள் மட்டுமே அவன் கண்களில் தென்பட்டனர். அரண்மனைச் சிறார்கள் மட்டுமே அவனுடன் இருந்தனர். இளவரசனது விருப்பங்களை நிறைவேற்றி அவனை மகிழ்வுடன் வைத்திருக்கவேண்டி அழகிய இளம் பணிப்பெண்கள் பணிக்கு அமர்த்தப்பட்டனர். எங்கும் இளமை மட்டுமே நிலைத்திருந்தது.

உங்களிடம் உண்மையைச் சொல்கிறேன். இந்தச் சிறுபிள்ளைத்தனமான விளையாட்டுக்கள் எல்லாம் எனக்குள் நிலையற்றவை குறித்த சிந்தனைகளைப் படிப்படியாக உயர்த்திச் சென்றதைத் தவிர வேறெதையும் செய்யவில்லை. இவற்றை விட்டு அகன்றுசென்று சிந்தித்திருப்பதற்கான வேளை கிடைப்பதற்காக நான் ஏங்கினேன். ஆம். ஒரு குழந்தையால் நான்கு அல்லது ஐந்து வயதிலேயே சிந்திக்கமுடியும். அதற்கான வாய்ப்புகளை அவனுக்கு அளிக்க வேண்டும். ஆனால், என்னைச் சுற்றியிருக்கின்ற இந்த உலகம் எனக்கான அந்த இடத்தை அளிக்கவே இல்லை. படிப்படியாக நான் அவ்வுலகை வெறுக்கத் துவங்கினேன். அந்த மாளிகை என்மீது மிகக் கவனத்தோடும் மிக்க அன்புடனும் இருந்தது என்பதை நான் ஒப்புக் கொள்ளத்தான் வேண்டும். ஆனால், அதன் மீதான ஒவ்வாமை உணர்வும் எனக்குள் கூடவே வளர்ந்து வந்தது.

இவ்வில்லம் கட்டப்பட்டதன் நோக்கம்தான் என்ன? வெளி யுலகை என்னிடமிருந்து தள்ளிவைப்பது மட்டுமே. நானும் மற்ற குழந்தைகளைப் போலவே, மனிதர்களைப் போலவே, விலங்குகளைப் போலவேதான் இவ்வுலகில் பிறந்திருக்கிறேன். ஆனால் என்னைச் சுற்றியிருப்பவர்கள் இதை எனது அறிதலிலிருந்தே மறைக்க விரும்பினர். என் அறிவிலிருந்து அழிக்க விரும்பினர். எவ்வளவு காலத்திற்குத்தான் இது இயலும்! என்னவொரு அபத்தம் இது!! அவர்களுக்கும் இது தெரியும். அவர்களில் சிலர் இதை முற்றிலுமாக உணர்ந்தும் இருப்பார்கள். ஆனால் இது அரசரின் விருப்பம். அரசாணை!

அந்த அபத்த நிகழ்வுகளின் உச்சமாக, எனது தந்தையே அம்மாளிகைக்கு வருவதைத் தவிர்க்கத் துவங்கினார். அவருடைய தோற்றம் எனக்குள் தேவையற்ற கேள்விகள் எதையாவது எழுப்பி விடுமோ என அவர் அஞ்சினார். தந்தைக்கு வயதாகிக் கொண்டி ருக்கிறது. ஒரு முதிய உடலின் தோற்றம் அவரது முகத்தினூடாகவோ அல்லது உடலினூடாகவோ வெளிப்பட்டு எனது மனதில் வாழ்க்கை குறித்தான ஒரு சித்தரிப்பை அளித்துவிடக்கூடும் என எண்ணி அஞ்சினார். எனது தந்தையும் அரசருமான சுத்தோதனர் அனைத்து வழிகளின் ஊடாகவும் அதைத் தவிர்க்க எண்ணினார். அவர் அரசராக வீற்றிருக்கிறார். அவருக்குப் பிறகு நான் அரசனாக ஆவேன். நானும் அவரைப்போலவே வருடங்கள் பல கடந்து முதியவனாகி விடுவேன். இது போன்ற எண்ணங்கள் எனக்குள் எழுந்துவிடுமோ என அவர் அஞ்சினார். ஆகையால், அவர் வருடங்கள் என்ற எண்ணத்தையே எனது நினைவிலிருந்து அழித்தொழிக்கக் காத்திருந்தார்.

பாவம் எனது தந்தை! எப்பொழுதாவது என்னுடைய அறைக்குள் வரும் அவரது முகத்தில் அன்பை மட்டுமே நான் கண்டிருக்கிறேன். பயமும் நம்பிக்கையும் கலந்த ஒரு அன்பு. பலவித உணர்ச்சிவசப்பட்டதும், சிந்தனைவசப்பட்டதுமான ஒரு முகம். அந்தத் தருணங்களில் நானுமே மகிழ்ச்சியும், உவகையும், கனிவான குணமும், விளையாட்டுத்தனமும், சந்தோஷமும் கொண்டதொரு முகத்தை உருவாக்கிக்கொள்வேன். அது எனது தந்தையை மகிழ்ச்சியுடனும் மனநிறைவுடனும் வைத்திருக்கும்.

கவலையற்ற உற்சாகமான வாழ்க்கையையே நான் எதிர் பார்த்தேன். நாளடைவில் அதுவே எனக்கு பெரும் சுமையாக ஆகிவிட்டிருந்தது. அம்மாளிகையின் ஒழுங்கில் சில ஓட்டைகளும் இருந்தன. என் விளையாட்டுத்தோழர்களாக அனுப்பப்பட்டிருந்த சிறுவர்களில் ஒருவன் நாளடைவில் தென்படாமலானான். அடுத்தடுத்து மூன்று நாட்களாக நான் அவனைக் காணவில்லை.

அவனைக் குறித்து சேவகர்களிடம் கேட்டபோது அவன் தன்னுடைய உறவினர் வீட்டிற்குச் சென்றிருப்பதாகக் கூறினர். அவன் மீண்டும் வரவே இல்லை. தனது மாமாவின் வீட்டிலேயே தங்கிவிட்டதாகக் கூறினர். நான் புரிந்துகொண்டேன்.

என் உலகில் உள்ள மற்ற அனைவர்களைப் போலவே சேவகர் களும் மிகவும் உற்சாகமானவர்களாகவும் எப்பொழுதும் புன்னகைப் பவர்களாகவுமே இருந்தனர். ஆனால் அவர்கள் ஒரேபோல் இல்லை. அவர்கள் தோற்றத்தில் ஏற்பட்ட சில மாறுதல்களை நானும் கண்டறிந்து கொண்டுதான் இருந்தேன். குறிப்பாக முகத்தில்.. கன்னங்களில்.. மேலும் தலை மயிரில்.. ஒரு தாதிக்கு அவளது அடர்த்தியான தலைமுடியில் ஒரு இழை மட்டும் வெண்மையோ என எண்ண வைக்கும் நிறபேதத்துடன் இருக்கும். என்றைக்கு அது முழு வெண்மையாகிறதோ அன்று தவறிழைத்த அந்த முடிமட்டும் காணாமல் போய்விடும். அல்லது அவளே காணாமல் போய் விடு வாள். மாளிகையின் மற்ற வேலைகளுக்காக அவளை நீக்கிவிட்ட தாக எனக்குச் சொல்லப்படும்.

எனக்கு விளையாட்டுத் தோழர்களாக இருந்த சிறுவர்களும் சிறுமிகளும் சிலவாரங்களுக்கு ஒருமுறை மாறிக்கொண்டே இருப் பார்கள். சென்றவர்கள் வருகையில் எங்கனமிருந்தார்களோ அதே வயதுடைய புதியவர்கள் வருவார்கள். எனது உலகம் மட்டும் காலத்தை மறுதலித்துக்கொண்டு எப்பொழுதும் ஒரேமாதிரியாக இருந்தது. குழந்தைகள் மாறினர். ஆனால் நான்? என்னை மாற்றி யமைப்பார்களா என்ன? என்னை மாற்றமுடியாது. மற்றவர்களைப் போலவே நானும் காலத்திற்கேற்ப மாறிக்கொண்டுதான் இருந்தேன். அம்மாற்றங்களை நான் அறியாதிருக்கவேண்டி, பல துணிச்சலான, நகைப்பிற்கிடமான முயற்சிகள் மேற்கொள்ளப்பட்டிருந்தன. என் அறையில் கண்ணாடிகள் ஏன் இல்லை என்பதை நான் மெல்ல மெல்லப் புரிந்துகொள்ளத் துவங்கினேன்.

~

வெளியுலகம்தான் எனது கண்ணாடியாக இருந்தது. ஆனால் அதுவும் எனது தந்தை எனக்குக் காட்ட விரும்பிய அந்தத் தேங்கிய காலத்தை மட்டுமே காட்டியது. என்னுடைய மாளிகையை ஒட்டி யபடி கூடவே ஒரு தோட்டம் இருந்தது. எழில்நயம் வாய்ந்த அழகான தொரு தோட்டம். மென்மையான செடிகள், புத்துணர்ச்சியளிக்கும் மலர் கள் என எப்பொழுதும் மலர்ச்சியாகவே இருக்கும். நான் அடிக்கடி அந்தச் சிறு நிலத்தில் சுற்றிக்கொண்டிருப்பேன். “திரும்ப வா சித்தார்த்.. வீட்டிற்குள் வந்துவிடு.. நிழலுக்குள் வா” என்று தாதி கூக் குரலிட்டபடியே இருப்பார். “கட்டிடத்தின் நிழலைத் தாண்டி

வெயிலடிக்கிறது. அது உனது உடலுக்கு ஏற்றதல்ல. பிறகு அரசர் எங்களைத்தான் கடிந்து கொள்வார். கடவுள் மீது ஆணையாகச் சொல்கிறேன். உள்ளே வா சித்தார்த்...”

அவர்கள் எனது தந்தையிடமிருந்தோ, அவரின் சேவகர்களிடமிருந்தோ அல்லது ஒற்றர்களிடமிருந்தோ திட்டு வாங்கவேண்டியிருக்குமே என நானும் அரைகுறை மனதுடன் மாளிகைக்குத் திரும்பி வரத்துவங்குவேன். இளங்காலைப்பொழுதில் பனித்துளிகள் நிறைந்து புத்துணர்ச்சியோடு இருந்த மலர்கள் நான் திரும்பி வரும் பொழுதில் வறண்டும் வாடியும் போய் தம் இளமையையும் வாழ்க்கையையும் தக்கவைத்துக் கொள்வதற்காக போராடிக் கொண்டிருப்பதைக் கண்டபடியேதான் நான் திரும்புவேன். அம்மலர்களை மெல்ல வருடியபடி நான் எனக்குள் முணுமுணுத்துக் கொள்வேன் “மலரே! நான் சென்று வருகிறேன். நாளை நான் எப்படியும் உன்னைக் காணப் போவதில்லை.”

அந்தச் சிறு தோட்டம் எப்பொழுதும் பசுமையாகவே இருந்தாலும் அதன் ஒழுங்கிலும் வழக்கம் போலவே சில ஓட்டைகள் இருந்தன. பறவைகள் அதற்கு வெளியிலேயே நிறுத்தப்பட்டன. அவை சுதந்திரமான ஆத்மாக்கள் என்பதால் அந்தச் சுதந்திரம் எனது மனதைக் கறைபடுத்திவிடக்கூடும் என்று அஞ்சினர். அந்தத் தோட்டத்தைச் சுற்றிப் பெரிய மதில்கள் கட்டியெழுப்பப்பட்டிருந்தன. மதிலுக்கு அந்தப் பக்கத்தில் காவலர்கள் இருந்தனர். பறவைகளை விரட்டுவதே அவர்களின் முழுப்பொறுப்பாக இருந்தது. சித்தார்த்தனின் அந்தப் புனிதமான தோட்டத்திற்குள் தப்பித்தவறி எட்டிப்பார்க்கும் ஒரு குருவியையோ, காகத்தையோ அல்லது கிளியையோ அவர்கள் தங்களிடமிருந்த முரசை அறைந்தோ அல்லது கைதட்டி ஓசையெழுப்பியோ விரட்டினர். பறவைகளும் அச்சத்துடன் விலகிவிடும். இறுதியாகப் பறவைகளும் இந்த முறைமைக்குப் பழகிவிட்டிருந்தன. ஆகவே, அவை அந்தத் தடைசெய்யப்பட்ட தோட்டத்தை விட்டு விலகி வேறோர் திசையில் பறந்து செல்லத்துவங்கின.

நிதர்சனமோ இன்னும் ஊடுருவிக்கொண்டே இருக்கிறது. ஒருநாள் காலையில் எனக்கு வியப்பும் அதிர்ச்சியும் ஒருசேரக் காத்திருந்தன. எனது தோட்டத்தில் ஒரு குருவி இறந்து கிடந்தது. ஒரு புதருக்குப் பின்னால் கிடந்ததால், அதிகாலையில் சுற்றிவரும் தோட்டத்துத் துப்புரவாளரின் கண்பார்வையிலிருந்து தப்பிவிட்டிருந்தது. நான் அந்தக் குருவிக்கருகில் சென்றேன். அது மல்லாந்து விழுந்து கிடந்தது. அதன் இருகால்களும் ஆகாயத்தை நோக்கியபடி இருந்தன. கண்கள் அகலமாகத் திறந்திருந்தன. அலகு பாதி மூடியிருந்தது. அதன் உடல் அப்படியே இருந்தாலும் நான் அதைத் தொடவில்லை. சிறிது நேரங்கழித்து நான் அமைதியாக அகன்று

சென்றேன். மறுநாள் காலையில் அந்தக் குருவி அங்கு இல்லை. ஒருவேளை, துப்புரவாளர்கள் அதைக் கண்டிருக்கலாம். அந்தப் பறவையின் அச்சிறு உடல் என்னைப் பல நாட்களுக்கு அச்சுறுத்திய படி இருந்தது. அப்படியென்றால் மாரன்தான் இதைச் செய்தானா? இதை ஏன் ஒரு சிறு பறவையின் மீது ஏவினான்? அவன் அதை வளர்ந்த மனிதர்கள் மீது மட்டும்தான் ஏவுவான் எனக்கருதியிருந் தேன். இது அநியாயம். ஒரு சிறு பறவையின் மீதுகூட ஏவிவிடுவது நியாயமே இல்லை.

அந்நாள் முதற்கொண்டு நான் ஆகாயத்தைக் காணத் துவங்கி யிருந்தேன். அங்கு நான் குருவிகளை எதிர்நோக்கிக் காத்திருக்க வில்லை. காகங்களையும் கிளிகளையும்கூட நான் எதிர்பார்க்கவில்லை. அவை தாழப்பறப்பவை. எளிதாக "ச்சூ" என்று விரட்டியடித்து விடுவார்கள். ஆனால் அந்த முரசொலிப்பவர்களால் எட்ட முடியாத மற்ற பறவைகள் அங்கிருந்தன. செம்பருந்துகள். ஒரு செம்பருந்து வானை வட்டமிடுவது மிகவும் கம்பீரமானதாகவும் மிகவும் புதிரானதாகவும் இருந்தது. இவ்வுலகத்திலிருந்து விடுபட்டதைப் போன்றதொரு உயரத்தில் அது இருந்தது. ஆனாலும் அந்தப் பருந்து, தன்னுடைய கூர்மையான பார்வைத்திறன்மூலம் புவியில் நிகழும் அனைத்தின்மீதும் ஒரு கண் வைத்துக்கொண்டுதான் இருக்கிறது. குறிப்பாக தன் உணவைக் கவனிக்கிறது, அது உயிரோடிருந்தாலும் சரி இறந்திருந்தாலும் சரி. ஆனால் செம்பருந்து ஒருபொழுதும் அவசரப்படுவதேயில்லை. ஒரு செம்பருந்தின் சுழற்சி உங்கள் மனதில் வெகுநேரத்திற்கு நீடித்திருக்கிறது. அது மிகவும் சாந்தமானதாகவும், சாந்தியளிப்பதாகவும் தோன்றுகிறது. சில நேரங்களில் அது உங்களை அறியாததொரு ஆழத்தில் ஆழ்த்திவிடுகிறது. குறிப்பாக இரவு நேரங்களில்...

~

சித்தார்த்தனுக்கு அம்மாளிகை மிகவும் தாங்கிக்கொள்ள முடியாத ஒன்றாக ஆகியது. அதனால் அவன் மிகவும் அமைதியற்று இருந்தான். தன்னுடைய அறை தன்னை எதிலிருந்தும் விடுவிக்காத ஒரு வெறுந்திரையாகவே அவனுக்குப் பட்டது. இத்தனைக்கும் அவ்வறைகள் வண்ண வண்ணச் சித்திரங்களாலும் சிற்ப அலங்காரங் களாலும் நிறைந்திருந்தன. ஆனால் சித்தார்த்தன் அந்த வேலைப்பாடு களையோ தன்னைச் சுற்றியிருக்கும் சேவகர்கள் மற்றும் விளை யாட்டுத் தோழர்களையோ ஏறெடுத்தும் பார்க்கவில்லை. அவை யனைத்தையும் தாண்டியும் ஊடுருவியும் அவன் அச்சுவர்களின் வெண்மையை மட்டுமே கண்டான். அவர்களின் அசைவுகளைக்கூட வெண்மைத்திரையின் மீதான வெண்ணிற அசைவுகளாகவே அவன் அறிந்திருந்தான்.

அந்த அமிழ்த்தக்கூடிய வெண்மை அவன் இதுவரை செய்திராத ஒன்றைச் செய்யச்சொல்லி அவனைச் செலுத்தியது. அவனது சேவகர்களில் இருந்த ஒரு தேரோட்டியை அவன் அழைத்தான். 'ஒரு குதிரை வண்டியைத் தயார் செய்..' என்று கூறியவன் தொடர்ந்து 'நான் சொல்வது ஒற்றைக் குதிரைவண்டி, ரதம் அல்ல' என்று தெளிவுபடுத்தினான்.

'இளவரசர் உற்சாகப் பயணம் மேற்கொள்ள விரும்பினால் உடனே செய்துவிடலாம். அதற்குமுன் நான் சேவகர்களையும், வீரர்களையும் ஒழுங்கு செய்ய வேண்டியிருக்கிறது. அவர்கள் வீதியை முன்னமே சுத்தப்படுத்தி வைப்பார்கள்.'

தேரோட்டியான சென்னா பதற்றத்தின் உச்சத்தில் இருந்தான். இளவரசருக்கு நிஜ உலகைக் காண்பிக்கப்போகும் முதல் ஆள் தான்தான் என்பதை அவன் புரிந்துகொண்டான். சுத்தோதனரின் கடுஞ்சினம் மொத்தமும் அவன் மீதுதான் கொட்டப்போகிறது.

'அதைப்பற்றி ஏதும் யோசிக்காதே. ஒரு ஒற்றை வண்டியைக் கொண்டுவா. உடனே கிளம்பியாகவேண்டும்.'

'ஆனால் இளவரசே! அது முறையல்ல.. நீங்கள் எங்கனம்.. இவ்வாறு..'

'நான் சொன்னதை மட்டும் செய்.'

'ஆனால் இளவரசரே! இதை அரசரிடமும் கூறியாக வேண்டும். நாம் அவருடைய ஒப்புதலைப் பெறவேண்டும்.'

'கவலைப்படாதே! நாம் ஒன்றும் யுத்தத்திற்குச் செல்லவில்லை. ஒரு சாதாரண வண்டியில் சென்று நகரத்தைச் சுற்றிப்பார்த்து வரப்போகிறோம். தன்னுடைய நிலப்பகுதிகளை அளந்து பார்க்க வந்த அரசன்போல நான் கருதப்படுவதை நான் விரும்பவில்லை.'

பதற்றத்திலேயே இன்னும் இருந்த அந்தத் தேரோட்டி அரைகுறை மனதுடன் வண்டியைத் தயார்செய்தான். சித்தார்த்தன் தன்னுடன் ஒரு சேவகன் மட்டுமே உடன்வர அனுமதித்தான். இளவரசனின் சாகசப் பயணம் துவங்கியது. இந்தத் திடீர் பயணம் சித்தார்த்தனின் வாழ்க்கைவரலாற்றில் நிலைபெற்றுவிட்ட ஒன்றாக விளங்கிவருகிறது. வரலாற்று ரீதியாக இதெல்லாம் உண்மையாக நிகழ்ந்ததா என்று ஆராய்வது ஒன்றும் முக்கியமல்ல. புராணத்திற்கும் வரலாற்றுத்தரவுகளுக்கும் இடையே உண்மையை அதிகம் வெளிப்படுத்துவது புராணம்தான்.

இந்தக் காவியத்தைக் கண்டறிந்து எழுதிய கவிஞன் கண்டிப்பாக மாபெரும் மேதைமை அருளப்பட்டவனாக இருந்திருக்க வேண்டும். அவனொரு உன்னதமான முரணை உருவாக்கிவைத்திருக்கிறான். ஒருபக்கம் வாழ்க்கையின் இருண்மைப் பக்கத்தையே அறிந்திருக்காத

ஒரு சிறுவன்; மறுபக்கத்தில் நோய்வாய்ப்பட்ட ஒரு மனிதன், மரணத் தருவாயில் இருக்கும் ஒரு மனிதன் மேலும் காலன் வரித்துக் கொண்ட ஒரு மனிதன் என உலகவாழ்க்கையின் ஆகச்சிறந்த மூன்று தரிசனங்கள் தாழ்விலகி வெளிப்பட்டு ஒரு மின்னலைப்போல சித்தார்த்தைத் தாக்கின.

இவ்விடத்தில், காலம், பிணி, மூப்பு மற்றும் மரணம் குறித்த எந்தவொரு அறிதலும் அற்றதொரு மேம்பட்ட வாழ்க்கையை வாழ் கின்ற வேற்றுக்கிரகவாசியைக் கற்பனை செய்து பார்க்கலாம். பூமியில் வாழும் மனிதர்களைக் காண்கையில் அத்தகைய உயிரினத்தின் எதிர் வினை என்னவாக இருக்கும்? அல்லது அருகிலிருக்கும் வேறோர் உதாரணத்தைக் கருத்தில் கொள்வோம். கடலில் அடித்து வரப் பட்ட கல்லிவரைக் கண்டபிறகு லில்லிபுட்களின் எதிர்வினை என்ன வாக இருந்தது? அவர்கள் அந்த உயரத்தில் ஒரு மனிதனைக் கற்பனை செய்திருக்கக்கூட வாய்ப்பில்லை. கதையின் உண்மைத் தன்மையைக் கவனத்தில் கொண்டாலும் கொள்ளாவிட்டாலும் அந்த அனுபவங்கள் சித்தார்த்தனின் வாழ்க்கையில் ஏற்படுத்திய பாதிப் புகள் பிரம்மாண்டமானது. கல்லிவர் மண்ணோடு கலந்த பல வருடங்களுக்குப் பின்னரும் லில்லிபுட்கள் தங்களுடைய தலை முறைகளுக்குக் கடத்திவரும் அந்தப் பிரம்மாண்டமனிதனின் கதைக்குச் சற்றும் குறைவில்லாதது.

அந்தச் சிறுவனுக்கு வெளியுலகில் மறைந்திருக்கும் நிதர் சனங்கள் குறித்ததொரு குழப்பமான அறிகுறிகளை எடுத்துக்காட்டும் விதமாக இந்தச் சம்பவங்கள் சித்தரிக்கப்பட்டுள்ளன என்பதில் ஐயமேதுமில்லை. அதேநேரத்தில் வெறும் அறிகுறிகளால் ஆன உலகிற்கும் அப்பட்டமான நிதர்சன உலகிற்கும் வேறுபாடுகள் ஏதும் இல்லாமலும் இல்லை. அதனால்தான் சித்தார்த்தனும் உண்மை யைக் கண்டறிய பொறுமையற்று இருந்திருக்கிறான்.

அங்கு அவன் கண்ட உண்மையைவிட அந்தச் சாதாரண வண்டியில் அந்தச் சாதாரண இளவரசன் இருந்த சூழ்நிலை மிகவும் நிதர்சனமானது. இன்னும் எளிமையாகச் சொன்னால் அந்த இளவரசன் முதன்முறையாக நிதர்சனத்தைத் தீண்டுகிறான். அதை அவன் மிகத் துணிவுடன் எதிர்கொண்டான். அது அவனுக்கு மகிழ்ச் சியையே அளித்தது. அந்த வீதி, அங்கிருந்த மக்கள், அவர்களின் கைப் பொருட்கள் என அனைத்தும் புழுதிபடிந்திருந்தன. அவர்கள் அந்தப் புழுதியுடனே நடந்து செல்கின்றனர். இளவரசன் அனைத் தையும் பேரார்வத்துடன் கண்டுகொண்டே வந்தான். புழுதி அவன் வண்டியின் கைப்பிடியிலும் படிந்தது. இளவரசன் தன் கைகளை நாசியருகே கொண்டுவந்து முகர்ந்து பார்த்தான். அந்த வாசம் மிகவும் உண்மையானதாக இருந்தது. அவன் மெல்ல மெல்ல

உண்மையை அறியத் துவங்கினான். அவன் அறிந்துகொள்ள வேண்டியவை இன்னும் நிறைய இருக்கின்றன.

இளவரசன் தேரோட்டியை மெல்லச் செல்லுமாறு பணித்தான். வீதியில் எதையும் தவறவிட்டுவிடக்கூடாது என்பதில் அவன் மிகவும் கவனத்துடன் இருந்தான்.

அவனுக்கான முதல் புறவெளி தரிசனம் வந்துகொண்டிருந்தது. வீதியோரமாகச் சற்றுத் தள்ளி, பேய் போன்றதொரு விசித்திர உருவம் நடந்து வந்துகொண்டிருப்பதைக் கண்டான். அந்தப் பேய் உருவம் அருகில் வந்தவுடன் வண்டியை நிறுத்தச் சொன்னான்.

அவ்வுருவம் ஒரு மெல்லிய துணியை உடுத்திக்கொண்டிருந்தது. கையில் மெலிந்த தடி ஒன்றைப் பற்றிக்கொண்டு இருந்தது. வளைந் திருந்த கால்கள் மெல்ல நடுங்கியபடி இருந்தன. கால் வளைந்திருந்த அந்த உருவத்தைக் கண்களை அகல விரித்தபடி நோக்கினான். இந்த அரைகுறை உடலை எந்தத்திசை நோக்கிக் குறிவைக்க அந்தக் கால்கள் அப்படி வில்லாக வளைந்திருக்கின்றன?

இளவரசர் அம்முதியவரையே நோக்கிக்கொண்டிருப்பதைக் கண்ட வண்டியோட்டி, 'இளவரசே! முதுமை என்று இதைத்தான் சொல்வார்கள்' என்றான்.

'அறிவேன். எனக்குத் தெரியாது என்றுதானே எண்ணி யிருந்தீர்கள்..?'

'நல்லது இளவரசே! நீங்கள் முதியவர் எவரையும் கண்டிருக்க வாய்ப்பு இல்லை என்றுதான் எண்ணியிருந்தேன்' வண்டியோட்டி முணுமுணுத்தான்.

'நான் காணக்கூடாத பலவற்றைக் கண்டிருக்கிறேன் தேரோட்டியே..'

'நன்று இளவரசே! நாம் முன்னே செல்லலாமா? ஒரு முதிய உருவம் என்பதனைத் தாண்டி இதற்கு முக்கியத்துவம் ஏதுமில்லை'

'அறிவிலியே!' என்று இரைந்தான் சித்தார்த்தன். 'ஒருவன் காணவேண்டிய மிக முக்கியமான ஒன்று இதுதான்'

வைத்தகண் வாங்காமல் அந்த முதியவரையே சித்தார்த்தன் நோக்கிக்கொண்டிருந்தான். அவரது வழுக்கைத்தலை, வெளியே துருத்திக்கொண்டிருக்கும் விலா எலும்புகள், நூறு இடங்களில் மடிந்தும் சுருங்கியும் இருந்த தோல், காலோடு சேர்த்துவைத்து பசையால் ஒட்டியது போலிருந்த கால் முட்டிகள், வெளிப்பக்கமாக மடங்கி யிருந்த கால் விரல்கள் என ஒரு சருகு போல இருக்கும் மனிதன். சித்தார்த்தனால் பேய் என ஆரம்பத்தில் கருதப்பட்ட ஒரு நிதர் சனம்.

விலாஸ் சாரங் ◆ 47

'செல்க!' என்றான் தேரோட்டியை நோக்கி. குதிரை முன்னே நகரத்துவங்கியது. மெல்ல மெல்ல அவன் கண்பார்வை யிலிருந்து அந்தப் பேய் விலகிவிட்டது என்றாலும் உலோகத்தில் செதுக்கியதைப் போல அவன் மனதில் அது பதிந்துவிட்டது.

'வண்டியை நிறுத்து!' என்று ஆணையிட்டான் சித்தார்த்தன்.

வீதியோரத்தில் ஒரு நடுத்தர வயது மனிதன், ஒரு கிழிந்த துணியால் அவனது அரையை மறைத்தபடி கிட்டத்தட்ட நிர்வாண மாகக் கிடந்தான். அவன் உடல் முழுவதும் புண்ணாகி பொருக்குத் தட்டியிருந்தது. பல இடங்களில் அந்தப்புண்கள் பொத்துக்கொண்டு சீழ் வடிந்தது. அந்த வேதனையினாலும் எரிச்சலினாலும் அவன் அந்தப்புண்களை மேலும் மேலும் சொறிந்துகொண்டேயிருந்தான். அவனைக் கண்டாலே அனைவரும் வெறுக்கக்கூடிய ஒரு நிலையில் மிகவும் அருவருப்பூட்டுவதாக அவனது உடல் இருந்தது.

உலகிற்கே தன்னுடைய நோயை அவிழ்த்துக் காட்டியபடி கிடந்த அம்மனிதனின் அருகே அந்தக் குதிரை வண்டி நின்றது. உடன் வந்த சேவகன் தன்னுடைய மேலாடையால் நாசியை மூடிக் கொண்டான்.

'ஏன் நாசியை மூடிக்கொள்கிறீர்கள்?'

'இளவரசே! இது மனித உடல். இப்படித்தான் நாற்றமெடுக்கும். மனித உடலின் உண்மையான மணம் இதுதான். நன்றாகப் பார்த்துக் கொள்ளுங்கள். நன்றாக முகர்ந்துகொள்ளுங்கள். இனி இதை ஒருக்காலும் மறக்க மாட்டீர்கள்.'

அந்த நோயாளி மனிதன் வலியின் உச்சத்தில் இருந்தான். அதனால் அவன் பைத்தியம் பிடித்த நிலையில் இருந்தான். அவனைத் தீண்டவே யாரும் விரும்பாத நிலையில் தன்னால் அச்சமயத்தில் அவனுக்கு ஒன்றும் உதவிவிட முடியாது என்பதையும் சித்தார்த்தன் உணர்ந்தான்.

'இவ்விடத்திலிருந்து செல்லலாம்' என்று சித்தார்த்தன் ஆணை யிட்டதும் தேரோட்டியும் சேவகனும் மிகவும் ஆசுவாசமடைந்தனர். அவர்களிடமிருந்து ஒரு நிம்மதிப் பெருமூச்சு வந்தது.

இந்த இரண்டாவது பேய் சித்தார்த்தன் மனதில் சூட்டுக் கோலால் இட்டதொரு தழும்புபோல பதிந்துவிட்டது.

மூன்றாவது தரிசனம் மிகவும் எளிமையானது. மூங்கில்களாலும் தென்னைஓலைகளாலும் பின்னப்பட்ட ஒரு பாடையை நான்கு மனிதர்கள் சுமந்து சென்றுகொண்டிருந்தனர். ஐந்தாவது மனிதர் அந்தப்பாடையின் மேலே மல்லாந்து படுத்துக்கொண்டிருந்தார். பாடையைச் சுமந்துகொண்டிருந்த அந்த நான்குபேரும் ஏதோ ஒரு மந்திரத்தை உச்சரித்தபடியே நடந்துகொண்டிருந்தனர்.

அவர்களுக்கு இணையான வேகத்திலேயே செல்லுமாறு சித்தார்த்தன் வண்டியோட்டியைப் பணித்தான்.

‘வாழ்க்கையெனும் கொடுமையானதொரு பயணத்தின் இறுதியாக நிகழும் மரணம் என்பது அனைத்தையும் மறக்கடிக்கும் ஒரு பெரும் விடுதலையாக இருக்குமல்லவா’ என்றான் தன்னுடன் இருந்தவர்களை நோக்கி.

‘ஆனால் அதில் மகிழ்ச்சியடைவதற்கு ஏதுமில்லை, இளவரசே!’

‘என்ன கூறுகிறீர்கள்? மகிழ்ச்சியா? நீங்கள் இன்னமும் மகிழ்ச்சி யையா பெரிதும் விரும்பிக்கொண்டிருக்கிறீர்கள்? மறக்கப்படுதலின் மகிழ்ச்சியைவிடவா?’ என்று நகைத்தான் சித்தார்த்தன். ‘காற்று பத்துத் திசைகளின் ஊடாகவும் நற்செய்திகளையே சுமந்துவரும். ஆம். இதுவும் ஒரு நற்செய்திதான்!’

‘ஆனால் மொத்த உலகமும் மரணத்தை அச்சத்தோடுதான் நினைவுகூர்கிறது இளவரசே!’

‘அதுவும் உண்மைதான். இது ஒரு அச்சமூட்டுகிற பயணம். அதை நான் குற்றம் சொல்லவில்லை.’

சித்தார்த்தனைக் கண்டதும் அந்தப்பாடையைச் சுமந்து சென்ற வர்கள் பணிந்து நின்றனர்.

‘அந்தப் பாடையைத் தரையில் வையுங்கள். நான் சற்று அதைப் பார்க்கவேண்டும்.’ என்றான் சித்தார்த்தன் தன் இருக்கை யிலிருந்து இறங்கியபடியே.

வண்டியோட்டியும் இறங்கி நின்றார். அவர்கள் அனைவரும் வினோதமாகப் பார்க்கும் அளவிற்கு நீண்டநேரமாக சித்தார்த்தன் அந்த இறந்த உடலையே வைத்தகண் வாங்காமல் பார்த்துக் கொண்டிருந்தான்.

சற்று நேரம் கழித்து குனிந்து அவ்வுடலைத் தொட்டவன் உடனே கையை விலக்கிக்கொண்டான்.

‘தேரோட்டியே, இறந்தவர்க்கும் உயிருடன் இருப்பவருக்குமான வேறுபாடு ஏதுமில்லை என நினைக்கிறீர்களா?’

‘இறந்தவர் அசைவதில்லை என்பதனைத் தவிர்த்து வேறு வித்தியாசங்கள் ஏதுமில்லை இளவரசே!’

‘அவ்வுடலைத் தொட்டுப்பாருங்கள்.’

ஆரம்பத்தில் சற்றுத் தயங்கிய தேரோட்டி, பின் இளவரசரின் ஆணை என்பதால் குனிந்து அவ்வுடலைத் தொட்டான். உடனே விஷக்கொடுக்கால் தீண்டப்பட்டவன்போல பீதியுடன் கைகளை விலக்கிக்கொண்டான்.

‘நன்று! இறந்தவர்க்கும் உயிருடன் இருப்பவருக்குமான வேறு பாடு ஏதுமில்லை என்று கூறியவர் தாங்கள்தானே?’ என்றான் சித்தார்த்தன்.

‘உண்மைதான் இளவரசே! அதைத் தொடும்வரை பிரேதம் இந்த அளவிற்கு பனிக்கட்டிபோல குளிர்ந்திருக்கும் என நான் அறிந்திருக்கவில்லை.’

‘மரணம் என்றால் என்னவென்று இப்பொழுது உணர்ந்தி ருப்பீர்கள் தேரோட்டியே! நாம் கிளம்புவோம் வாருங்கள்.’

அந்த உண்மையறியும் உலா முடிந்து இளவரசன் தன்னுடைய மாளிகை வாயிலில் வந்திறங்கினான். அவன் எண்ணியிருந்ததைப் போலவே மாளிகையருகே ஒரு அமைதியின்மை நிலைகொண்டி ருந்தது. இளவரசன் அரசகட்டளையையும் மூத்தோர்களின் ஆணை களையும் மீறி ஒரு நகர் உலா சென்று வந்திருக்கிறான். இதில் அவனுடன் இணைந்து சென்ற தேரோட்டியின் நிலையும் சேவகரின் நிலையும்தான் மிகவும் பரிதாபத்திற்குரியது. மோசமான தண்டனை யேதும் அளிக்கப்படவில்லையென்றால், குறைந்தபட்சம் அவர்களின் வேலை போவது நிச்சயம்.

முத்தாய்ப்பாக அரசரே அங்கு வந்திருந்தார். சுத்தோதனரின் அந்தப் பொறுமையின்மைக்கும் கோபத்திற்கும் காரணமில்லாமல் இல்லை..

‘சித்தார்த்தா.. இன்று நீ நடந்துகொண்டதை நாங்கள் எதிர் பார்க்கவில்லை.’

‘நான் இவ்வாறு நடந்துகொண்டதற்கு ஒரு காரணம் இருக்கிறது, தந்தையே.’

‘ஏதாவது பிரார்த்தனையா?’

‘இப்பொழுது என்னால் எதையும் விளக்கிவிட இயலாது.’

‘நீ எரிச்சலூட்டும் ஒருவனாக மாறிக் கொண்டிருக்கிறாய் சித்தார்த்தா... உன்னை எண்ணி நான் அச்சப்படுகிறேன்.’

சித்தார்த்தன் அதற்கு ஏதும் பதிலளிக்கவில்லை.

அதுவரை பொறுமையாகப் பேசிக்கொண்டிருந்த சுத்தோதனர் அந்த வண்டியோட்டியையும் சேவகரையும் நோக்கித் திரும்பி அவர்கள்மீது வசைமாரி பொழிந்தார்.

பொறுமையாகக் கேட்டபடி நின்றிருந்த சித்தார்த்தன், ‘தந்தையே! நான் ஒன்று சொல்லலாமா?’ எனக்கேட்டான்.

‘சொல்’

‘இவர்கள் யாரும் பணி இழக்கக் கூடாது. இதற்கான தண்டனை உண்டெனில் அதை எனக்கு அளிக்கவும்.’

சுத்தோதனர் இளவரசனைக் கூர்ந்து நோக்கினார். சித்தார்த் தனின் போக்கு அவருக்கு எதையோ உணர்த்தியது.

'நன்று! இம்முறை நான் இவர்களை மன்னித்தேன். உன்னையும் தான். மீண்டும் இவ்வாறு நிகழ நான் ஒருக்காலும் அனுமதிக்க மாட்டேன்.'

வரலாற்றுச் சிறப்பு வாய்ந்த அந்தப் பயணம் இங்கனம் நிறை வுற்றது. இது ஒரு இடைச்செருகலாகக் கருதப்படலாம். இதுபோன்ற அற்புதக் கணங்களை துரதிர்ஷ்டவசமாக, தன்னியல்பாகவே வரலாறு இடைச் செருகலாகத் தான் கருதுகிறது. இத்தகைய எளிய கோடுகள் ஒரு முழுமையான ஓவியத்திற்குத் தலையானவை. சித்தார்த்தனின் இந்தப் புற உலக அனுபவங்கள் அவனது வாழ்நாளில் இன்னும் மெருகேற்றப்பட்டவை என்றாலும் நெடுங்காலத்திற்கு அவை எண்ணற்ற மக்களின் மனதிலும் வாழ்க்கை அனுபவத்திலும் நீடித் திருந்தன. இந்நிகழ்வு, ஒரு கற்பனைவளம் நிறைந்த கவிஞனால் சித்தார்த்தனின் வாழ்வில் நிகழ்ந்த ஒரு நாடகீயத்தனமான மாற்றத் தினை ஒரு சிறு குப்பியில் அடைத்துத் தந்தது போலத் தோன்று கிறது.

அதன் பிறகு சுத்தோதனரும் தனது மைந்தனை ஒரு கண்ணாடி வீட்டிற்குள் சிறை வைத்திருப்பதன் மடமையை உணர்ந்தார். அன்றுமுதல் சித்தார்த்தன் விரும்பிய இடத்திற்குச் சென்று வரும் வண்ணம் அம்மாளிகையின் சிறைக்கதவுகள் திறந்து வைக்கப் பட்டன.

அவனின் வளர்பருவத்தில் அவன் முன்னால் அப்பட்டமாக நின்றிருந்த ஒரு கேள்விக்கான பதிலை அவன் தேடிக்கொண்டே இருந்தான். அது மானுடர்களின் துக்கம் பற்றியது. அவன் தன் சமஸ்கிருத ஆசிரியரிடம் அது குறித்துக் கேட்டான். அவருக்கு வேதத்தின் ஒரு சிறு பகுதி தெரிந்திருந்தது. அதைத்தாண்டி ஏதும் அவர் அறிந்திருக்கவில்லை. அவனது முதிர்பதின் பருவத்தில் இனிதான் கட்டாயமாக வெளியுலகம் சென்று, மற்ற ஆசிரியர்களையும் தேடிய டைந்து, பல மனிதர்களின் அனுபவங்களைத் தானும் அனுபவித் தறியவேண்டும் என முடிவு செய்தான்.

4

நான் ஒரு பசுவாக இருக்கிறேன். இப்பொழுது இதை என்னால் தைரியமாகச் சொல்ல முடிகிறது. ஆனால் இப்படி ஒரு உறுதியுடன் இதைச் சொல்ல எனக்கு நீண்டகாலங்கள் ஆயின. ஒரு பசுவாக இருக்கலாம் என்று முடிவு செய்தபோது நான் மிகவும் தயக்கம் கொண்டிருந்தேன். எனது நெருங்கிய நண்பனிடம் இந்த விருப்பத்தைப் பற்றிக் கூறியபோது அவன் என்னை மிகவும் கேலி செய்தான். ஒரு மனிதன் பசுவாக ஆவதா? அவனால் அதை உள்வாங்கிக் கொள்ளவே இயலவில்லை. ஆனால் நான் பசுவாக ஆவது என்னும் முடிவில் உறுதியாக இருந்தேன். அப்படிப் பசுவாக மாறுவது என்பது ஒரு உள்ளார்ந்த மாற்றம்தான் என்பது எனக்குத் தெரியுமென்றாலும் புறத்தோற்றங்களும் மிகவும் முக்கியமானவை. அவைதான் மாற்றத்திற்கு மிகவும் உதவிகரமாக இருக்கின்றன. ஆகவே எனக்கு அழகான ஒருஜோடி கொம்புகளைச் செய்து தருமாறு நான் ஒரு தச்சரிடம் கேட்டேன். அவரும் அவ்வாறே மரத்தினால் ஆன கொம்புகளைச் செய்து சரியான வர்ணமும் பூசி என்னிடம் அளித்தார். நானும் அவற்றை மகிழ்வுடன் ஏற்றுக்கொண்டு, அவற்றை என் நாடியோடு சேர்த்து இறுக்கிக் கட்டிக்கொண்டேன். அவரிடமே பசுவின் வாய் போலவும் செய்து தரச்சொல்லி கேட்டுக் கொண்டேன். அதில் அதிநுட்பமான சிக்கல் ஒன்று நேர்ந்து விட்டது. அந்த வாய் சற்றுத் திறந்திருப்பது போல செய்யப்பட்டு விட்டது. ஆகையால் வாய் திறந்திருக்கும்போது என்னால் உணவு உட்கொள்ள இயலவில்லை. ஆனால் என்னால் ஒலியெழுப்ப முடியும். இந்தச் செயற்கை உறுப்பை நான் என் பின்னங்கழுத்துடன் சேர்த்துக் கட்டிக்கொண்டேன்.

அதன்பின் துணி தைப்பவர் ஒருவர் எனக்கான வாலை செய்து கொடுத்தார். பருத்தித்துணிகளைச் சுருட்டியும் சுற்றியும் வைத்து மிகப் பொருத்தமான ஒரு கனத்துடன் அது செய்யப்பட்டிருந்தது. இதுவுமே பொருத்தமான சாயம் பூசப்பட்டிருந்தது. அதன்பின் நான்

ஒரு நாவிதரை வேண்டிக்கொண்டு வாலின் இறுதியில் கொத்துக் கொத்தாகச் சில முடிகளையும் பொருத்திக்கொண்டேன். அந்த வால் என் உடலில் மிகக் கவனத்துடன் பொருத்தப்பட்டது. அதை ஒட்டு வதற்காக என் புட்டங்களுக்கிடையே ஒருவகை கோந்து பூசப்பட்டு அதில் அந்த வால் ஒட்டப்பட்டது. பசுக்கள் அவ்வப்போது தன்னுடைய வாலினை விசிறி உடலில் மொய்க்கும் பூச்சிகளை விரட்டுவதை நான் ரசித்துக் காண்பதுண்டு. அடேங்கப்பா! என்ன ஒரு லாவகம்!.. ஆனால் என்னால் அப்படிச் செய்யமுடிவதில்லை. என்னுடைய வால் தனித்துக் கிடக்கிறது. அதற்குள் உயிரோட்டமும் இல்லை. நானும் அவ்வப்போது என் முழுநம்பிக்கையைத்திரட்டி வாலைத்தூக்க முயற்சிப்பேன். கொஞ்சம் உயர்ந்துவிடாதா? சற்று நகர்ந்துவிடாதா என ஏங்குவேன். ஆனால் அனைத்து முயற்சிகளும் வீணாயின. இருப்பினும் நான் தினந்தோறும் சற்றும் தளராமல் என் வாலின் மீதே கவனம் கொண்டிருந்தேன். யாருக்குத் தெரியும்? ஒருநாள் என்னுடைய கட்டளையை என் வால் புரிந்துகொள்ளக் கூடும். எப்படியானாலும் அடுத்த ஜென்மத்தில் நான் ஒரு பசுவாகத் தான் பிறப்பேன் என்பது எனக்கு நிச்சயமாகத் தெரியும். அதை எண்ணும்போதே என் இதயம் படபடவென அடித்துக்கொள்ளும். அப்பொழுது என்வசம் அசைகின்ற வால் ஒன்று இருக்கும். ஒரு வெற்றிக்கோப்பையை உயர்த்திக்காட்டுவது போலத்தான் நான் அதை உயர்த்துவேன். நான் கருக்கொள்வேன். என்னுடைய மடியி லிருந்து பால் பீய்ச்சியடிக்கும். அதிலும் என்னுடைய மடி.. ஆஹா.. அது பல காம்புகளுடன் தாராளமானதாக இருக்கும். அந்தக் குடியான வரும் அவர் மனைவியும் என்னிடமிருந்து பால் கறப்பார்கள். ஆஹா.. காராம்பசு!.. என்னுடைய ஒட்டுமொத்த உடலின் மகிழ்வான ஒத்திசை வுடன் என் ஒவ்வொரு காம்புகள் வழியாகவும் நிகழும் அந்தக் கறவை.. அடடா... ஒரு நிஜமான பசுவாக இருப்பதைப்போன்ற மகிழ்ச்சியைவிட நான் வேறு எதையும் நினைத்துப் பார்ப்பதில்லை.

நான் ஒரு சம்சாரியைக் கண்டுபிடித்தேன். அவரிடம் ஏற்கனவே மூன்று பசுக்கள் இருந்தன. அவர் நகரில் பால் விற்பனையும் செய்து வந்தார். அவருடைய தொழுவத்தில் நானும் எனக்கான ஒரு இடத்தை உருவாக்கிக்கொண்டேன். என்னை நான் ஒரு பசுவாக உணர் வதற்கு அது இன்னும் உதவியாக இருந்தது. அந்தச் சம்சாரியின் மனைவியும் குறை ஏதும் சொல்லாமல் என்னை ஏற்றுக் கொண்டாள். மீதமான உணவை எப்போதாவது அவள் மாடு களுக்கு அளிப்பாள். அப்பொழுது எனக்கும் அளிப்பாள். என்னு டைய செயற்கை வாயால் அதை உண்பது ஆரம்பத்தில் எனக்கு மிகவும் கடினமாக இருந்தது. விரைவில் அதை நான் பழகிக் கொண்டேன். மற்ற பசுக்கள் புற்களையும் உண்டன. எனவே

நான் புற்களை உண்ணும் சோதனையையும் மேற்கொண்டேன். ஆரம்பத்தில் என்னால் சிறிதளவு புற்களைத்தான் மேயமுடிந்தது. அது மிகவும் கடினமாக இருந்தது. மணிக்கணக்காக வாய்நிறைய புற்களை வைத்து மென்றுகொண்டிருந்தேன். இருப்பினும் இன்று வரை என்னால் எளிதாக உண்ண முடியவில்லை. மிகவும் கஷ்டப் பட்டுத்தான் விழுங்குவேன். ஆனாலும் பலமுறை அது என் வயிற்றைக் கெடுத்து வைத்திருக்கிறது. ஆனாலும் நான் மிகவும் உறுதியாக இருந்ததால் தான் பல நாட்களுக்குப்பின் இப்பொழுது என் வயிறு அதை ஏற்றுக்கொண்டிருக்கிறது என நான் நம்புகிறேன். நிஜமான பசுக் கள் தாம் உண்ட பின் அந்தப் புற்களை மீண்டும் அசைபோடும் என் பதை நான் அறிவேன். எதையோ வெறித்துப்பார்த்தபடியே அவை அசை போடுகின்றன. பொழுதுபோக்க அதுவே நல்ல உத்தி. நான் அவ்வாறு இல்லாமல் என்னுடைய வாயில் அடக்கிய புற்களையே மீண்டும் மீண்டும் மாடுபோல மென்று அசைபோடுவேன். அது எனக்கு அலாதியான அமைதியையும் சாந்தியையும் தருகிறது.

ஒரு பசுபோல ஒலியெழுப்புவது எனக்கு ஒரு முக்கியமான பிரச் சனையாக இருந்ததை நான் குறிப்பிட்டே ஆகவேண்டும். ஒரு பசு மாட்டிற்கு இணையாகக் கத்துவது என்பது மிகவும் கடினமான ஒன்று. கிட்டத்தட்ட பசுவின் கத்தல் போன்றதொரு ஒலியை நான் வந்தடை யவே கணக்கற்ற முறை மீண்டும் மீண்டும் அதைப் பயிற்சி செய்ய வேண்டியிருந்தது. இந்தக் கலையின் உச்சத்தை எட்டிவிட வேண்டு மென்று நான் தீர்மானித்திருக்கிறேன். என்னுடைய குரல் பசுவினு டைய கத்தல் போல தோன்றிய இடத்தை நான் வந்தடைந்த போது எல்லையற்ற மகிழ்ச்சியடைந்தேன். தேன் அருந்தியதைவிட மேலான இனிமையையும் நிறைவையும் நான் உணர்ந்தேன். ஒரு பசுவிற்கு இருப் பதைப்போன்று மென்மையானதும் இனிமையானதுமான குரல் வளம் வேறெந்த விலங்கிற்கும் இல்லையென்பதை எண்ணி நான் வியக்கிறேன். சிங்கம், புலி, யானை போன்றவற்றின் கரடுமுரடான குரல் களைக்கூட விட்டுவிடுங்கள். சாதாரண மிருகங்களான, வெள்ளாடு, மிளா, நாய் (நாய்!), பன்றி, தவளை, பூனை, குரங்கு அல்லது செம்மறியாடு ஆகியவற்றினோடுகூட ஒப்பிடுங்கள். அவையெல்லாம் ஒரு பசுவின் இனிமையான குரலுக்கு ஒப்பாகுமா? பசுவின் குரல் வளத்தை ஒப்பிட நாம் பறவை ராஜியத்தைத்தான் அணுகவேண்டி இருக்கிறது. பறவைகளிலேயே கூட காகம், கோழி, சேவல், வாத்து, பருந்து, ஆந்தை (ஆந்தை!), வல்லூறு போன்றவற்றோடு ஒப்பிடு கையில் நீங்கள் முகத்தைச் சுளிப்பீர்கள். (குறியீட்டளவில் பசுவால் முகத்தைச் சுளிக்க முடியாது). சாதகப்பறவைகளின் சங்கதி வேறு. அவற்றை நான் குறிப்பிடவில்லை.

இதனாலேயே பசுவைப்போல கத்துவதில் நான் வென்றபோது, நான் மிகவும் பெருமிதமாகவும் மகிழ்ச்சியாகவும் உணர்ந்தேன். அப்படிக் கத்துவதில் உள்ள இன்பத்திற்காகவே நான் அவ்வப்போது பசுபோல கத்துவதுண்டு. ஆனால் அடிக்கடி அவ்வண்ணம் செய்ய மாட்டேன். நாய்கள் விடாமல் குரைத்துக்கொண்டே இருப்பது போல, நீங்கள் எப்போதாவது பசுமாடு கத்திக்கொண்டே இருப்பதைக் கண்டிருக்கிறீர்களா என்ன?

அந்தச் சம்சாரியின் இளையமகன் என் சக பசுத் தோழிகளை மேய்ச்சலுக்காக இட்டுச்செல்வான். நானுமே அவர்களுடன் செல்வேன். நான் எப்பொழுதுமே பின்தங்கி விடுவதுண்டு. அப்பொழுது நான் வெறுமனே கத்துவேன். என் சக பசுத்தோழிகள் என் குரலைக் கேட்டு விட்டு நான் அவர்களைச் சென்றடையும் வரை அந்த வழியிலேயே நின்றிருப்பார்கள். அவர்களின் அந்த அன்பிற்கு நான் மிகவும் கடமைப்பட்டிருக்கிறேன். மேய்ச்சல் நிலத்தில் பசுக்கள் நிதானமாக மேய்ந்துகொண்டிருக்கையில் நான் வாய்நிறைய புற்களை வைத்தபடி மென்றுகொண்டிருப்பேன். அந்த முரட்டு வாசனை எனக்கு மிகவும் பிடித்திருந்தது. எங்களை மேய்ச்சலுக்கு அழைத்து வந்த சிறுவன் மரநிழலில் வெறுமனே அமர்ந்திருப்பான். சில நேரங்களில் புல்லாங் குழல் வாசிப்பான். அது ஒரு இனிமையான ஒலியாக இருக்கும். மதிய நேரத்தில் அவன் சில சப்பாத்திகளையும் உலர்ந்த மீனையும் உண்பான். எனக்கும் சில சப்பாத்தித் துண்டங்களை அளிப்பான். நானும் அவற்றை மிக்க மகிழ்வுடன் உண்பேன். மாலையானதும் நாங்கள் வீட்டிற்குத் திரும்பி வருவோம். நாங்கள் எங்கள் தொழுவத்திற்குச் சென்று மகிழ்வுடன் அமர்ந்திருப்போம். இந்தத் தினசரி நடைமுறையில் நான் மிகவும் மகிழ்ந்திருந்தேன். இது எனக்கு நல்ல உடற்பயிற்சியை அளித்து என்னை மிகவும் கச்சிதமாக வைத்திருக்கிறது.

அங்கு ஒரு எரிச்சலூட்டும் விஷயமும் இருந்தது. அவ்வீதியின் முடிவில் இன்னொரு துறவி இருந்தார். அவர் தன்னை ஒரு நாயாக மாற்றியமைத்துக்கொண்டிருந்தார், தன்னை நாயாக உணர்வதற்கு ஒரு செயற்கையான வாயைப் பொருத்திக் கொண்டதைத் தவிர வேறெதை யும் அவர் முயற்சிக்கவில்லை. அவரும் ஒரு நாய்போலவே கிடப்பார். ஒரே ஒரு தொல்லை அவரது குரைப்பு மட்டும்தான். அவர் இடைவிடாமல் குரைத்துத் தள்ளிக் கொண்டேயிருந்தார். எனக்கு அது மிகவும் எரிச்சலூட்டுவதாக இருந்தது. அவர் எப்பொழுதும் ஒரு குறிப்பிட்ட இடத்திற்கு வந்தமர்ந்து குரைத்துக் கொண்டிருந்ததால், அங்கிருந்த மற்ற நாய்களும் அவருடன் இணைந்து கொண்டன. ஒரு மனிதர் இந்த நாய்ஸ்வாமிக்கு தினமும் சோறோ சப்பாத்தியோ அளித்து வந்தார். மற்ற நாய்களுக்கும் அவர் உணவளிக்கத் துவங் கினார். அந்த நாய்ஸ்வாமி குரைக்கும் போதெல்லாம் மற்றவைகளும்

சேர்ந்து கொண்டு அடாவடித்தனமாகக் குரைத்துத் தொலையும். என்ன செய்வது? நாய்கள் நாய்களாகத்தானே இருக்கும்!

ஒரு புனிதமான பசுவாக இருக்கவேண்டும் என்பதில் நான் மிகவும் கவனத்துடன் இருந்தேன். என்னுடைய புனிதத்திற்கும் மகத்துவத்திற்கும் களங்கமில்லாமல் இருந்துவிடவே நான் அதிகம் முயற்சித்தேன். பசுவின் வயிற்றில் முப்பத்து முக்கோடி தேவர்கள் வாழ்கிறார்கள் என்பது மக்களின் நம்பிக்கை. நான் நெடுங்கால மாகவே பசுவாக வாழ்ந்து வருவதால் இது எனக்கும் பொருந்தும். நானுமே என் வயிற்றில் அந்தப் பாரத்தை உணர்கிறேன். என் வயிற்றில் தேவர்கள் இருக்கிறார்கள் என்னும் எண்ணமே பரவசமூட்டுவதாகவும் அதே சமயம் அடக்கமளிப்பதாகவும் இருந்தது. தெய்வீக அமைதி என்று குறிப்பிடப் படுவதற்குச் சற்றும் குறைவில்லாத, அறிதலுக்கும் அப்பாற்பட்ட ஒரு அமைதி என்னில் பரவியிருந்தது.

என் பழைய நினைவுகளைக் கிளறிப்பார்க்கும் போதெல்லாம், என்னுடைய வாழ்க்கை எந்தளவிற்குப் பரிதாபகரமானதாக இருந்தது என்று எண்ணிப்பார்த்துக்கொள்வேன். என்னிடம் பணமோ பொருளோ இல்லாததால் மட்டுமல்ல, பொதுவாகவே நான் எரிச்சலடைந்துகொண்டும் சோர்வடைந்துகொண்டும் இருந்தேன். இறுதிப் புகலிடமாக நான் ஒரு பசுவாக ஆவது என முடிவெடுத்தேன். அவ்வாறே ஒரு பசுவாகவும் நான் இப்பொழுது ஆகிவிட்டேன். ஒரு பசுவாக, ஆனந்தத்தைத்தவிர வேறெதையும் நான் அனுபவிக்கவில்லை. ஆனந்தத்திற்கும் அப்பால் ஒரு அமைதியை நான் அடைந்தேன். அமைதி.. பேரமைதி...

சில நாட்களுக்கு முன் அசாதாரணமான ஒருவர் என்னைக் காண வந்தார். அந்த இளைஞர் மிக உயரமானவராக இருந்தார். அவரது முகத்திலும் ஆடை அணிகலன்களிலும் ஒரு ஆடம்பரம் இருந்தது. ஒரு ராஜாங்க முக்கியஸ்தரும் உடைவாள் ஏந்திய ஒரு காவலனும் அவருடன் வந்திருந்தனர். அவரை நான் அதற்கு முன்னால் பார்த்ததில்லையென்றாலும் அவர் ஒரு இளவரசராக இருக்கக்கூடும் என நான் யூகித்தேன்.

‘இளவரசர் சித்தார்த்தர் உம்முடன் உரையாடுவதற்காக வந்திருக்கிறார்’ என்றார் அவருடன் வந்திருந்த ராஜாங்க அதிகாரி.

‘மேன்மை பொருந்திய துறவியே, ஒரு பசுத்துறவியாக உங்களது வாழ்க்கை எங்கனம் இருக்கிறது?’

ஒரு பசுவாக இருப்பதினால் நான் மனித மொழியைப் பேசுவதில்லை. இப்பொழுது எனக்கு ஒரு குழப்பம் உண்டானது. பசுவாக இருக்கும் என்னால் எங்கனம் உரையாட இயலும்? இந்த இரட்டை நிலை ஒரு குழப்பத்தை உருவாக்கியது. ஆகவே நான் பசுபோல ஒருமுறை குரலெழுப்பினேன்.

'இளவரசரின் விருப்பம் நிறைவேற்றப்படவேண்டும். ஆகவே அவருக்கு பொதுமக்கள் மொழியிலேயே பதிலுரைக்கவும். இதை மட்டும் விதிவிலக்காகக் கொள்ளுங்கள்' என்றார் உடன் வந்த ராஜாங்க அதிகாரி.

ஆணைக்கிணங்க நான் மனிதமொழியில் பேசத்துவங்கினேன். கடந்த சில வருடங்களாகவே நான் பேசாமல் இருப்பதால் எனக்கு மிகவும் கடினமாக இருந்தது.

'வணங்குகிறேன் இளவரசே! தாங்கள் என்னைச் சந்திக்க வந்தது கௌரவமாக இருக்கிறது.'

'மதிப்பிற்குரிய ஐயா, அல்லது பசு என்று அழைப்பதா எனத் தெரியவில்லை. தாங்கள் ஒரு பசுவாக இருப்பதால் என்ன உணர்கிறீர்கள்?'

'இது மிகவும் அருமையாக இருக்கிறது. நான் பசுவாக இருப்பதில் மிகவும் கர்வமடைகிறேன்.'

'இவ்வடிவில் இருப்பதினால் நீங்கள் சாந்தியடைந்ததாக உணர்கிறீர்களா?'

'நிச்சயமாக அவ்வண்ணம் உணர்கிறேன் இளவரசே! நான் மனிதனாக இருந்த காலத்திலும் இதையே தேடினேன். இப்பொழுது ஒரு பசுவாகச் சாந்தியடைந்திருக்கிறேன்.'

இளவரசர் இன்னும் சற்று நேரம் என்னுடன் உரையாடினார். என்னுடைய தினசரி உணவுப் பழக்கம் மற்றும் அன்றாட நடவடிக்கைகள் பற்றி அதிகம் கேட்டறிந்தார். நான் அளித்த பதில்களில் அவர் திருப்தியடைந்திருப்பார் என்று நினைக்கிறேன்.

'இளவரசே! இவ்வீதியின் முடிவில் நாய்ஸ்வாமி என்று ஒருவர் இருக்கிறார், அவரையும் காண விழைகிறீர்களா?'

இளவரசர் ஒப்புக்கொண்டார்.

அவர்கள் அடுத்து நாய்ஸ்வாமியைச் சந்திக்கச்சென்றார்கள்.

'நாய்ஸ்வாமியை வணங்குகிறேன்.'

எதிர்பாராத விருந்தினர்களைக்கண்ட நாய்ஸ்வாமியும் என் போலவே கிளர்ச்சியடைந்தார். அனிச்சையாக ஒருமுறை குரைத்தார். உடனிருந்த மற்ற நாய்களும் குரைக்க விரும்பினாலும் தன்னுடைய சகா முன்னிலையில் குரைக்காமல் அமைதிகாத்தன. சுற்றிவர அமர்ந்து வாலை மட்டும் ஆட்டியபடி வேடிக்கை பார்த்தன.

என்போலவே நாய்ஸ்வாமிக்கும் மனிதர்களின் மொழியில் பேச விலக்கு அளிக்கப்பட்டது.

‘மதிப்பிற்குரிய நாய்ஸ்வாமியே, உருமாற்றத்தைத் தாங்கள் எப்படி உணர்கிறீர்கள்?’

‘ஆஹா! நான் இப்பொழுது மனிதர்போல எப்படி நடந்து கொள்வது என்பதையே மறக்கும் அளவிற்கு ஆகிவிட்டேன். வவ்.. வவ்..’ என்று குரைத்தபடியே கூறினார்.

இளவரசர் அமைதியாகப் புன்னகைத்தார்.

‘மன்னிக்கவும் இளவரசே! நாய் உலகில் வரவேற்புக் குரைப்பு இப்படித்தான் இருக்கும்.’

‘ஒன்றும் தாழ்வில்லை துறவியாரே! தங்களின் நாய்மையை நானும் மதிக்கிறேன். இங்கனம் நாயாக மாறவேண்டும் என ஏன் முடிவெடுத்தீர்கள் என நான் அறிந்துகொள்ளலாமா?’

‘இளவரசே! இந்த நாய் வாழ்க்கைக்கு முன் எனக்கு ஒரு குடும்பமும் மனைவியும் உண்டு. நானும் என்னுடைய மனைவியும் ஒருவரோடொருவர் சண்டையிட்டுக்கொண்டு ஒருமாதிரி ஒருவரைப் பார்த்து ஒருவர் குரைத்துக்கொண்டுதான் இருந்தோம்.’

‘ஆகையால்?’

‘அப்பொழுதுதான் இந்தச் சாதகத்தை மேற்கொள்ளலாம் எனத் தோன்றியது. நான் ஏன் உண்மையாகவே ஒரு நாயாகவே மாறி என் முழு விருப்பத்துடன் குரைக்கக்கூடாது என எண்ணினேன். ஆரம்பத்தில் எப்பொழுதெல்லாம் என்னுடைய மனைவியை நினைத்துக்கொள்வேனோ அப்போதெல்லாம் என்னுடைய ஆற்றல் கரையும் வரை குரைப்பேன். இத்தனை வருடங்களில் என் மனைவியின் நினைவுகள் மங்கிவிட்டன. அது எனக்கு முக்கியமான தாகவும் இல்லை. இருந்தும் நான் குரைத்துக்கொண்டிருக்கிறேன். ஆனந்தத்திற்காக மட்டுமே இப்பொழுது நான் குரைத்துக் கொண்டிருக்கிறேன். மேலும் இத்தனை தோழர்களையும் கொண்டி ருக்கிறேன். நாங்கள் ஒருவரோடொருவர் குரைத்து விளையாடு வோம். யாராவது வழிப்போக்கர் நடந்து சென்றால் அவர் தாண்டிச் செல்லும் வரை குரைப்பேன்... வவ்.. வவ்..’ எனக் குரைத்தபடி அவர் தொடர்ந்தார். ‘ஒன்று மட்டும் சொல்வேன் இளவரசே! குரைத்தல் என்பது உலக உன்னதங்களுள் தலையானது. மதிப்பிற்குரியவரே... அதை நான் உங்களுக்கும் உபதேசிக்கிறேன். நீங்களும் குரைப்பதற்கு முயற்சி செய்யுங்கள்.’

‘தங்களின் அறிவுரைக்கு நன்றி துறவியே!’ என்றான் சித்தார்த்தன்.

~

சித்தார்த்தன் நகரில் உள்ள துறவிகள் குறித்து மிக்க ஆர்வம் கொண்ட வனாய் இருந்தான். மேற்கண்டவர்கள் அவன் அந்த ஆர்வத்தில் சந்தித்து உரையாடிய இருவர். துறவுநிலையில் பல வகைகள் இருந்தன. எல்லா நகரங்களிலும் பெருநகரங்களிலும் இவ்வகைத் துறவிகள் நிறைந் திருந்தனர். கி.மு.ஆறாம் நூற்றாண்டில் அனைத்துவகைத் துறவிகளும் இந்தியா முழுவதும் மொய்த்திருக்கின்றனர். சொல்லப்போனால் அவர் கள் அனைவரையும் இன்றும் கூட இந்நாட்டில் நம்மால் கண்டு கொள்ள முடியும். ஏறக்குறைய இரண்டாயிரத்து ஐநூறு வருடங் களாக அந்தத் துறவுநிலையின் தொடர்ச்சியாக அதைப் பேணிக் கொண்டிருப்பவர்களை இன்றும் கூட நீங்கள் வாரணாசிக்கோ அல்லது கங்கைபாயும் மற்ற புனித நகரங்களுக்கோ சென்று காணலாம். இம் மண்ணின் ஏதோ ஒரு உள்ளுணர்வு மக்களை அவ்வகைத் துறவுகளை நோக்கிச் செலுத்திக் கொண்டிருக்கிறது. மக்கள் அனைவருமே தம் தேடலில் திருப்தி அடையாதவர்களாகவும், அனைத்துக் கேள்வி களுக்குமான ஒரு தீர்வையோ அல்லது அதற்கான வழிகாட்டு தலையோ தேடுபவர்களாகவும் இருக்கிறார்கள். அந்த நுண்ணறி வுதான் சித்தார்த்தனின் எல்லையில்லாத் தேடல்களையும் அவனது மகத்துவமான சாதனைகளையும் கோடிட்டுக் காட்டுகிறது என்று கூட சொல்லலாம்.

சித்தார்த்தனின் இந்தச்சுற்றுலாவில் நாகதத்தன் எனும் இளைஞன் ஒருவன் உதவியாக உடனிருந்தான். அந்நகரிலிருந்து சற்றுத் தொலைவில் துறவிகள் அதிகம் குழுமியிருக்கும் ஒரு இடம் இருந்தது. சாதுக்களும் வாழ்க்கையின் அர்த்தத்தைத் தேடிக் கொண்டி ருந்த ஞானிகளும் அங்கிருந்தனர். அவர்களில் தங்களுக்கு ஆதர் சமானவர்களுக்கு அப்பகுதி மக்களே உணவளித்து போஷித்தும் வந்தனர். சிலவகைத்துறவிகள் விநோதமான உணவுப்பழக்கத்தைக் கொண்டிருந்தனர். சிலர் பழங்களை மட்டுமே உண்டனர். சிலர் கிழங்கு களை மட்டுமே உண்பர். இன்னும் சிலர் நீராகாரம் மட்டுமே எடுத்துக் கொண்டனர். நாகதத்தன் அவர்களில் ஒரு துறவியிடம் சித்தார்த் தனை அழைத்துச் சென்றான். அவர் காண்பதற்கு ஒரு சாதாரண மனி தரைப்போலத்தான் இருந்தார்.

'இவருக்குள் என்ன தனித்தன்மை ஒளிந்திருக்கிறது?' எனக் கேட்டான் சித்தார்த்தன்.

'இவரது உணவுப்பழக்கம்தான் இவரை மற்றவர்களிடமிருந்து வேறுபடுத்திக்காட்டுகிறது' என்று கூறி நிறுத்திய நாகதத்தன் மேலும் தொடர்ந்தான் 'ஏனெனில், அது நிலவைச் சார்ந்திருக்கிறது.'

'நிலவையா?'

‘ஆம். அவர் கருநிலவு நாளன்று ஏதும் உண்ணமாட்டார். அதற்கு மறுநாள் ஒரு கவளம் எடுத்துக்கொள்வார். அவ்வாறே முழு நிலவு நாள் வரை முந்தைய நாளைவிட ஒரு கவளம் அதிகம் உட்கொள்வார். முழுநிலவு நாள் முதல் கருநிலவு நாள் வரை அவ்வண்ணமே ஒவ்வொரு கவளமாகக் குறைத்துக்கொண்டே வருவார்.’

‘இது மிகவும் சுவாரசியமாக இருக்கிறது என்றாலும் இதன் பின்னால் உள்ள தர்க்கம் எனக்குப் பிடிபடவில்லை.’

‘நானும் அதை அறியேன். தாங்கள் அவரிடமே கேட்கலாம் என்றாலும் அவர் தற்போது மௌனவிரதத்தில் இருப்பதால் யாருடனும் பேச மாட்டார்.’

அவரைக் கூர்ந்து பார்த்தபடி சற்றுநேரம் நின்றிருந்த சித்தார்த்தன் சிறிது நேரங்கழித்து விலகி அகன்றான்.

‘நகரின் மறுஎல்லையில் ஐங்கனல் துறவி இருக்கிறார். நாளை அழைத்துச்செல்கிறேன்’ என்றான் நாகதத்தன். ஐங்கனல் துறவி நாற்புறமும் தீ எரிந்துகொண்டிருக்க அவற்றிடையே அமர்ந்திருந்தார். அவரது கண்கள் ஐந்தாம் தீயான சூரியனை நோக்கியபடியே இருந்தன. தொடர்ந்து சூரியனையே உற்றுநோக்கியபடி இருந்ததால் அவர் முன்பே பார்வைத் திறனை இழந்தவராகி விட்டிருந்தார். அவருக்கு முறைப்படி சேவகங்கள் செய்ய அவர் சீடர்கள் உடனிருந்தனர். நாற்புறமும் எரிந்துகொண்டிருக்கும் தீயை அணையாமல் பார்த்துக் கொண்டிருந்ததும் அவர்கள்தான். பல பக்தர்கள் அவருக்கு உணவு பழம் முதலியவற்றை அளித்து வந்தனர். அவருடைய முகம்தான் அவர்மீதான பார்வையை விலக்கமுடியாத அளவிற்குத் தன்னைக் கவர்ந்திழுக்கிறது என்பதை சித்தார்த்தனும் உணர்ந்தான். சுற்றிலும் அனல் சூழ இருந்ததாலும் எப்பொழுதும் சூரியனையே நோக்கியபடி இருந்ததாலும் அவருடைய தோல் மிகவும் வற்றிப்போய் இருந்தது. அவருடைய விழிகள் ஒளி இழந்திருந்தாலும் சூரியனை நோக்கியபடி அகல விரிந்து நிலை பெற்றிருந்தன. சித்தார்த்தனால் அவர் மீதிருந்த பார்வையை விலக்கவே முடியவில்லை.

நாகதத்தன் அருகிலிருந்த மேலும் சில துறவிகளைப் பரிந்துரை செய்தான். ஆனால் போதுமான அளவிற்குக் கண்டுவிட்டதாக சித்தார்த்தன் கூறியதால் அவர்கள் அரண்மனைக்கே திரும்பினர்.

அன்றிரவு நெடுநேரத்திற்கு சித்தார்த்தன் உறங்காமலிருந்தான். விழிமூடிய போதெல்லாம் அகன்று விரிந்து வெறுமையாக இருந்த ஐங்கனல் துறவியின் விழிகளையே அவன் கண்டான். அவருக்கு ஐந்து ஒளிகளுமே இல்லை. எஞ்சியிருப்பது வெறும் இருள்மயம் தான். ‘மனிதர்கள் ஏன் இப்படியிருக்கிறார்கள்?’ என அவன் தனக்குத் தானே கேட்டுக்கொண்டான். கண்களுக்குப் புலப்படுகின்ற

காரணிகளுக்குப் பின்னால் நிச்சயமாக ஒரு காரணம் இருக்கிறது. அந்த ஐங்கனல் துறவி மட்டுமல்லாது மற்ற அனைத்துத் துறவிகளுமே பார்வை அற்றவர்களாய் வழிதெரியாமல் துழாவிக்கொண்டுதான் இருக்கிறார்கள். அவர்களுக்கெல்லாம் யாராவது உண்மையையும் அதை அடைவதற்கான அர்த்தமுள்ள வழிகளையும் காண்பிக்க வேண்டும். ஆனால் அதை யார்தான் செய்யப்போகிறார்கள்?

முழு ஈடுபாட்டுடன் தனது பணியைச் சிரமேற்கொண்ட நாகதத்தன், சித்தார்த்தன் சந்திப்பதற்கு உகந்த மற்ற துறவிகளின் விவரங் களையும் கொணர்ந்தான். அங்கச்சிதைவு என்பது பரவலாகவே இருந்தது. சிலர் தன்னுடைய உடல் பாகங்களை வெட்டிக் கொண் டனர் அல்லது அதைச் சிதைத்துக்கொண்டு வேறோர் கோணத் தில் வளர விட்டிருந்தனர். ஒரு சாமியார் தன்னுடைய வலது கரம் வளர்ச்சிகுன்றி சூம்பிப்போகும் வண்ணம் அதை எப்பொழு தும் மேல்நோக்கியே வைத்திருப்பதை சித்தார்த்தன் கண்டான். ‘மனிதர்கள் ஏன் தங்களுக்குத் தாங்களே இப்படிச் செய்துகொள் கிறார்கள்?’ என்று தனக்குத்தானே கேட்டுக் கொண்டான் சித்தார்த்தன். இது என்ன! மனிதனாக இருப்பதை எதிர்த்துச் செய்யும் ஒருவிதப் போராட்டமா? இப்படித்தான் இருக்கவேண்டும் என்பது அவர்களுக் கான விதிமுறையா என்ன? மனிதர்களின் வாழ்க்கையே பரிதாபமானதா கத்தான் இருக்கிறது. மனிதப்பிறவி என்பதே அடிப்படையில் ஒருவிதக் குறையுடனும் துன்பத்துடனும் இருக்கையில் இந்தச் சாமியார் கள் ஏன் அதை இன்னும் துன்பகரமானதாக ஆக்கிக்கொள்கிறார்கள்? அந்தோ பரிதாபம்...

இன்னும் கொடுமையான வேதனையான ஒரு நடைமுறையும் இருந்தது. அவர்கள் தங்கள் சதையில் துளையிட்டுக் கொண்டு அதில் அதிக பாரமான ஏதாவது ஒன்றைக் கட்டிவைத்திருந்தனர். இவற்றை யெல்லாம் மனிதன் மானுடம் மீது காட்டும் ஒருவகைக் கோப மாகவும் செய்யும் நிந்தனையாகவுமே சித்தார்த்தன் கண்டான். இது ஒரு பரிதாபநிலையை மட்டுமே பகிரங்கமாகப் பறைசாற்றிக் கொள் கிறது என்றும் அவன் கருதினான்.

‘இங்கே நீங்கள் அதை உங்கள் வாழ்க்கையின் பெரிய ஆனந்தமாக, சாதனையாகச் சித்தரித்து வைத்திருக்கிறீர்கள். படைத்தலின் கடவுளான பிரம்மனுக்குக் கிடைக்கும் ஆனந்தத்திற்கு இணையானதா இது? நன்றாக கேட்டுக்கொள்ளுங்கள்.. இதைப் பயனற்ற ஒன்றாக இழிவான ஒன்றாக மட்டுமே நான் காண்கிறேன்.’

இத்தகையவற்றை மனிதகுலத்தின் மாண்பைச் சீர்குலைக்கும் ஒன்றாகவே சித்தார்த்தன் கருதினான்.

இறுதியில், சித்தார்த்தனின் இந்தச் சந்திப்புகள் அவன் தன் மனதிற்குள் பல நாட்களுக்கு அசைபோடுமளவிற்கான ஆழ்ந்த கேள்விகளை உருவாக்கிவிட்டன.

~

அனைத்துத் தரவுகளையும் அடிப்படையாகக் கொண்டு பார்க்கையில் அவன் தன் மாளிகையைவிட்டு வெளியே உலா சென்ற அந்த முதல் பயணத்திற்குப் பின்னர்தான் அவன் ஞானமடைவதற்கான தேடல்களை முன்னெடுத்தான் என்று கூறினாலும், அவனது ஈடுபாட்டைக் காண்கையில் அந்தக்கேள்வி அவனது மனதில் முன்பே வேரூன்றியிருப்பதை நாம் அறிந்து கொள்ள முடியும். துறவின் மீது என்றில்லாமல் அடிப்படை மதக்கொள்கைகள் மீதும்தான் அவன் ஈடுபாடு கொண்டிருக்கிறான். கி.மு. ஆறாம் நூற்றாண்டு காலத்தில், துறவுகளைவிடவும் வேத பலிகளே முக்கியக் கொள்கைகளாக இருந்தன. அது தோன்றுகையில் மிகப் புதுமையானதாகவும் ஆர்வமூட்டுவதாகவும் ஒரு திருப்புமுனையாகவும்தான் இருந்திருக்கிறது. ஆனால் அது சித்தார்த்தன் பிறப்பதற்கும் ஆயிரம் ஆண்டுகள் முன்பு நிகழ்ந்த ஒன்று. ஆனால், தன்னியல்பாகவே நடைமுறையில் அது தன்னுடைய இளமையை மேல்பூச்சு பூசி காத்து வந்தது. சித்தார்த்தன் காலத்திற்கும் ஆயிரம் வருடங்கள் முன்பு, மெய்மையை அறியும் பொருட்டு ஞானிகள் குழுமினர். அங்கு அவர்கள் தங்களுடைய உணர்வுகளையும் சிந்தனைகளையும் தன்னிச்சையாக வெளிப்படுத்தினர். அவர்களுடைய புரிதல்களும், பெருகிவந்த அவர்களின் கருத்துக்களும், ஒரு கட்டமைப்பில் பொருத்த இயலாத வகையில் மிகவும் சுதந்திரமானதாகவும், அதிகம் புதிர்த் தன்மை கொண்டதாகவும் இருப்பதை நாம் காண்கிறோம். அந்த ஆரம்ப கால இந்தியஆரிய ஞானிகள் தங்களுடைய தீர்க்க தரிசனத்துடன் கண்டடைந்த சிந்தனைகளும் உணர்வுகளுமே வேதம் எனப்படுகிறது. இரண்டாயிரத்து ஐநூறு ஆண்டுகளுக்கு முன் அவற்றைத் தொகுக்கும் வேலைகளே முடிவடைந்திருக்கின்றன என்பதனைக் காண்கையில் அது குறையற்ற ஒன்றாகவும் துடிப்பும் உற்சாகமும் கொண்ட அறிதலாக இருந்திருக்கும் என்பதையும் உணர்ந்துகொள்ள முடிகிறது. கண்டிப்பாக அது வியத்தலுக்குரியதொரு ஞானம்தான்.

அப்போது நிரந்தரமில்லாதவையேதும் இருக்கவில்லை
நிரந்தரமான பரம்பொருளும் இருக்கவில்லை
காற்றும் இருக்கவில்லை
அதற்கப்பால்
வானமும் இருக்கவில்லை
மறைந்து கிடந்ததுதான் என்ன?

எங்கே? யாருடைய பாதுகாப்பில்?
புரிந்துகொள்ள முடியாத ஆழமான நீர்ப்பரப்பா?

இவ்வரிகள் வேதத்திலுள்ள சிருஷ்டி கீதம் என்னும் பாடலில் உள்ளவை. ஒரு பெரு வியப்பையும், தத்தளிப்பையும் கைவிடப்பட்ட தன்மையும் கொண்டிருந்தவர்கள் இப்பிரபஞ்சம் உண்டானதைப் பற்றிக் கீழுள்ள வரிகளில் இன்னும் விளக்குகிறார்கள்.

மற்றொரு கேள்வி உங்களில் எழும்;
இதை உருவாக்கியவர் யார் ?
அதை உங்களால் அறிய இயலாது.

பனிபடர்ந்த முகில்களால் சூழப்பட்டு, வேதவரிகளைத் தன் உதடுகளில் ஓயாமல் உச்சரித்துக்கொண்டே இருந்த வேத நெறியினர் அங்கிருந்து கலைந்து சென்றனர். ஆனால் கி.மு. ஆறாம் நூற்றாண்டில் அந்த வேத நெறியானது ஆயிரம் ஆண்டுகள் பழமைவாய்ந்த ஒன்றாக ஆகிவிட்டிருந்தது. சித்தார்த்தனின் காலத்தில் அதில் இருந்த அர்ப்பணிப்பான வரிகளும் கோஷங்களும் அர்த்தமிழந்து மறைந்து பல காலங்களாகி இருந்தன. காலப்போக்கில், அந்த அர்ப்பணிப்புகள் மிகவும் சிக்கலானவையாகவும் பழமையானவையாகவும் மாறி விட்டிருந்தன.

சித்தார்த்தன் தன் இளம் வயதில் தான் ஒரு வேள்விக்கூடத்தைக் காண விரும்புவதாகத் தெரிவித்தான். அங்குதான் வேள்விக்கான பலிகள் இடப்படும். சித்தார்த்தனின் விருப்பம் தலைமை புரோகிதருக்குத் தெரியப்படுத்தப்பட்டது.

'வருக! இளவரசே!' வணங்கினார் புரோகிதர்.

'நான் வேள்வி நிகழும் முதன்மைக் கூடத்தைக் காண விரும்புகிறேன், முனிவரே.'

'நன்று இளவரசே! இன்று வியாழனுக்கு உகந்த குருவாரம், நல்ல நாள். மேலும் தாங்கள் இவ்வண்ணம் தர்மச் செயல்களில் ஈடுபாடு கொண்டிருப்பது மகிழ்ச்சியளிக்கிறது. வருக!'

தேர் தயாரானது. சித்தார்த்தனுடன் புரோகிதரும் அரண்மனைச் சேவகரும் காவலரும் உடன்வர, அனைவரும் வேள்விச்சாலை நோக்கிச் சென்றனர்.

வேள்விச்சாலை நெருங்கியதும் அங்கு வேள்வியில் அவியாக்கப் பட்ட நெய், தானியங்களின் வாசத்துடன் விலங்குகளின் ஊன் மணமும் நிறைந்திருந்தது. மலையாடுகள் வெள்ளாடுகள் தவிர முக்கிய தருணங்களில் எருமைகளும் அவியாக்கப்பட்டன. சில நூற்றாண்டு களுக்கு முன்புவரை மனிதர்களையும் அவியாக அளித்ததற்கான சாதகங் கள் இருந்தன. சுத்தோதனருமே தனக்குப் பிள்ளை பிறப்பதற்காக

வேண்டி ஒரு சிறுவனை அவியளித்ததாகக் கூறப்படுவதுண்டு. அது ஒரு கதையாக மட்டுமே உலவுகிறது. யாரும் அதுகுறித்து வெளிப் படையாகப் பேச விரும்பவில்லை. அந்நிகழ்வு உண்மையாக இருந்திருக் கும் பட்சத்தில் இந்த யாகசாலையில் அந்தச் சிறுவனை எவ்விடத்தில் அவியாக்கியிருப்பார்கள் என்று அறிவதும் சித்தார்த்தனின் ரகசிய எண்ணமாக இருந்தது. அதை சித்தார்த்தனால் சற்றும் ஏற்க முடிய வில்லை. அவனுக்கு அது மிகவும் பயங்கரமான ஒன்றாகத் தோன்றியது. அவனும் அதை மறக்கத்தான் முயன்றான். ஆனால். ஒவ்வொரு முறை அவன் அதை மூடிமறைக்கும் போதும் பூதம் போல பேருருக்கொண்டு அது எழுந்து வந்துகொண்டேயிருந்தது.

வேள்விச்சாலை, தரையிலிருந்து ஒரு கையளவு உயரத்திற்கு உயர்ந்து நின்றது. தலைமைப் புரோகிதர் யாகத்தின் முடிச்சுகளைக் கூறிக்கொண்டிருந்தார்.

'இவையனைத்துமே பிராமணீயத்தால் புனையப்பட்டவை' என்றான் சித்தார்த்தன். 'யாகசாலையின் மேற்குப்புறத்தில் உணவுப் பொருட்கள் சமைக்கப்படுகின்றன.'

'கிழக்குப்புறம் இருப்பவையெல்லாம் என்ன?'

'அந்தச் சதுர குண்டத்தில்தான் அவிப்பொருட்கள் தீயிலிடப் படுகின்றன. அக்னிதேவர் அதைச் சொர்க்கத்துக்கு இட்டுச் செல் கிறார் இளவரசே!'

சற்று நகர்ந்த புரோகிதர் தன் கையை நீட்டியபடி, 'தென் புறத்தில் இருக்கிறது அந்த மூன்றாவது நெருப்பு. அது சந்திரனைக் குறிக்கிறது.'

'அது என்ன செய்கிறது?'

'மூன்றாவது நெருப்பு தீயவைகள் ஏதும் இந்த வேள்வியை அண்ட விடாத வண்ணம் விலக்கியிருப்பதற்காக உருவாக்கப் பட்டுள்ளது.'

'வேள்விக்குண்டம் அங்கிருக்கிறது.. அதற்கு வலதுபுறமாக தீயவைகளையும் பேய்களையும் அச்சுறுத்திவைக்கும் இந்நெருப்பு உள்ளது.'

'ஆம். இளவரசே!'

'மனிதர்கள் அஞ்சுபவர்கள். எப்பொழுதுமே அச்சத்தில் இருப்பவர்கள்..'

சித்தார்த்தன் உரைத்ததிலிருந்து அவர் என்ன புரிந்து கொண்டாரோ எனக் குழம்பிப்போன புரோகிதர், 'எல்லாமே நெறிப்படிதான் நிகழ்கின்றன இளவரசே!' என்றார்.

'அல்லது இப்படியிருக்குமோ, நிறைய விலங்குகள் பலியிடப்படு வதினால் அவற்றின் ஆவிகள் குறித்து அச்சப்படுகின்றனரோ?'

‘எல்லாமே நெறிப்படிதான் நிகழ்கின்றன இளவரசே!’

‘அல்லது, இன்னொரு வேள்விக்குண்டம் என்பது இன்னொரு புரோகிதரின் வேலைக்கும் வழிவகுக்கிறது என்பதும் ஒரு காரணமாக இருக்கலாம்.’

அதில் இருந்த இகழ்ச்சியை உணர்ந்தவராய்ப் பதிலேதும் உரைக்காமல் அமைதிகாத்தார் புரோகிதர்.

வேள்விச்சாலைக்கான பயணமும் முடிந்துவிட்டது. ஆனால் சித்தார்த்தனின் மனதில் அது மிக ஆழமாகப் பதிந்துவிட்டது. நெய்யின் ஊனின் எரிமணம் அவனுள் நிறைந்திருந்தது. ‘இதுவல்ல நான் உணரும் தர்மம்’ என்று அவன் தனக்குள் சொல்லிக் கொண்டான்.

பிறகொருநாள் சித்தார்த்தன் ஒரு வேள்வியில் பங்கேற்றான். அங்கு எரிந்த ஊனின் மணம் அவனை எரிச்சலூட்டியதா அல்லது அங்கு தொடர்ந்து சமஸ்கிருதத்தில் ஓதப்பட்ட மந்திரங்கள் அவன் நரம்பை அதிரச் செய்தனவா என அவனால் அறிய முடியவில்லை. அது அவனுக்கொரு அர்த்தமில்லாத கூச்சலாகத் தோன்றியது. வேள்வி முடிந்ததும் காணிக்கைக்கு அவர்கள் காட்டிய பேராசை கொண்ட முனைப்பில் அவர்களின் அகந்தை முகங்களை அவன் கண்டான். அந்த வேள்வியை நிகழ்த்திய பிராமணரே, அதை எங்கனம் நடத்த வேண்டும் என முழுமையாக அறிந்தவர். அவ்வகையில் அவர் கடவுளைவிட உயர்ந்தவராகிறார். ஏனெனில் அவரின் ஞானம் இல்லாவிடில் கடவுளேகூட ஒன்றும் இயலாதவராகிறார். வேதங் களையும் சுருதிகளையும் ஓதுவதும் அவ்வண்ணம் ஓதுகையில் அதற்கான ஏற்ற இறக்கங்களோடு அதைச் சரியாக உச்சரிப்பதுமே பிராமணர்களின் தனித்தன்மையாக இருந்து வந்தது. அத்தகைய புரோகித பிராமணரின் தகுதி என்பது ஒரு பிராமண குருவின் வீட்டில் பன்னிரு ஆண்டுகள் தங்கி தீவிரமான பிரம்மச்சரியத்தைக் கடைப்பிடித்து, வேள்வித்தீயை உண்டாக்கி காத்து, வேதங்களையும் மந்திரங்களையும் சடங்குகளையும் கற்றுத் தேர்ச்சியடைந்தபின் வருவது. அந்தக் கல்வியின் முடிவில்தான் ஒரு பிராமண இளைஞர் தொழில்முறை புரோகிதராக ஆகிறார். அவ்வண்ணம் ஒரு குறிப் பிட்ட குலத்திலிருந்து மட்டும் தேர்ந்தெடுக்கப்பட்டு இத்தகைய பணிகளில் ஈடுபடும் புரோகிதர்கள் அதீதக் கர்வமும் அகந்தையும் கொண்டிருப்பதில் வியப்பதற்கு ஒன்றுமில்லை.

கி.மு. ஆறாம் நூற்றாண்டில் வேள்வி என்பது பல தலை முறைகள் தாண்டி அர்த்தமிழந்துபோய், வெறும் நடைமுறைச் சடங்காக மட்டுமே நீடித்திருந்தது. சித்தார்த்தன் தன்னுடைய பதின்பருவத்தின் இறுதியில் இருந்தபோது வாழ்க்கைக்கான ஒரு தேடலை மேற்கொண்டு அனைத்துலகிற்கும் பொதுவானதொரு

நோக்கோடு சிந்திக்கையில் இத்தகைய வேள்விகளும் சடங்குகளும் அவன் சிந்தனைக்கு முரணாகவே இருந்தன, அச்சடங்குகள், அவனுடைய மூளைக்குள் முட்டி மோதிக்கொண்டிருந்த கேள்விகளுக்கான பதில்களைப் பெற்றுத்தரக்கூடிய சாத்தியங்கள் ஏதுமற்றிருந்தன. அவன், வேதம் மற்றும் வேள்விகளை ஆதரித்த மதங்களின் மீதான ஆர்வத்தையே விட்டொழித்திருந்தான். ஓரிருமுறை அவனது தந்தை சுத்தோதனர் அவனை யாகத்தில் தலைவனாக அமரும்படி பணித்ததுண்டு. 'இவ்வகை வேள்விகளால் கடுந்தலைவலியைத் தவிர வேறெதையும் நான் பெறவில்லை' என்று இரக்கமின்றிக் கூறி அவன் மறுத்துவிட்டான்.

சித்தார்த்தனின் காலத்திலுமே வாழ்க்கையை, இருப்பின் அடிப்படையைச் சிந்திக்கிற ஞானிகளும் துறவிகளும் வேத நெறியினருக்கு இணையாகவே இருந்தனர் என்றபோதும் அந்தத் துறவிகள் மற்றும் ஞானிகள் யாரும் ஒரு அமைப்பின் கீழ் திரண்டிருக்கவில்லை. மேலும் அவர்கள் தர்க்கரீதியாகச் செயல்படுபவர்கள் அல்ல. உள்ளுணர்வு சார்ந்து இயங்குபவர்கள். அது ஒரு மூடியிருந்த குழுவாகவே இருந்தது. இன்னும் சிறப்பாக வரையறுக்க வேண்டுமெனில், அந்தக் காலத்தின் தன்னாட்சி பெற்று விளங்கிய ஒரு மனநல மருத்துவ முறை என்று சொல்லலாம்.

அக்காலகட்டத்தில் அவற்றுக்கு மாற்றாகவும் நம்பிக்கை அளிக்கும் வண்ணமும் திகழ்ந்தவை உபநிடதங்கள். கி.மு. ஏழாம் நூற்றாண்டில் அவை வெளிக்கொணரப்பட்டு இளஞ்சிந்தனையாளர்களால் விரும்பி ஏற்றுக்கொள்ளப்பட்டிருந்தன. உபநிடதங்கள் இரகசியக் கோட்பாட்டின் ஒரு வகையாக இருந்ததால் அதனுடைய மர்மம் இன்றும் வலுவாகவே இருக்கிறது. (உபநிஷத் என்பதை நேரடியாக மொழிபெயர்த்தால் 'ஒரு குருவிற்கு அருகில் அமர்ந்து கொள்ளல்' என்றே பொருள் தரும்). குருவானவர் அவற்றைத் தனிப்பட்ட முறையில் உபதேசிப்பார்.

சித்தார்த்தனின் இளமைப்பருவத்தில் அத்தகைய உபநிடதங்கள் ஒன்றன்பின் ஒன்றாகப் புதிதாகத் தோன்றிக்கொண்டே இருந்தன. அவன் ராஜகுமாரனாக இருந்ததால் அவனுக்கான ஆசிரியர்களுக்கும் குறைவில்லை. சித்தார்த்தன் உபநிடதங்களில் பெருந்தேர்ச்சி பெற்றவரும் மிகுந்த ஞானமுடையவராகவும் விளங்கிய பிருகுரிஷியிடம் கற்றுக்கொள்ள முடிவெடுத்தான்.

உபநிடதங்கள் அக்காலகட்டத்தில் மிகவும் புத்துணர்ச்சி மிக்கவையாகவும் வேதங்களின் மீதான வியத்தகு காதலூட்டுவனவாகவும் விளங்கின.

'யார் அந்த ஒருவன்?'

‘அவனை நாம் ஆன்மா என்று தியானிக்கிறோம்.’

‘ஆன்மா எனப்படுவதுதான் என்ன?’

‘யாரால் நாம் பார்க்கிறோமோ, கேட்கிறோமோ, மணத்தை முகர்கிறோமோ..’ இது ஐதரேய உபநிடதத்தில் வருகின்றது. பின்வரும் வரிகள் ஸ்வேதாஸ்வதர உபநிடதத்திலிருந்து வருபவை: எதன் பொருட்டு....? பிரம்மமா...? எங்கிருந்து நாம் பிறக்கிறோம்?

எதன்பொருட்டு நாம் வாழ்கிறோம்? எதன் மீது நாம் நிறுவப் பட்டிருக்கிறோம்...

இவ்வியத்தலே மிகவும் வியப்பூட்டுவதாக இருக்கிறது. மிகவும் களிப்பூட்டுவதாகவும் இருக்கிறது. ஆனால் சித்தார்த்தனின் தேடலுக்கான விடையாக இது இல்லை. அவன் மனதை அரித்துக் கொண்டிருந்த, அவன் கண்டடைந்த தரிசனங்களால் உந்தப்பட்ட கேள்விகளுக்கு அவை பதிலளித்து ஈடு செய்யவில்லை.

உபநிடதங்கள், அனைத்திற்கும் பொதுவானதொரு முழுமையான கோட்பாடுகளை உபதேசிப்பதாக சித்தார்த்தன் கண்டறிந் தான். நேரடியாகச் சொல்லாமல் மழுங்கிய முறையில் சொல்லியிருப் பதாகவும் அவனுக்குத் தோன்றியது. குறிப்பாக கடோபநிஷத்தின் வரிகள் ‘ஞானியரே! ஆன்மாவுக்குப் பிறப்பு, இறப்பு இல்லை. எதிலிருந் தும் உண்டாகவும் இல்லை’. உபநிடதங்களில் இருந்த அந்தப் பொருண் மைவாதத்தை சித்தார்த்தன் ஐயத்துடனே அணுகினான். இந்தியத் தத்து வங்களில் ஒரு முதிர்ந்த தத்துவ ஞானியென, புத்தர் இந்தியத் தத்துவங்களில் உள்ள இவ்வித வலியுறுத்தல்களை மறுத்துரைத் திருக்கிறார். அவர், ‘அழிவற்ற ஆத்மா என்னும் ஒன்று, உடலிலோ அல்லது எல்லாப் பொருள்களிலும் உள்ளும் புறமுமாகவோ இல்லை’ என்று அறிவித்தார்.

‘இளவரசே! நீங்கள் உபநிடதத்தை முற்றிலும் ஏற்கவில்லை என்று அறிகிறேன்’ என்றார் பிருகு ரிஷி.

‘ஆசிரியரே! உண்மையைச் சொன்னால் ஒரு கடவுள், முற்றிலும் முழுமையான ஒன்று, ஆகிய தத்துவங்களில் எனக்கு முழு உடன்பாடு இல்லை. வரும் நூற்றாண்டுகளில் இந்துக்கள் பல தெய்வ வழிபாட்டுக்குத் திரும்பி விடுவார்கள் என்றே நான் உய்த்துணர்கிறேன்.’

‘இருக்கலாம். ஆனால் உபநிடதத்துக்குள் இன்னும் பல விஷயங்கள் இருக்கவே செய்கின்றன.’

‘அதையும் உணர்ந்தே இருக்கிறேன். அதனால்தான் இன்னும் என்னுடைய கல்வியைத் தொடர்கிறேன். இந்தச் சிந்தனையே மிகவும் ஆர்வமளிக்கும் வண்ணம் இருக்கிறது. சிந்தனையாளர்களுக்கு இது ஒரு பெரும் புதையல்தான்.’

‘மிகச் சரியாக உரைத்தீர்கள் இளவரசே! இவ்வரியைப் பாருங்கள்...’

‘அறிக! உண்மையில் மனைவிக்காக மனைவி நேசிக்கப்படுவ தில்லை. ஆன்மாவிற்காகவே மனைவி நேசிக்கப்படுகிறாள்...’

‘அறிக! உண்மையில் பிள்ளைகளுக்காகப் பிள்ளைகள் நேசிக்கப் படுவதில்லை. ஆன்மாவிற்காகவே பிள்ளைகள் நேசிக்கப்படு கின்றனர்...’ மேலும்...

‘ஒவ்வொரு சிந்தனையும் ஆழ்ந்து யோசிக்கவைக்கின்றன ஆசிரியரே’

‘இந்த நீண்ட வரிகளைக் கேளுங்கள்...’

எவனொருவன் பசி மற்றும் தாகத்தைத் தாண்டியவராக விளங்குகிறானோ, துக்கம் மற்றும் மாயைக்கு அப்பால் இருக்கிறானோ, முதுமை மற்றும் இறப்புக்கு அப்பால் செல்கிறானோ – பிராமணன், இத்தகைய தன்னலத்தை வென்று மைந்தர் பாசம், செல்வத்திற்கான ஆசை, உலகியலுக்கான விருப்பம் அனைத்தையும் வென்று தவவாழ் வில் அமர்கிறான். மைந்தர் மீது பாசம் கொள்வதும் செல்வத் திற்கான விருப்பமேயாகும். செல்வத்துக்கான விருப்பம் மற்ற உலக இன்பங்களுக்கான விருப்பமே. ஏனெனில் இவை வெறும் விருப் பங்கள் மட்டுமே.

ஆகவே, ஒரு பிராமணன் ஒரு குழந்தையைப் போல் வாழக் கற்றுக் கொள்வதற்கும் விரும்புவதற்கும் ஆசைப்படுபவனாக விளங்குகிறான். அந்தக் குழந்தைமையையும் கற்றலையும் அவன் வெறுக்கிறபொழுது அவன் ஒரு துறவி ஆகிறான். அவன் துறவுநிலையையும் துறவற்ற நிலை யையும் வெறுக்கும்பொழுது, பிராமணனாகிறான். ‘எதனடிப் படையில் எதனால் அவன் அவ்வாறு ஆகிறான்? அங்கு இந்த ஆத்மனைத் தவிர வேறொன்றுமில்லை.’

சித்தார்த்தன் பிருஹதாரண்யக உபநிடதத்தின் இந்தச் சிந்தனை யால் ஈர்க்கப்பட்டான். இது அவனது சிந்தனையின் எதிரொலி யாகத்தான் தோன்றியது. ‘இருவருமே வெறுக்கிறார்கள்.. பிறகு அவன் சந்நியாசியானான்.’ எந்த இளைஞன் விரைவில் தன்னுடைய குடும்பத்தைவிட்டுத் தனித்து வாழப்போகிறானோ, எவனது வாழ்வு அலைச்சல் மிகுந்ததாகவே இருக்கப்போகிறதோ, எவன் ஒரு முனிவ ராகவே வாழப்போகிறானோ அவனுக்காகப் பேசப்பட்டிருப்பது இது.

பிருகு முனிவர் அவ்விளைஞனுக்கு அங்கே விரவியுள்ள மற்றொரு சிந்தனையை அறிமுகம் செய்தார். அந்தத் தத்துவம் ‘லோகாயதா’ என்று அழைக்கப்பட்டது. அதன் விளக்கம் ‘நிகழ்கால உலகை நோக்குதல்’ என்பதாகும். அதன் முதன்மையானவர்கள்

சார்வாகர்கள். லோகாயதாக்கள் நாத்திகர்கள் என்றும் அழைக்கப் பட்டனர். கடவுள் மறுப்பாளர்கள் என்னும் பொருள் பெறும் சொல். கடவுள் இல்லை என்னும் கொள்கையை லோகாயதாக்கள் முன்மொழிந் தனர். மக்கள் அவர்களைப் பரிகசித்தனர். பிற்காலத்தில் புத்தர் இவ்வகையான உரைகளைத் தவிர்த்தார். அவர், 'அந்தக் கேள்வியைப் புறந்தள்ளுங்கள். நமக்கு ஆசை, துன்பம் என்று விடைகாண வேண்டிய கேள்விகளே மிகுதியாக உள்ளன' என்று கூறினார். லோகாயதாக் களின் கூற்றான 'உயிரோடிருக்கும் வரை மகிழ்வாக இரு. கடனாளி யாக இருக்கும்போதும் நெய்யை அருந்தி மகிழ்வாக இரு. வாழ்வில் சந்தோஷத்தை அதிகரித்துக்கொள்வதே வாழ்க்கையின் பயன்மதிப்பு' என்பதைப் புத்தர் தீர்மானமாக மறுதலித்தார். இந்தச் சிந்தனை புத்தருக்கு எதிரானது.

அந்நகரின் ஒவ்வொரு மூலைக்கும் சென்று அதன் எல்லை களில் இருந்த வனப்பகுதியில் வெவ்வேறு தத்துவப் பின்புலம் கொண்ட மக்கள் கூடி விவாதித்துக் கொண்டிருந்தார்கள். இந்தத் தத்துவ விசாரங்கள் ஒரு இளைஞனுக்குத் திருப்தியளிக்கவில்லை யெனில் அவன் அங்கு சென்று தர்க்கம் செய்து உரையாடலாம். அங்கிருக்கும் மேடைகளில் ஆசீவகர்கள் இருந்தனர். ஊழ்வழிக் கோட்பாட்டினர் இருந்தனர். மேலும் உறுதியற்ற மதக்கொள்கை யுடன் ஆறு மாதங்களுக்கொருமுறை தன் நம்பிக்கையை மாற்றிக் கொள்பவரும் இருந்தனர். கி.மு. ஆறாம் நூற்றாண்டிலேயே இந்தியா வில் திகட்டுமளவிற்கு சிந்தனைத்தளம் நிகழ்ந்து கொண்டிருந் ததாலேயோ என்னவோ அங்கிருந்து ஒரு புத்தர் வெளிப்பட்டதில் ஆச்சரியம் ஏதுமில்லை.

ஒன்றல்ல. சொல்லப்போனால் விலைமதிக்கமுடியாத இரு வைரங்கள் தோன்றினர். தற்கால சமண மதத்தின் தந்தையெனக் கருதப் படும் வர்த்தமான மகாவீரரும் புத்தர் பிறந்த அதே காலத்தில் தான் பிறந்தார். பௌத்தம் சமணம் இரண்டுமே மிக நெருக்கமானவை. தற்காலத் தில் மிகச் சரளமாகப் புழங்கப்படும் வார்த்தையான 'அகிம்சை' இவ்விரு மதங்களிலும் குறிப்பிடத்தக்க ஒரு கூறாக உள்ளது. அதிலும் சமணம் கவரும் விதத்தில் மிகவும் மாறுபட்டதாக உள்ளது. அதை அகிம்சையின் கோட்பாடு என்றே கூறலாம். அது வேதமரபின் அவியளித்தலுக்கு எதிராக எழுந்த ஒரு கடுமையான அகிம்சை முறை.

பௌத்தமும் சமணமும் சமகாலத்தைச் சேர்ந்தவையாக இருந்தபோதிலும், அருகருகே இருக்கும் நிலப்பகுதியைச் சார்ந்தவை யாக இருந்த போதிலும் பெரும்பாலான மக்களைத் தங்கள் மதத்தைத் தழுவிக்கொள்ளச் செய்வதில் இரண்டிற்குமிடையே அடிக்கடி போட்டிகள் நிகழ்ந்துகொண்டிருந்தன. இரண்டுமே தங்களைப் பின்பற்றும் தொண்டர்களை அடித்தளமாகக் கொண்ட மதங்களாக

இருந்தன. இரண்டு மதங்களுமே ஒற்றைக் கடவுள் சித்தாந்தத்தை மறுதலித்தன. சமணம் வேதங்களின் முற்றான அதிகாரத்தை ஏற்றுக் கொள்ளவில்லை. சமண மதம் மிகப் பழமையானதும் கூட. பௌத்தம் எழுச்சியடைந்த காலத்தில் வளர்ந்த மதம் அல்ல அது. சமணமதத்தின்படி அருகர்கள், ஞான நிலையை அடைந்த மனிதர்கள், தீர்த்தங்கரர்களாகக் கருதப்படுகின்றனர். அங்கனம் இருபத்து நான்கு தீர்த்தங்கரர்கள் தோன்றினர். அவர்களில் இறுதியானவர் மகாவீரர். முதல் மூன்று தீர்த்தங்கரர்களும் யஜுர் வேதத்தில் குறிப்பிடப்பட்டுள்ளனர். சமணமதம் ஒரு கடினமான, எளிதில் புலனாகாத சிக்கலான உரையின் அடிப்படையில் ஆனது.

இருப்பினும், பண்டைக்காலத் தோற்றம் இருந்தபோதிலும் சமணம் தன்னுடைய கூற்றை விரிவாக்கவில்லை. அல்லது பௌத்தம் போல தொலைதூரத்திற்குப் பரவவும் இல்லை. ஆனால் பௌத்தம் தன் அடிப்படை இயல்பிலேயே உலகப் பொதுமையான ஒரு தன்மையைக் கொண்டிருக்கிறது. இது தொடர்ச்சியாகத் தன்னைப் பின்பற்றுபவர்களைச் சேர்த்துக்கொண்டேயிருந்தது. குறைந்தபட்சம் தன்னை ஆதரிப்பவர்களையாவது சேர்த்துக்கொண்டிருந்தது. சமணத்திற்கு ஒரு மாகாணம் சார்ந்த உணர்வு உள்ளது. அது இன்னமும் தன் பழைய அடியார்களின் தலைமுறைகளுடனே திருப்தியடைந்து கொண்டிருக்கிறது. பௌத்தம் கவர்ச்சியானதாகவும் காந்தம் போலக் கவர்ந்திழுப்பதாகவும் உள்ளது. தன் செல்வாக்கு மிகுந்திருந்த காலங்களில் பௌத்தம் தன் சொற்களை விரிவாகவும் தொலைவாகவும் பரப்பியது. இன்றுமேகூட, சீன மற்றும் ஜப்பானிய அடியார்கள் பௌத்த மதத்தின் புனித இடங்களைத் தரிசிக்க இந்தியா வருகின்றனர்.

ஆனால் தன் தாய்நாட்டிலிருந்து பௌத்தம் ஏறக்குறைய மறைந்தே விட்டது என்பது ஒரு துயரமான முரண்நகை. வலுவானதாகவும் வெளிப்புலனுக்கு அறியப்படாமலும் விசைகொண்டிருந்த இந்து மதத்தின் ஆகப்பெரிய நிழலில் இது நடைமுறையில் சுவடில்லாமல் அழித்தொழிக்கப்பட்டது. திபெத்திய அடிமைகள் மற்றும் டாக்டர் பி.ஆர்.அம்பேத்கரின் காலத்தில் அவரைப் பின்பற்றி மதம் மாறிய தலித் மக்கள் என இங்கும் அங்குமாக இம்மதம் நீடித்திருக்கிறது. இருப்பினும் பௌத்தம் ஸ்ரீலங்காவிலும் மேலும் சில தெற்காசிய நாடுகளிலும் முழுவீச்சுடன் இயங்கி வருகிறது. சமணம் மாநில அளவில் இருந்தாலும் சில தேர்ந்தெடுத்த பகுதிகளில் ஸ்திரத்தன்மையுடன் திகழ்கிறது. புத்தரும் மகாவீரரும் சமகாலத்தவர்கள் மட்டுமல்ல, அவர்கள் இருவரும் ஒருவருக்கொருவர் அருகிலேயே வாழ்ந்திருந்தனர். மகாவீரர் பாவாபுரி என்னும் நகரத்தில் இறந்தார். அங்குதான் புத்தர் தன் இறுதிப்படுக்கையில் விழுந்தார். இறுதியில் அவர் குசிநாராவில் இறந்தார். இது பாவாபுரியிலிருந்து

ஆறு மைல் தொலைவில் உள்ளது. அருகருகே வசித்திருந்தாலும், வாழ்ந்து மறைந்திருந்தாலும் அவ்விரு மாமனிதர்களும் ஒருவருக் கொருவர் சந்தித்ததாகவோ உரையாடியதாகவோ குறிப்பு களோ தரவுகளோ ஏதும் இல்லை. அவர்கள் இருவருமே தங்களைப் பின்பற்றுபவர்களை அதிகரித்துக் கொள்வதில் மும்முரமாக இருந்தி ருக்கக் கூடும்.

~

சித்தார்த்தனுக்கு இருபது அல்லது இருபத்தொன்று வயதாகி யிருந்தபோது அவனுக்கு ஒரு அசாதாரணமான அனுபவம் நிகழ்ந்தது. அங்கு நான்கைந்து சத்ரிய இளவரசர்கள் குழுமியிருந்தனர். அனைவருமே ராஜகுடும்பத்தைச் சேர்ந்தவர்கள். அவர்களில் ஒருவனான ஹேமகுப்தன் சித்தார்த்தனைக் காண அதிகாலை யிலேயே வந்தான். "கிளம்பி வா சித்தார்த்தா! நாம் ஒரு முக்கியமான சந்திப்புக்குச் செல்லவேண்டும்."

'என்ன சந்திப்பு அது... பெண்களா?'

'அல்ல.. அங்கு வந்தால் நீயே அறிந்துகொள்வாய். உன் புரவியை எடுத்து வா'

அவர்கள் இருவரும் கானகம் இருக்கும் திசை நோக்கி விரைந் தனர். ஒரு காட்டாறு அருகே நின்றனர். அவர்களின் தோழர்கள் இருவர் ஏற்கனவே அங்கு வந்தடைந்திருந்தனர். அந்தக் காட்டாற்றின் ஓரமாக ஒரு வளர்ந்த ஆண்புலியின் சடலம் கிடந்தது.

'நேற்று நானும் உக்ரசேனனும் எங்கள் அம்பால் அதை வீழ்த்தி னோம். பிறகு கிளைகளையும் இலைகளையும் போட்டு மறைத்து வைத்தோம்.'

'இதைக்கொண்டு நாம் என்ன செய்யப்போகிறோம்' எனக் கேட்டான் சித்தார்த்தன்.

'அதன் மார்பைப் பிளந்து அதன் இதயத்தை உண்போம். மிருகங்களை வெட்டி அறுப்பதில் உக்ரசேனன் விற்பன்னன்.'

'என்ன? இதயத்தை உண்பதா.. உண்மையாகத்தான் கூறுகிறாயா?'

'ஆம். புலியின் இதயத்தை உண்பவன் புலியின் தைரியத்தை அடைகிறான். நாம் சத்ரியர்கள். விரைவில் போர் வீரர்களாக ஆகிவிடுவோம். ஆகவே இது நமக்கு மிகவும் உகந்தது.'

சித்தார்த்தன் அமைதியாக இருந்தான்.

கூர்மையான கத்தியைக் கொண்டு உக்ரசேனன் புலியின் மார்பைக் கச்சிதமாகக் கீறி அதன் இதயத்தை வெளியே எடுத்தான். அவன் ஹேமகுப்தனை நோக்கி ஒரு குறிப்பிட்ட மரத்தின் பெயரைச் சொல்லி அதன் பெரிய இலைகளை எடுத்துவரச் சொன்னான்.

உக்ரசேனன் அந்த இலையில் புலியின் இதயத்தை வைத்து அதை நான்காக நறுக்கினான்.

'நண்பர்களே! ஆளுக்கொரு பங்காக எடுத்துக்கொள்ளுங்கள்'

மற்ற அனைவரும் எடுத்துக்கொண்டபின்பும் சித்தார்த்தனின் பங்கு அப்படியே இருந்தது.

'எடுத்துக்கொள் சித்தார்த்தா'

'நான் அவ்வண்ணம் செய்வதாக இல்லை..'

'சித்தார்த்தா.. நாம் சத்ரியர்கள். நீ விரைவில் தளபதியாகி விடுவாய் அல்லது அரசனாகக்கூட ஆகிவிடுவாய். உன் நன்மைக்குத் தான் கூறுகிறோம்'

'தங்களின் அன்பிற்கு நன்றி நண்பர்களே.. ஆனால் இது என்னுடைய நம்பிக்கைகளுக்கு உகந்ததாக இல்லை.'

'நீ துறவியாகி குருகுலத்தில் சேரப்போகிறாயா?'

'அதற்கும் அவசியமில்லை. ஆனால் அதற்காக இதைச் செய்யவும் இயலாது.'

'சரி.. அவ்வாறே ஆகட்டும். இதையும் நாங்களே எங்களுக்குள் பகிர்ந்து உண்கிறோம்' என்றான் உக்ரசேனன்.

அவர்கள் உண்டு முடித்து புறப்படத் தயாரானார்கள்.

'புலியின் உடலை என்ன செய்வதாய் இருக்கிறீர்கள்' என்றான் சித்தார்த்தன்.

உக்ரசேனன், 'நான் என் சேவகர்களிடம் சொல்லி வீட்டிற்குக் கொண்டு செல்லச் சொல்கிறேன்' என்றான்.

இன்று போலவே அன்றும் புலியின் உடல் மிகவும் அரிதான ஒன்று. பல வியாதிகளுக்கு புலியின் ஈரலையும் விரைகளையும் மருந்தாக நாட்டு மருத்துவத்தில் பயன்படுத்தினர். உடலின் கொழுப்பு உருக்கியெடுக்கப்பட்டு உடல் சுளுக்கு அல்லது பிடிப் பிற்கும், உடல் வலிக்கும் மருந்தாக்க வேண்டி பாதுகாக்கப்பட்டது.

உக்ரசேனன் முன் செல்ல சித்தார்த்தன் இறுதியாகப் பின் தொடர அவர்கள் நால்வரும் தத்தமது குதிரையில் கிளம்பிச் சென்றனர்.

நடைமுறை ஆசாரங்களில் உள்ள நம்பிக்கைகளுக்கான இன்னொரு உதாரணம் இது என சித்தார்த்தன் புரிந்துகொண்டான். வேதமரபின் விளக்கங்களுக்கும் இதற்கும் பெரிய வேறுபாடு ஏதும் இல்லை.

அவன் தன் மனதில் பூட்டிவைத்திருந்த எண்ணம் இன்னும் வலுவானதாக ஆனது. தான் அலைந்து திரிந்து அனைத்தையும் அறிந்து ஒரு முனிவராக ஆகவேண்டும் என்கிற எண்ணம் பல காலங்களாக அவனுக்குள் இருந்தது.

5

சித்தார்த்தனின் எண்ணம் திசை திரும்பியிருப்பதையும் அவன் மனது எப்பொழுதும் சிந்தனையில் ஆழ்ந்திருப்பதையும் சுத்தோதனர் கவனித்துக்கொண்டுதான் வந்தார். சிலநேரங்களில் அரண்மனைச் சுவருக்கும் அப்பால் தள்ளித் தனிமையில் ஆழ்ந்து அமர்ந்திருப்பான் சித்தார்த்தன். ஒருவேளை இமயத்தை நோக்குகிறானோ எனத் தோன்றுமளவு அவன் கண்கள் வெகுதொலைவில் ஆழ்ந்திருக்க அவன் முற்றாக ஏதோ ஒன்றைச் சிந்தித்தபடி அமர்ந்திருப்பான். அவன் இல்லறத்தாரின் கடமையிலிருந்து விலகியிருக்கும் ஒரு சுதந்திர மான பிச்சைக்காரனின் வாழ்வைக் கனவுகாண்கிறானோ எனத் தோன்றுமளவிற்கு அவனது தோற்றம் இருக்கும்.

அரச படைகளில் அவனுக்கு ஈடுபாடு இல்லையென்பதையும் சுத்தோதனர் சற்று எச்சரிக்கையுடன் கவனித்து வந்தார். வில்லம்பு களிலும், வாட்களிலும் பரவசமடையாத ஒரு சத்ரிய இளவரசன் என்பது வழமைக்கு மாறான ஒன்று. ஆனால் அவன் வாள் பயிற் சிக்கும் மல்யுத்தத்திற்கும் யானையேற்றத்திற்கும் சென்று வருவதில் ஒரு குறையும் இல்லை. ஆனால் அவனுடைய மனது அவற்றில் ஒன்ற வில்லை.

இந்நிலையில் இருக்கும் மற்ற பெற்றோர்கள் என்ன முடிவெடுப் பார்களோ அதையே சுத்தோதனரும் யோசித்தார். தன் மகனுக்குத் திருமணம் செய்து வைத்துவிடலாம் என்று எண்ணினார். பிள்ளை களைக் குடும்பப் பிணைப்பில் ஈடுபடுத்தும் ஆகச் சிறந்த வழி அது ஒன்றுதான்.

திருமண ஏற்பாடுகள் நிகழ்ந்தன. சித்தார்த்தனின் வருங்கால மாமனார் வெளிப்படையாகவே தன்னுடைய அதிருப்தியைத் தெரி வித்தார். எப்பொழுதும் தன்னுள்ளேயே ஆழ்ந்து கிடக்கும் ஒரு கிறுக்குப் பிடித்த மாப்பிள்ளைக்கு, தான் ஆசையாக வளர்த்த பெண்ணை மணம் முடித்துத் தர யார்தான் சம்மதிப்பார்கள்? அதனால் அதற்கொரு முடிவு எட்டப்பட்டது. ஒரு சுயவரம் ஏற்பாடு செய்யலாம். அதில் ஒரு போட்டியை அறிவித்து அங்கு யார் தன் உடல் வலிமையையும் புத்திக் கூர்மையையும் கொண்டு வெற்றி பெறுகிறார்களோ அவரையே

மணமகனாகத் தேர்வு செய்யலாம் என முடிவு செய்தனர். சம வயதுடைய இளைஞர்களுக்கு அழைப்பு விடுக்கப்பட்டது. அவர்கள் சித்தார்த்தனைக் கண்டதும் சிரிக்கத் துவங்கினர். சுத்தோதனருக்குக் கவலையும் வெட்கமும் ஒருசேர ஏற்பட்டன. தனது தந்தையின் நிலைகுலைவைக் கண்ட சித்தார்த்தன் ‘வருந்தாதீர்கள் தந்தையே... இம்மூடர்கள் எனக்கு ஒரு பொருட்டு அல்ல’ என்றான். கூறியபடியே அனைவரையும் வென்றெடுத்தான்,

நடைமுறைச் சடங்குகளில் இதை ஒரு நிச்சயிக்கப்பட்ட திருமணம் என்று கூறினாலும் சித்தார்த்தனின் திருமணத்தை அப்படிச் சொல்லிவிடமுடியாது. பிம்பா தேவி என்றும் யசோதரை என்றும் அழைக்கப்பட்ட அந்தப்பெண்ணை அவள் தோழியர் கோபா என்று அழைப்பர். தன் மைந்தனுக்கு அவன் வயது பெண்களைப்பற்றியும் சொல்லித்தருவதற்கு ஏதுவாக வசந்த விழாவிற்கு சுத்தோதனர் ஏற்பாடு செய்திருந்தார். அங்கேயே சித்தார்த்தனும் யசோதரையும் ஒருவரையொருவர் கண்டிருந்தனர். அந்நேரங்களில் அங்கு இரவுநேர பண்ணிசைகளையும் சித்தார்த்தனுக்காகவும் ஏனைய பெண்களுக்காகவும் இசைத்தனர். அங்கு சித்தார்த்தனின் கவனத்தைப் பெறவேண்டி பெண்கள் ஒருவருக்கொருவர் முண்டியடித்தனர். அவர்கள் அங்கு அளிக்கப்பட்ட சுரா பானத்தை முட்டி மோதி வாங்கி அருந்தினர். சித்தார்த்தன் குடிப்பது போல பாவனை மட்டுமே செய்தான். பின்னிரவில் அனைத்துப் பெண்களும் மதுவருந்திய நிலையில் மயங்கி விழுந்து கிடக்க, சித்தார்த்தன் மெல்ல எழுந்து அவர்களின் உடல்களுக்கிடையே தன் பாதங்களைக் கவனமாக வைத்து வெளியே வரத்துவங்கினான். சித்தார்த்தனின் கவனத்தை ஈர்க்க பலவித உத்திகளைக் கையாண்ட அந்தப் பெண்களில் சிலர், மதுவருந்தி தன்னுணர்வு இல்லாது அலங்கோலமாகக் கிடந்தார்கள். சித்தார்த்தன் இதை அருவருப்பாக உணர்ந்தான்.

பிம்பாதேவி நற்குணங்களோடும் நன்றாகப் பேணி வளர்க்கப்பட்டவளாகவும் இருந்தாள். இத்தகைய வசந்தவிழாவில் கலந்துகொள்ள வேண்டி அரசாணையிருந்தாலும் இல்லாவிட்டாலும் அவளால் இந்த வசந்தவிழாவில் கலந்து கொள்வதை மறுக்க இயலாது. சித்தார்த்தன் பிம்பாதேவியை ஒருமுறைதான் கண்டான் என்றாலும் அதிலேயே அவள் மீது அவன் மையல் கொண்டு விட்டிருந்தான். அதில் வியப்பதற்கு ஒன்றுமில்லைதான். அவன் நன்கு அலங்கரிக்கப்படவில்லை என்றாலும் நல்ல உயரத்துடன் அழகனாகவே இருந்தான். அனைத்தையும்விட அவனிடம் இருந்த ஒரு தனித்தன்மையான அந்த முகவடிவிலும் குறிப்பாக அவனது கண்களாலும் பிம்பாதேவி வசீகரிக்கப்பட்டாள். அவனுடைய கண்களும் இதழ்களும் தன்னைக் கவர்ந்திழுப்பதாக அவள் உணர்ந்தாள்.

அந்த இளைஞனின் தோற்றம் வாட்டசாட்டமாக இல்லாவிடினும் அவனது முகத்தில் தீவிரமும் தோற்றத்தில் அமைதியும் மென்மையும் கூடியிருந்தன. இத்தகைய தோற்றத்தில் அவள் வேறுயாரையும் கண்டிருக்கவில்லை.

அவர்களின் பார்வைகள் சந்தித்தன. பிம்பாதேவி புன்னகைத்தாள். சித்தார்த்தனும் ஒரு கணநேர புன்னகையைப் பதிலாக அளித்தான்.

'நீங்கள் வென்றதில் நான் மிகவும் மகிழ்ச்சியடைந்தேன்.'

'எனக்குமே போட்டியாளர்களை வென்றதில் ஒரு மகிழ்ச்சியிருந்தது'

'நன்று. நமக்கு நிறைய காலங்கள் இருக்கின்றன. ஆகவே பொதுவிடத்தில் நாம் இப்படித் தனித்துப் பேசிக்கொண்டிருப்பது பார்க்க நன்றாக இருக்காது'

'உண்மைதான் பெண்ணே..' என்றவன் உடனே தன்னையறியாமல் 'நீ மிகவும் அழகாக இருக்கின்றாய்' என்றான்.

அவன் உரைத்த சொற்கள் அவனுக்கே ஆச்சரியம் அளித்தன.

பிம்பாதேவி புன்னகைத்தபடி அகன்று சென்றாள். சற்றுத் தொலைவு சென்றதும் ' நீங்களுமே அழகாகத்தான் இருக்கிறீர்கள் இளவரசே!' என்றாள்... தனக்குள்...

~

திருமண நாளன்று இரவு அவர்களின் முதலிரவில் பிம்பாதேவி மிகவும் பிரகாசத்துடன் இருந்தாள். அவளைவிடவும் அவளுடைய ஆன்மா அதிகம் சுடர்விட்டுக்கொண்டிருந்தது.

'அன்பே..!' என்றாள். வேறு வார்த்தைகள் ஏதும் அவளிலிருந்து எழவில்லை.

'வா பிம்பா. அருகில் வந்து அமர்ந்துகொள்' சித்தார்த்தன் அவளின் கரங்களைப் பிடித்துத் தனது கரங்களுக்குள் வைத்துக் கொண்டான். அவள் முகத்தை மெல்ல வருடினான். கன்னத்தில் மெல்ல முத்தமிட்டான்.

அதுவே பிம்பாவின் உள்ளிருந்த உணர்ச்சிவெள்ளத்தை மடை திறந்துவிட்டது போலும். சற்றும் சிந்திக்காமல் அவள் சித்தார்த்தனை இறுக அணைத்துக்கொண்டாள். அவளால் இன்னும் அவனுடைய இதழ்களில் முத்தமிட இயலவில்லை.

'என் உதடுகளை முத்தமிடுங்கள்' என்றாள்.

சற்றுப் புன்னகைத்த சித்தார்த்தன் அவளின் உதடுகளில் முத்தமிட்டான்.

அது சுவையாக இருந்தது என்பதைத் தவிர அவளால் வேறு எதையும் உணரமுடியவில்லை. அது அவளுக்கு ஒரு மெளன மான உள்காயம் போல இருந்தது. அவளால் அவள் விரல் களை முன்னெடுத்துச்சென்று அவனை முழுமையாகத் தழுவிக் கொள்ள இயலவில்லை. அவன் முதுகின் புறத்தில் ஏதாவது மறைத்து வைத்திருக்கிறானா என்று கூட யோசித்தாள். பின் அதோடு திருப்தியடைந்தவளாய் விட்டுவிட்டாள். அவள் சித்தார்த் தனைத் தன்னம்பிக்கை அற்றவனாகக்கூட அக்கணம் கருதி இருந்திருக்கலாம்.

அவர்கள் தங்கள் சிறுவயது கதைகளையும் தங்களின் அனைத்து அனுபவங்களையும் பேசினார்கள். பெரும்பாலும் பிம்பாதான் பேசினாள்.

பின்னிரவில் பிம்பா அவனை நோக்கி, 'நான் ஒருவகையில் உங்களுக்கு நன்றி கூறவேண்டும்' என்றாள்.

'என்ன'

"நீங்கள் முதலிரவிலேயே அளவிற்கு அதிகமாகச் செல்ல வற்புறுத்தவில்லை.'

'ஓ! அதுவா... எனக்கு அதில் பெரிய அளவில் ஈடுபாடு இல்லை பிம்பா..'

அவளை வற்புறுத்தாததற்கு நன்றி கூறப்போனவளுக்கு அவன் பதிலால் அதிருப்தியே எஞ்சியது.

அதற்கடுத்த இரண்டு மூன்று நாட்களில்கூட அவள் கணவன் அவள்மீது தனக்கிருந்த உடல்ரீதியான உரிமையை எடுத்துக்கொள்ள வில்லை. அவன் தன்னுடைய இல்லறக்கடமையைச் சரிவர ஆற்ற வில்லை என்றும் சொல்லலாம். அவன் தனக்கு விருப்பமில்லாத ஒரு உத்யோகத்தை வேண்டாவெறுப்பாகப் பார்ப்பவன் போலத்தான் நடந்துகொண்டான். திருமணமான முதல் சில இரவுக்காலங்களில் மனிதர்கள் உன்னதமான பரவசத்தை எட்டுவதற்குப் பதிலாக ஒரு ஓநாய் போல இயங்கி இறுதியில் கடும் வலியும் வேதனையும் மட்டுமே எஞ்சிய இரவுக்கதைகள் பலவற்றைப் பிம்பாவும் கேட்டிருக்கிறாள். ஆனால் இங்கோ அனைத்தும் எதிர்ப்பதமாக அல்லவா இருக்கிறது! மூன்றாம்நாள் இரவில் அவள் தன்னை அலங்கரித்துக்கொண்டு புணர்ச்சியின் முழுஇன்பத்தை அடையத் தன்னைத் தயார்படுத்திக்கொண்டாள். அது எத்தகைய வேதனைமிக்கதாகவும், பயங்கரமானதாகவும் இருந்தாலும் சரிதான். அது தனக்கு வேண்டும் என்று விரும்பினாள்.

ஆனால் அது நிகழவில்லை. அவள் கணவன் மயக்குறு வார்த்தைகளுக்கும் மென்தொடுகைகளுக்கும் அப்பால் ஏதும் செய்யவில்லை. அன்றைய பெண்கள் இன்றைய பெரும்பாலான பெண்

களைப்போலவே தனக்கு வேண்டியவற்றைத் தன் கணவனிடம் கேட்டுப்பெறும் துணிவற்று இருந்தனர். பிம்பாவோ அது ஒரு புதிரா அல்லது குழப்பமா என்று புரியாத ஒரு திரிசங்கு நிலையில் இருப்பதாக உணர்ந்தாள்.

தன் மணவாழ்க்கையின் பேரின்ப காலமாக விளங்கியிருக்கக் கூடிய அந்நாட்கள் அங்கனம் நிகழாததால் நான்காவது நாளில், பிம்பா அவ்விஷயத்தைக் கேட்பதற்கான துணிச்சலைத் தனக்குள் ஓரளவிற்குத் திரட்டிக்கொண்டாள்.

'நான் உங்களிடம் ஒன்று கேட்கவேண்டும்.'

'பிம்பா.. நீ என்ன கேட்கப்போகிறாய் என நான் அறிவேன்.'

'அவ்வாறெனில் அதற்கான விடையையும் நீங்களே கூறி விடுங்கள்.'

'ஆனால், அதில் நீ அதிருப்தியடையத்தான் வாய்ப்புகள் அதிகம்.'

பிம்பா தன் மூச்சை உள்ளிழுத்துக்கொண்டாள்.

'இங்கே பார் பிம்பா, நாம் நீண்டகாலம் இல்லறசுகங்களில் ஈடுபட்டிருக்கலாகாது.'

பிம்பா தன் கணவனையே பார்த்துக்கொண்டிருந்தாள். தன் காய்ந்து வறண்டுபோன தொண்டையால் 'அன்பே! நீங்கள் என்ன சொல்கிறீர்கள் என்று எனக்குப் புரியவில்லை. சுத்தமாகப் புரிய வில்லை' என்றாள்.

'நீ உன் திருமண வாழ்க்கையைச் சிறிதுகாலமாவது அனுபவிக்க விரும்பினால் அது ஒன்றுதான் நமக்கிருக்கும் வழி.'

'சுற்றிவளைப்பதை விட்டுவிட்டு நேரடியாகக் கூறுங்கள்.'

'இது நான் எடுத்துக்கொண்ட ஒரு சத்தியத்தைச் சார்ந்த விஷயம்.'

'அப்படி என்ன பிரமாணம் எடுத்துக்கொண்டீர்கள்?'

'எனக்கொரு மகன் பிறக்கும்போது நான் இந்த வீட்டைவிட்டு வெளியேறுவேன் என்று.'

பிம்பா தன் தலையில் இடி விழுந்தது போல உணர்ந்தாள்.

'ஏன் இவ்வண்ணம் செய்தீர்கள்? என்ன காரணம்?'

'சிறுவயதிலிருந்து என் விருப்பம் ஒரு முனிவராகி தவவாழ்வில் ஈடுபடுவதுதான். இல்லறவாழ்வில் என் இறுதிக்கடமையை முடித்துக் கொண்டபின் நான் அதை மேற்கொள்வேன்.'

'ஆனால் தனிப்பட்ட முறையில் இது எனக்கு இழைக்கப்பட்ட ஒரு கொடுமை அல்லவா? மேலும் பிறக்கப்போகும் உங்கள் மைந்தன் குறித்தும் யோசியுங்கள். அவன் தந்தையின் அருகாமை இல்லாமலேயே வளருவான் அல்லவா?'

'நான் என்னுடைய விருப்பத்தைக் கூறினேன். இதுவே என் வாழ்வின் குறிக்கோள். அதை நான் கண்டிப்பாக அடைவேன்.'

'அவ்வண்ணமெனில் நீங்கள் முன்பே சென்றிருக்கலாமே.. எதன்பொருட்டு இத்தனை நாட்கள் காத்திருந்தீர்கள்.'

'இது ஒரு ஒப்பந்தம். நீ யூகிப்பது போலவே என் தந்தை என் விருப்பத்திற்குத் தடையாக இருந்தார். நான் என் நிலையில் உறுதியாக இருந்தேன். அப்போது அவர், 'நீ பிடிவாதக்காரனாக இருப்பதால் நாம் பொதுவான ஒரு முடிவெடுப்போம். நீ சில விஷயங்களை முழுமை செய்யாமல் இவ்வரண்மனையை விட்டுச் செல்லலாகாது. அதைச் செய்து முடித்துவிட்டால் தாராளமாகப் போ. முதலில் திருமணம் செய்துகொள். ஒரு மகனைப் பெற்றெடு. அதன்பின் நீ உன் விருப்பம் போல செய்யலாம்' என்றார். நானும் அதை யோசித்தேன். எனது தந்தை யாக அவர் நிலைகொள்ளாமல் இருக்கலாம். ஆனால் அத்தனைக் கும் மேலே அவர் தன் அரசைப் பாதுகாக்கவேண்டும். அவருடைய மைந்தன் ஒரு ஆண்மகவைப் பெற்றெடுத்தால் காலப்போக்கில் அவன் அரசைக் கவனித்துக் கொள்வான். எனது தந்தை ஒரு அரசர். அவரது அனைத்துச் சிந்தனையும் அரசைப் பற்றியதும் தனது வம்சத்தின் தொடர்ச்சி பற்றியும்தான்.'

நானும் இது குறித்து யோசிப்பதாக என் தந்தையிடம் கூறினேன். நான் எவ்வளவு இதைக் குறித்து சிந்தித்தேனோ அந்தளவிற்கு இது என் மனதைச் சின்னாபின்னமாக்கியது. நான் எனது வருங்கால மனைவிக்கும் குழந்தைக்கும் இத்தகையதொரு அநீதியை இழைக்கப் போகிறேன் என்பதை உணர்ந்தே இருந்தேன். திருமணமாகி சில மாதங் களேயான ஒரு மனைவி. தன் தந்தையைப் பற்றி ஏதுமே அறியாத ஒரு மகன் என அனைத்து விளைவுகளையும் சிந்தித்து என் இதயம் மிகவும் வலி கொண்டது. பிறகு நான் என் மனம் விரும்பிய வழியை யும் எண்ணிப்பார்த்தேன். என் இதயம் இன்னும் வலிகொண்டது. தாங்க இயலாத வலி.'

இவ்வாறு பேசியது சித்தார்த்தனுக்குள் இருந்த ஒட்டுமொத்த கனத்தையும் வெளியேற்றியது. அவன் அமைதியாக இருந்தான்.

'அதன்பின் தான் இவ்வழியைத் தேர்ந்தெடுத்தீர்கள் அல்லவா?' எனக்கேட்டாள் பிம்பா.

'ஆம்' என்றான் சோர்வாக.

பிம்பா மீண்டும் அமைதியாக இருந்தாள்.

'எனக்கு என்ன சொல்வதென்றே தெரியவில்லை. உங்களை எப்படிப் புரிந்து கொள்வது என்றும் புரியவில்லை' என்று சொல்லி நிறுத்தியவள் மீண்டும் தொடர்ந்தாள். 'ஒரு கணம் நான் உங்களை வெறுக்கிறேன். இப்படி இதயம் இல்லாமல் போனதற்காக நான் உங்களை முற்றிலும் வெறுக்கிறேன்... மறுகணத்தில்...'

'நீ என்னை வெறுக்கலாம். இதயமற்றவன் என்று நீ என்னை அழைக்கலாம். ஆனால்! நான் இவற்றையெல்லாம் கடந்தவன்.'

~

மீண்டும் ஒரு உறக்கமில்லா இரவும் அதைத்தொடர்ந்து உறக்கமில்லாத ஒரு பகலும் கடந்தன.

மறுநாள் இரவில் பிம்பா தன் கணவனை ஒரு மனத்தெளி வுடன் எதிர்கொண்டாள் அல்லது அப்படிக் கருதிக் கொண்டாள்.

'நான் என் நோக்கில் இதற்கானதொரு முடிவை எடுத்து விட்டேன்.'

'என்ன?'

'நான் குழந்தை பெற்றுக்கொள்ளப் போவதில்லை.'

'எப்பொழுதுமேவா?'

'ஆம்'

'நன்று. ஆனால் இது எப்பொழுதுக்குமானதாக இருக்க இயலாதல்லவா? உன் மாமனார் இதை அறிந்தால் அவர் என்னை இன்னொரு மணம் புரியச்செய்வார். அப்பொழுது நீ இருவகை யிலும் இழந்தவளாவாய்.'

'நான் அந்தக்கோணத்தில் யோசிக்கவே இல்லை.'

சிறிது நேரங்கழித்து, 'அப்படியெனில் என்னால் முடிந்தளவிற்கு நான் குழந்தை பிறப்பதைப் பத்து அல்லது பதினைந்து வருடங்க ளுக்குத் தள்ளிப் போடுகிறேன்' என்றாள்.

'அது இயலும் என்றே நானும் நினைக்கிறேன்' என்றான் சித்தார்த்தன். 'தந்தை கண்டிப்பாக ஒப்புக்கொள்வார். அவர் பொறுமை இழக்கவும் வாய்ப்புள்ளது' என்று நிறுத்தியவன் தொடர்ந்து ' அவரை நான் சமாளித்துக் கொள்கிறேன்' என்றான்.

'நீங்கள் குழந்தையில்லாமல் அத்தனை வருடங்கள் இருக்க முடியும் என்று நினைக்கிறீர்களா? உங்களால் அது இயலுமா?'

'நான் எனது தந்தைக்கு வாக்களித்தேன். அது மட்டும்தான் என் எண்ணம். மற்றபடி இந்தப் பத்து பதினைந்து வருடங்கள் எல்லாம் எனக்கு ஒன்றுதான்.'

விலாஸ் சாரங் ◆ 79

தன் கணவனை ஆழ்ந்து நோக்கியபடி அமர்ந்திருந்த பிம்பா திடீரென பெருங்குரலெடுத்து அழத் துவங்கினாள். 'நீ இதயமில்லாதவன். கண்டிப்பாக நீ இதயமே இல்லாத ஒருவன்தான்.' மீண்டும் நிறுத்தி தன்னை ஆசுவாசப் படுத்திக்கொண்டாள். இதற்கு முன் இவ்வார்த்தைகளை உபயோகிக்க நேர்ந்தபோதெல்லாம் அவள் மிகவும் வருந்தியிருக்கிறாள்.

'நான் ஏற்கெனவே என் மனதளவில் ஒரு முனிவராகத்தான் இருக்கிறேன். ஒரு முனிவருக்கு இவ்வார்த்தைகள் பொருட்படுத்தத் தக்கவை அல்ல'

மறுநாள் இரவில் பிம்பா வேறொரு வித்தையைக் கையாண்டாள். அவள் தன் சக்திக்கு உட்பட்டவை அனைத்தையும் முயற்சித்துப் பார்க்க முடிவு செய்திருந்தாள். ஒரு இனிய புன்னகையோடு தன் கணவனை வரவேற்றாள்.

'வாருங்கள். நேற்றும் முன்தினமும் நிகழ்ந்தனவற்றை நாம் மறந்து விடுவோம். நாம் கணவன் மனைவியாக மட்டுமே இருக்கலாம். ஆம். காதலராய் இருக்க நமக்குள் தடையென்ன இருக்கிறது'

சித்தார்த்தன் பிம்பாவைத் தொலைவிலிருந்து நோக்குபவன் போல நோக்கினான்.

பிம்பா தன்னுடைய துணிச்சல் மிகப் புனிதமானதும்கூட என உணர்ந்திருந்தாள். இவன் ஒரு முனிவன் இவன் என் காதலன். அதனாலும் அவள் தைரியமாகவும் தீவிரமாகவும் அந்தப் பாசாங்கைக் கையாண்டாள். திருமண வாழ்க்கையென்பதே பாசாங்குகளைக் கொண்டு நிறைந்திருப்பதுதானா என்பதையும் அவள் கண்டறியத் துவங்கியிருந்தாள்.

திடீரென, நான் ஏன் இவ்வாறு நடந்து கொள்ள வேண்டுமென்று அவள் யோசித்தாள். ஏன் அவ்வாறு நடந்தால் கூடத்தான் என்ன? அவளருகே ஒரு ஆண்மகன் இருக்கிறான். இளமையின் முதல் பருவத்தில் இருக்கும் ஆண். தானுமே இளம்பெண்தான். தன் உடலும் நல்ல கட்டமைப்புடன்தான் இருக்கிறது. எங்கெங்கு உருண்டு திரண்டிருக்க வேண்டுமோ எங்கெங்கு இளைத்திருக்க வேண்டுமோ எல்லாமே சரியாகத்தான் இருக்கிறது. தன்னருகே ஒருவன் உணர்வெழுச்சி கொள்ளாமல் இருக்கமுடியுமா என்ன? அவன் முனிவனாகவே இருக்கட்டுமே? அதையும்தான் சோதித்துப் பார்ப்போம். இம்மனிதன் ஒரு பிடிவாதக்காரன். அவனுக்கு ஒரு தூண்டுகோல்தான் இப்போதைய தேவை. பிம்பா அவனுக்கு நெருக்கமாக அமர்ந்தாள். அவனுடலை மெல்ல காதலுடன் வருடினாள். அவன் தலையை, வயிற்றினை வருடினாள். அணைத்துக் கொண்டாள். அவள் எண்ணியபடியே இன்னும் கீழிறங்கினாள்.

ஆனால் அவளுடைய எந்த முயற்சிக்கும் அவன் ஆண்மை இசைய வில்லை என அறிந்தபோது அவள் வியப்புற்றாள். எரிச்சலடைந்தாள். வேறெந்த ஆண்மகனானாலும் இசைந்திருப்பான். ஆனால் அவள் கணவனோ தன் உணர்ச்சிகளை அடக்கியாள்பவனாகவும், தற்காப்பு உடையவனாகவும் அமைதியானவனாகவும் இருந்தான். என்ன மாதிரியான மனிதன் இவன்? பிம்பா திடீரெனத் தன் கட்டுப் பாட்டை இழந்தவளாய், 'நீங்கள் ஆண் மகனே இல்லையா?' எனக் கூக்குரலிட்டாள். உடனே தான் சொன்னது என்ன என உணர்ந்து உடல் நடுங்கினாள்.

'என்னை மன்னியுங்கள். நான் அவ்வாறு சொல்லி இருந்திருக் கக் கூடாது.'

'நான் உன்னை மன்னித்துவிட்டேன் பிம்பா' என்றவன் மேலும் தொடர்ந்தான். 'நான் எனது உடலை என் கட்டுப்பாட்டிற்குள் வைத்திருக்கிறேன். உன் முயற்சி பயனளிக்காது' என்றான்.

பிம்பா தான் முற்றிலும் கைவிடப்பட்டவளாக உணர்ந்தாள். தன் முகத்தைத் தலையணையில் புதைத்துக்கொண்டு அழத் துவங்கி னாள். தலையணைதான் ஈரமானது.

தன் தலையை உயர்த்தியவள், 'என் கதவுகள் எல்லாம் அடைக்கப் பட்டுவிட்டன அரசே! எனக்குப் பல கனவுகள் இருந்தன. நான் ஒரு அரசியாக வீற்றிருப்பேன் என்று... நாட்டின் வறிய குழந்தைகளை ஆதரிப்பேன் என்று... மேலும் நானே பல குழந்தைகளைப் பெற்றெடுப் பேன் என்றெல்லாம் பல கனவுகள் கண்டேன்.'

'பல குழந்தைகள்...' எனக்கூறி மேலும் அழத்துவங்கினாள்.

கணவன் எடுத்திருக்கும் தீர்மானத்தின் முழுப்பொருளும் இப் பொழுதுதான் அவள் மூளைக்குள் இறங்கியிருக்கிறது. அதை முழுதும் உணர்ந்தவள், 'அரசே! முதல் குழந்தை பிறந்ததும் நீங்கள் அரண் மனையை விட்டுப் போய்விடுவீர்கள். அப்படித்தானே?' என்றாள்.

'ஆம். பிம்பா'

'ஆனால்.. ஏன்..?' கேட்க வந்ததன் அபத்தத்தை உணர்ந்த வளாய் உடனே அதோடு நிறுத்திக்கொண்டாள்.

'நான் செய்தாக வேண்டியதைச் செய்தே தீரவேண்டும்.'

'ஆனால் அதற்கு உங்கள் மனைவியையும் குழந்தையையும் துறக்க வேண்டுமா?'

'உலகத்தைத் துறப்பதில் இந்தச் சிறு விஷயங்களும் உண்டு.'

'சிறு விஷயங்கள்...'

இந்தக் கோரமான விடுகதையை எண்ணி மாய்ந்தாள் பிம்பா. குழந்தை வேண்டுமெனில் அவள் தன் கணவனுக்கு விடைதர வேண்டும். கணவன் வேண்டுமெனில் குழந்தையை நினைத்துப் பார்க்க இயலாது, அதுவும் எத்தனை காலத்திற்கு! ஐந்தோ பத்தோ அல்லது அதிகம் போனால் பதினைந்து வருடங்களுக்கு மட்டுமே..! அந்தக் கணம் அவள் தன் கண்முன் முற்றான இருளைத் தவிர வேறு எதையும் காணவில்லை.

~

காலம், ஒன்று இரண்டு மூன்று என ஆண்டுகளாகக் கழிந்தது. பிம்பா, தான் சித்தார்த்தனுடன் இருக்கும் காலம் கணிசமாக இருந்தாலும் அவன் பிரிவும் தன்னைச் சூழ்ந்தே இருக்கிறது என்பதை உணர்ந்திருந்தாள். அவளது நிலை நீண்ட சங்கிலியில் பிணைக்கப் பட்டிருந்த ஒரு வீட்டு நாய் போலவோ அல்லது பரோலில் வெளி வந்திருக்கும் ஒரு கைதியைப் போலவோதான் இருந்தது.

வருடங்கள் செல்லச் செல்ல அவள் வாழ்க்கையும் எந்தளவிற்கு மகிழ்ச்சியாக இருக்கமுடியுமோ அந்தளவிற்கு மகிழ்ச்சியாகத்தான் இருந்தது. ஆனால் அவர்கள் இருவருக்கிடையே விலக்கப்பட்டவை களும் இருந்தன. உடல் வழி நெருக்கம் அங்கில்லை. அதுகுறித்து அவர்களால் பேசிக்கொள்ளவும் இயலவில்லை. அவர்கள் முயற் சிக்கவும் இல்லை. அதைத் தவிர்த்துப் பார்த்தால் அவள் வாழ்வு மகிழ்ச்சியுடனும் புத்துணர்ச்சியுடனும் சாந்தமுடனும் திருப்தி யுடனுமே இருந்தது. எப்படிப்பார்த்தாலும் அவள் ஒரு இளவரசி. ஆணையிட்டால் அனைத்துச் செல்வங்களும் அவளை வந்தடையும். அவளுடைய கணவன் தன் தந்தையுடன் அரசவைக்குச் செல்வதிலும் நீதிபரிபாலனங்களைப் புரிவதிலும் மும்முரமாக ஈடுபட்டிருந்தான். பிம்பாவுமே அவன் ஏன் இவற்றையெல்லாம் செய்கிறான் என வியந்திருக்கிறாள். எப்படியும் ஒருநாள் அவன் இவையனைத்தையும் துறந்து செல்லத்தான் போகிறான் என்பது அவளுக்குத் தெரியும். ஒரு சதுரங்க விளையாட்டில் அனைத்துப் படைவீரர்களும் மந்திரிகளும் யானையும் குதிரையும் ராஜாவும் ராணியும் போர் வியூகங்களில் மும்முரமாக இருக்கும்போது அதை விளையாடிக்கொண்டிருப்பவன் அந்தப் பலகையைத் திடீரென விசிறியடித்துவிட்டு, படைக்கலன்கள் அனைத்தும் தரையில் விழுந்து ஒருவரையொருவர் பரிதாபமாகப் பார்த்து விழித்திருப்பதைப் பற்றிய அக்கறையில்லாமல் சென்று விடுவதைப்போல் விலகிச் செல்லப் போகிறவன் அவன். அப்படியும் சொல்லிவிடமுடியாது. இவன் தன் நாட்டையும் குடும்பத்தையும் வேறு வகையான நிர்க்கதியில் அல்லவா கொண்டு வைக்கப் போகிறான்.

பிம்பா தன் கணவனிடமே இதைக் கேட்டாள், 'நான் ஒரு இளவரசனாக இருக்கும் வரை என் கடமைகளைச் சரிவர செய்ய வேண்டும். துறவியானபின் என்னுடைய நிலை வேறு.'

பிம்பா உடல் விதிர்விதிர்த்துப் போனாள்.

அவன் தனது முறைமைகளைக் கடைப்பிடிக்கிறான். ஒன்றே ஒன்றைத் தவிர தன் இல்லற வாழ்வின் முறைமைகளையும் சரியாகக் கடைப்பிடிக்கிறான். இதில் உணர்ச்சிகளுக்கு இடமில்லாமல் அவனால் எப்படி இங்கனம் இருக்க இயல்கிறது? அதுவும் சரிதான்.. முறைமைகளில் காதலுக்கு இடமில்லை போலும் என்று தேற்றிக் கொண்டாள். அவர்களது வாழ்வின் கசப்பான உன்னதங்களில் ஒன்று இப்படி அன்பிற்காகக் கட்டுண்டு கிடப்பது என்று அவளும் ஏற்றுக் கொண்டாள். ஒரு கவிஞனின் முதல் காதல் கலைமகளின் மீது இருப்பது போல இவனும் தன் மனதில் துறவையே வரித்துக் கொண்டிருக்கிறான். எதிலும் ஆர்வம் இல்லாமல் மனிதியாகத் தன் பொறுப்பைத் துறப்பதற்கும் தன்னைத் தயார்படுத்திக் கொண்டிருக்கிறான். கணக்கு என்ற வார்த்தையைப் பயன்படுத்துவது சரியா என்று தெரியவில்லை. அவனுடைய கணக்கில் மனைவிக்கு இடமில்லை. அப்படி இடம் இருந்தாலும் அதுவும் சிறிதளவே இருக்கக் கூடும். பிம்பா இந்த உண்மையை ஒரு கசப்பு மாத்திரையை விழுங்குவது போல தனக்குள் விழுங்கிக் கொண்டாள்.

ஆனால் அவளது கணவன் தன் கடமைகளைச் சரிவர செய்து கொண்டுதான் இருந்தான். அவன் மிகவும் அன்பானவனாகவும் அனுசரணையுடனும் இருந்தான். எப்பொழுதும் முகமலர்ச்சியுடனே இருப்பான். அவனுடைய ஆழ்மனதில் எதன்மீதும் அவனுக்கு ஈர்ப்பு இருக்கவில்லையென்றாலும் அவன் மற்றவர்களைத் தன்னை நோக்கி ஈர்த்துக்கொண்டுதான் இருந்தான். அவன் ஒரு அழகன். அவனது தலைமுடிக்குக்கூட தன்னுணர்வு உண்டோ எனத் தோன்றுவது போல உள்ளத்தைக் கொள்ளை கொள்ளும் வகையில் அவனது தலையைச் சுற்றி அது படர்ந்து விழுந்துகிடக்கும். அந்தச் சுருள் தாடியும் நன்றாகப் பேணப்பட்டிருக்கும். அவன் அடிக்கடி சிரிப்பதுண்டு. ஆனால் அவன் முகத்தில் நிலைகொண்டிருக்கும் அந்த அமைதி அலாதியானதாக இருக்கும். அது அவனை ஏறிட்டுப் பார்ப்பவரையெல்லாம் காரணமில்லாத ஒரு மகிழ்ச்சியில் ஆழ்த்திவிடும். இப்படிப்பட்ட ஒருவன்தான் விரைவில் துறவியாகப் போகிறான். அவன் தனக்குள் சொல்லிக்கொண்டதை உறுதியாக நம்பினான். 'இல்லறவாழ்க்கை களங்கமானது. துறவுவாழ்க்கை வெளிக்காற்றைப்போல சுதந்திரமானது. பலவருடங்கள் கழிந்தும், தன்னுடைய கணவன் இல்லற வாழ்விலேயே நீடித்துவிடுவான் என்ற நம்பிக்கையை இறுகப்பற்றிக்கொண்டுதான் இருந்தாள். இதை எண்ணும்

போதெல்லாம் அவள் உள்ளம் படபடத்துக்கொள்ளும். ஆனால் அது ஒரு வீண்நம்பிக்கை என்பதையும் அவள் அறியாமலில்லை.

அதற்காக மனதிற்குள் ஆசைப்படுவதைக்கூட கட்டுப்படுத்திக் கொள்ள வேண்டுமா என்ன?

ஒவ்வொரு ஆண்டும் அவள் அந்த அதிசயம் நிகழ்ந்துவிட வேண்டும் என்றுதான் ஆசைப்பட்டாள். ஆனால் பத்து வருடங்கள் கழிந்தும் ஒன்றும் நடக்கிற வழியாக இல்லை.

ஏற்கனவே தாமதமாகிக்கொண்டிருக்கிறது. இனியும் அவள் காரணங்களைச் சொல்லிக்கொண்டிருக்க முடியாது.

பதின்மூன்றாவது வருடத்தில் அவள் தனது தோல்வியை ஏற்றுக்கொண்டாள்.

~

அன்றிரவுதான், முதல்முறையாக நான் அவருடன் அந்தரங்க மான உறவு கொள்கிறேன். நான் உணர்வது என்ன? அது உண்மையா என்ன? நான் நம்ப மறுக்கிறேன். அதேநேரத்தில் அது தாங்கமுடியாத உண்மையாகவும் இருந்தது.

தெய்வீகமான ஒன்றை நான் என் உடலின் ஆழத்தில் தெளிவாக உணர்ந்தேன். அந்தக்கணம் முடிவற்றுத் தொடரவேண்டும் என நான் விரும்பினேன். ஆனால் வேறொன்று நிகழ்ந்தது. அந்தப் போராட் டம் தன் உச்சநிலையை எட்டி, எனது கர்ப்பப் பையைத் தன் தேனால் நிறைத்தது.

என் கணவர் எழுந்துகொண்டார். அவரது கடமையை முறைமை யுடன் ஆற்றிவிட்டார்,

நான் முற்றிலும் தளர்ந்திருந்தேன். இனிய தளர்ச்சி.

'இது எங்கனம் இருந்தது?' எனக் கேட்டேன்.

'இது என் கடமை. அதை நிறைவேற்றினேன்' என்றார்.

'கடமை.. கடமை.. கடமையைத் தவிர வேறு எதுவும் இல்லையா?'

'விலைமதிப்பற்ற வேறுசிலவும் இருக்கத்தான் செய்கின்றன' என்றார் மந்தகாசப் புன்னகையுடன்.

அந்தக் கணத்தில் அவரோடு பேசுவது சுவற்றில் முட்டிக் கொள்வதற்கு இணையானதாகவே நான் நினைத்தேன்.

என்னுடல் தணியாதிருந்தது. மனம் தந்திரம் கொண்டது.

'நான் கருவுறும் நாள் வரை இது தொடருமல்லவா?' என்று மறுநாள் கேட்டேன்.

'நாம் காத்திருந்து பார்ப்போம். தாம்பத்திய உறவில் சிக்கனமாக இருக்கவேண்டும்.'

நான் அழும் நிலைக்கு வந்தேன்.

'இனி நமக்குள் உறவு இல்லையா?'

'இல்லை. தேவையேற்படும் வரை இல்லை..'

~

அந்தக் கரு அனைத்தையும் மாற்றிவிட்டது. எப்பொழுதோ அவர்கள் யோசித்து முடிவு செய்த அந்த ஒன்று இப்பொழுது வெட்ட வெளிச்சமாக முடிவுக்கு வந்துவிட்டது. இதை நினைத்துத்தான் பிம்பா அஞ்சிக் கொண்டிருந்தாள். அது இப்போது பட்ட வர்த்தனமாகி விட்டது. தூக்குத்தண்டனைக் கைதியின் வாழ்நாள் போல ஒவ்வொரு நாளும் கழிந்தது. ஆம். அதே காரணத்தால் அவளுடைய ஒவ்வொரு நாளும் விலைமதிப்பற்றதாக ஆனது. ஒரு புதையல் போல அவள் அவற்றைச் சேமித்து வைத்தாள். அவள் மனமுடைந்து கொண்டிருந்தாள்.

சித்தார்த்தனுக்கும் அந்தக் கோடு கிழிக்கப்பட்டுவிட்டது. அது பிம்பாவின் எதிர்காலத்திற்கு நேர் எதிரான ஒன்று. அவன் காத்திருந்த காலம் இப்பொழுது கனிந்து விட்டது.

அவன் தன்னுடைய தந்தைக்கு அளித்த உறுதிமொழியை நிறைவேற்றிவிட்டதை நினைவூட்ட இதுவே சரியான தருணம் என எண்ணி அவர்களின் தனியறைக்குச் சென்றான்.

'வா..மைந்தா..'

'வணங்குகிறேன் தந்தையே.! வணக்கங்கள் அன்னையே..' பஜாபதியை அவன் அன்னையென்றே அழைக்கிறான்.

'தந்தையே நான் தங்களுக்கு அளித்த வாக்குறுதியை நினைவூட்ட வந்தேன். குழந்தை பிறந்ததும் நீங்கள் நான் வெளியேற அனுமதிப்பீர்கள் என்று நம்புகிறேன்.'

'நீ அதை மறந்திருப்பாய் என்றல்லவா எண்ணினேன்' என்றார் சுத்தோதனர் ஆதரவான ஒரு புன்னகையோடு.

'அவை என்னால் மறக்கப்படக்கூடியவை அல்ல.'

மைந்தனை ஒருகணம் உற்று நோக்கிய சுத்தோதனர் 'நீ உண்மையாகத்தான் சொல்கிறாயா?' என்றார்.

'மைந்தா... நீ பன்னிரு ஆண்டுகள் இல்லற வாழ்வில் மகிழ்ந்தி ருந்தாய். விரும்பியிருந்தால் நீ இந்நேரம் பல குழந்தைகளைப் பெற்றுக்கொண்டிருக்கலாம். இத்தனையாண்டுகள் கழிந்தபின் நீ அனைத்தையும் விட்டு விலகி விடுவாயா?'

‘என்னுடைய தீர்மானம் நிலையானது தந்தையே.’

‘இது மனிதன் செய்யக் கூடியது அல்ல. மிகக் கொடூரமானது’

‘துறவியாக விரும்பும் ஒருவன் இம்முடிவைத்தான் எட்டியாக வேண்டும் தந்தையே. உற்றாருக்குக் கொடூரமாகத் தோன்றுவதை யெல்லாம் எண்ணிப்பார்த்தல் ஆகாது.

அனைத்தையும் கவனித்துக் கொண்டிருந்த பஜாபதி, தன் இருக்கையை விட்டு எழுந்து நின்றாள், ‘மைந்தா கேள்! அவநம்பிக்கை யளிக்கும் பேச்சை நிறுத்து. உன்னுடைய தந்தை சோர்வடைந்துள்ளார். உன் மனைவி யசோதரை? அவளைக் குறித்து எண்ணினாயா? அவள் மனம் நிலையழிந்தல்லவா போகும்? நீ இதைச் செய்தாக வேண்டிய காரணம் தான் என்ன? நீ ஒரு இளவரசன் அல்லவா? குருகுல மாணவன் என்று எண்ணிக் கொள்கிறாயா? சிம்மாசனத்தைத் துறந்து தினமும் உணவுக் காக அலைந்து திரிந்து பிச்சையெடுத்து உண்பதற்கு வேறு என்ன காரணத் தைத்தான் சொல்லிவிட முடியும்? சோர்வளிக்கும் இப்பேச்சை விடு. சற்று நிதானத்திற்கு வந்து சிந்தித்துப் பார்!’

பஜாபதி அனைத்துச் சொற்களையும் அமைதியாக தெளிவாக உரைத்தாலும் அவள் முகத்திலும் விழிநீர் கோத்துக்கொண்டிருந்தது.

‘என்னுடைய முடிவில் குறுக்கிடாதீர்கள் அன்னையே.. இந்த உரையாடலால் உங்களிருவருக்கும் பலன் ஏதும் கிடைக்கப் போவ தில்லை.’

தன்னிலை இழந்த பஜாபதி அழுதபடியே, ‘உன்னைப் பெற் றெடுத்த மாயாவைப் பற்றியாவது சிந்தித்துப்பார் சித்தார்த்தா! அவள் இருந்திருந்தால் இப்படி உன்னை அனுப்புவாளா?’ என்றபடி அவன் தோளைப்பற்றிக்கொண்டு அவனது உயர்ந்த உருவத்தைப் பார்த்த படி இறைஞ்சினாள் பஜாபதி. விழிநீர் தாரைதாரையாகக் கொட்டிய படி இருந்தது.

அவள் பிடியிலிருந்து தன்னை விடுவித்துக்கொண்ட சித்தார்த் தன், ‘அன்னையே, நீங்கள் இருவரும் இதுபற்றிப் பேசி உங்கள் ஆற்றலை வீணடிக்க வேண்டாம். இப்போதைக்கு நான் கிளம்புகிறேன். எப்படி யும் இன்னும் பலநாட்களுக்கு இங்குதான் இருக்கப் போகிறேன்.’

சித்தார்த்தன் அவ்வறையிலிருந்து வெளியேறினான்.

‘சுத்த முட்டாள்தனம்’ என்னும் சுத்தோதனரின் குரல் அவன் செவியில் ஒலித்தது.

~

சித்தார்த்தன் தனது பெற்றோருடன் உரையாடியதை மீண்டும் நினைத்துப் பார்த்தான். அவன் வெளியேறக்கூடாது என்னும் நிர்ப்பந்தம் அதிகமாக இருக்கும் என்பது அவனுக்குத் தெரியும். அவன் அந்தக் காட்சியைத் தன் மனக்கண்ணில் கண்டான். அவனைக் கண்ணீருடன் அணைத்தபடி பஜாபதியும், தோளைப் பற்றிக் கொண்டு அழுதபடி யசோதரையும் நின்று கொண்டிருப் பார்கள். இல்லத்தினர் அதைத்தானே செய்வார்கள்! சேவகர்கள்கூட அழுதுகொண்டிருப்பார்கள். இறைஞ்சியபடி, துக்கத்தைப் பெரிதாகப் புனைந்துகொண்டு வானமே இடிந்துவிட்டதைப் போல நிற்பார்கள்.

எச்சரிக்கையுடன் இதை யோசித்தான் சித்தார்த்தன். இவை எதுவுமே இல்லாமல் வெளியேறவேண்டும் என நினைத்துக் கொண் டான். ஆனால் அமைதியாக வெளியேறுவது எப்படி? அதற்கு ஒரே வழிதான் இருக்கிறது. அமைதியாகவும் விரைவாகவும் வெளியேற வேண்டும்.

~

'ஆண் குழந்தை! ஆண் குழந்தை!' எனக் கூக்குரலிட்டாள் தாதி.

அவ்விடமே மகிழ்ச்சியானதாக இருந்தது. குழந்தையைக் கையில் ஏந்திக் கொள்ளவும் கொஞ்சவும் பெண்களுக்குள் பெரும் தள்ளுமுள்ளு நிகழ்ந்தபடியிருந்தது.

அகல்விளக்கின் ஒளியில் அரண்மனைச் சுவர்கள் பிரகாசமாக ஒளிவீசின. இனிப்புகள் பரிமாறப்பட்டன. சித்தார்த்தன் அனைத்தையும் நிதானமாகக் கண்டுகொண்டிருந்தான். அவன் அதில் ஆரவாரத்துடன் கலந்து கொள்ளவும் இல்லை வேண்டாவெறுப்பாக ஒதுங்கி நிற்கவும் இல்லை. எவ்வளவு எடையை ஏற்றினாலும் பூஜ் யத்திலிருந்து நகராத தராசுபோல அவன் மனம் நிலையானதாக இருந்தது.

பஜாபதி, யசோதரை உள்ளிட்ட அனைவருமேகூட அவன் துறவறம் மேற்கொள்வதை விரும்பவில்லை என்றாலும் அவன் எந்நிலையிலும் அவசரப்பட்டுக் கிளம்பிச் செல்லமாட்டான் என்றுதான் நினைத்துக்கொண்டிருந்தனர். இப்பொழுதுதான் குழந்தை பிறந்திருக்கிறது. உடனே கிளம்பிச் செல்லும் அளவிற்கு அவன் குரூர மனம் படைத்தவனா என்ன? அவன் அவர்களுடன் சில நாட்கள் இருப்பான் என்றே அவர்கள் எண்ணியிருந்தனர்.

அன்று மாலை, சித்தார்த்தன் கந்தகன் எனப்படும் அவன் புரவியிலேறி நகரைச் சுற்றி வந்தான். அந்தக் குதிரை சிறு மணிகள் கோக்கப்பட்ட பொன்வேய்ந்த அழகிய கடிவாளம் கொண்டிருந்தது. அவன் அதை அசைத்து அசைத்து ஓட்டும்போது பொன்னிற அலை எழுவது போல அழகாக இருந்தது. சூரியன் இன்னும் அஸ்தமிக்க வில்லை. சித்தார்த்தன் கந்தகனுடன் நகரைச் சுற்றி வலம் வந்தான். நகருக்கு வெளியே வெகுதூரம் கடந்து ஒரு ஊர்ப்புறமாகத் தன் புரவியை நிறுத்தினான். அது நிலத்தை உழுவதற்கு ஏற்ற காலம். அவன் புரவியிலிருந்து இறங்கி அந்த வயலருகே சென்றான். இதே நிலத்திற்கு அவன் இதற்கு முன்னும் வந்திருக்கிறான். அன்று அவன் தந்தை நிலத்தை உழும் சடங்கைத் துவக்கிவைக்க வந்திருந்தார். அவனுக்கு அன்று அந்த மரத்தடியில் பரவசநிலையடையும் ஒரு தியான அனுபவம் ஏற்பட்டது.

சித்தார்த்தன் அந்நிலத்தின் மீது நடந்து சென்றான். அந்நிலம் கலப்பை கொண்டு உழப்பட்டு தினமும் நீர்பாய்ச்சப்பட்டிருந்தது. புற்கள் பிடுங்கியெறியப்பட்டு ஓரமாகக் குவித்து வைக்கப்பட்டிருக் கின்றன. அவற்றின் பின்னால் கொல்லப்பட்டும் துண்டாடப்பட்டும் கிடந்த பல மண்புழுக்களைச் சித்தார்த்தன் கண்டான். அந்த நெளியும் உடல் கொண்ட மண்புழுக்களை நோக்கியபடி அவன் நின்றிருந் தான். அவற்றில் சில வலிகளாலும் வேதனையினாலும் இன்னும் நெளிந்துகொண்டிருந்தன. தன் உறவினர்களின் படுகொலையைக் காண்பது போலவே அவனுக்கு அது தோன்றியது.

சித்தார்த்தன் அந்நிலத்தைவிட்டு வெளியே வந்தான். அவன் நினைவில் ஒரு போர்க்களம் போலவே அக்காட்சி நிலைபெற்று விட்டது. மனித இனத்தையும் ஏனைய உயிரினங்களையும் சிந்தித்த அவன் மனம் வேதனையில் ஆழ்ந்தது. 'எவ்வளவு பரிதாபமாக இருக்கின்றன இவையெல்லாம்!' என்று தனக்குள் அவன் சொல்லிக் கொண்டான்.

அவன் அந்த ஆப்பிள் மரத்தின் அடியில் தனிமையில் அமர்ந் தான். அதன் இலைகள் காற்றில் சீராக அசைந்து கொண்டிருந்தன. அதன் அடிப்பகுதி ஒரு புல்வெளிக்குரிய பசுமையுடன் இருந்தது. அங்கு அமர்ந்தபடி அவன் அனைத்து உயிர்களின் ஆதியும் அந்தமும் குறித்த சிந்தனையில் ஆழ்ந்தான். 'பரிதாபத்திற்குரிய மனிதர்கள்! பிணி மூப்பு மரணத்தில் மூழ்கிக் கொண்டிருப்பதிலிருந்து தப்ப முடியாதவர்களாக இருக்கிறார்கள் இவர்கள். பிணியும் மூப்பும் மரணமும் கொண்டிருக்கும் மற்றவர்கள் மீது கரிசனம் கொண்டிருக் கிறார்கள். ஆனால் தாமும் அந்த மயக்கச் சுழலில்தான் சிக்கி

யிருக்கிறோம் என்னும் நுண்ணுணர்வு அற்றவர்களாகவே இருக்கிறார்கள், உண்மையிலேயே பரிதாபத்திற்குரியவர்கள்' என்று தனக்குள் சொல்லிக்கொண்டான்.

இயற்கையின் தோற்றமும் இறப்பும் குறித்த உண்மையை மேலும் நிதர்சனமாக அறிந்துகொள்ள சித்தார்த்தன் ஒருநாள் புலால் சந்தைக்குச் சென்றான். அங்கு அவன் அனைத்துவகை விலங்கு களின் உடல்களையும் கண்டான். பசுக்கள், காளைகள், குதிரைகள், பன்றிகள், ஆமைகள், உடும்புகள், முயல்கள் மற்றும் அனைத்துவித விலங்குகளின் துண்டிக்கப்பட்ட உடல் உறுப்புகளும் மூளை, ஈரல், சிறுநீரகம் எனத் தனித்தனிப் பாகங்களும் ஏனைய கழிவுகளுமாக நிரம்பிக் கிடந்தன. அங்கு மனிதனின் உடலை உறித்துத் தொங்க விட்டிருந்தாலும் சித்தார்த்தன் வியப்படைந்திருக்க மாட்டான். அந்தக் கசாப்புக் கடைக்காரர் ஒரு உரையாடலுக்கிடையே, 'மனிதன் துன்பத்திலிருந்து எதையும் கற்றுக்கொள்ளவில்லை என்பதே எனக்கு ஆச்சரியத்தை அளிக்கிறது' என்று பேச்சுவாக்கில் குறிப்பிட்டார். அவ்வார்த்தைகள் சித்தார்த்தனை ஓங்கி அறைந்தன. தான் தனது அரசவையில் தினசரி சந்திக்கும் செல்வந்தர்களைவிட, அதிகாரிகளைவிட, மரியாதைக்குரிய பெரிய மனிதர்களைவிடவும் பெண்மணிகளை விடவும் அந்தக் கசாப்புக் கடைக்காரரே பிறப்பும் இறப்பும் பற்றி அதிகம் அறிந்திருப்பதாக அவனுக்குப் பட்டது. அவர் சொன்ன வார்த்தைகள் ஒரு விதையாய் அவன் மனதில் விழுந் திருந்தன. அதுவே பெரிய மரமாக இப்பொழுது வளர்ந்து நிற்கிறது.

சித்தார்த்தன் அந்த ஆப்பிள் மரத்தடியிலிருந்து எழுந்து தன் புரவியை அடைந்தான். அந்நிலப்பகுதி இருளாகி விட்டிருந்தது. நன்கு உழப்பட்டிருந்த அந்தக் களத்துமேடு சமுத்திரத்தின் கரிய அலைகள் போலத் தோன்றியது. அந்தப் பெருங்கடலில் அச்சிற்றுயிர்கள் இன்னும் தத்தளித்துக்கொண்டே இருக்கின்றன. அந்தப் பெருங் கடலைக் கடந்துவிடவேண்டும் எனும் ஒரு விருப்பம்தான் சித்தார்த்தன் மனதில் வேரூன்றி இருந்தது.

விலாஸ் சாரங் ◆ 89

6

அன்றிரவே அங்கிருந்து கிளம்பிச்செல்ல அவன் தன் மனதைத் தயார்படுத்தினான்.

விட்டுச் செல்!

விட்டுச் செல்!

விட்டுச் செல்!

விட்டுச் செல்!

இன்றிரவே...!

விட்டுச்செல்லுதல் என்றால் அவன் அவ்விடத்தை விட்டுச் செல்வதா என்ன? அதுவா அவன் சொல்லும் 'விட்டுச்செல்' என்பது?

கண்டிப்பாக இல்லை. அவனால் அவனது அன்பான மனைவியை விட்டுச் செல்ல முடியாது. பாசத்திற்குரிய பெற்றோர்களை..

இல்லை... இல்லை... அன்பைத் தாண்டிச் செல்... பாசத்தைத் தாண்டிச் செல்... இங்கிருப்பவர்கள் வெறும் மனைவி, பெற்றோர் மற்றும் சேவகர்கள் மட்டுமே... மேலும் அன்று எட்டிப்பார்த்திருக்கும் அந்தக் குட்டி... அவனுடைய மைந்தன்... ஒரு மைந்தன்... மைந்தன்... அவனுடைய மைந்தன்...

ஆனால் அவனுக்கு ஒரு தனிப்பட்ட படபடப்பு இருந்ததா என்ன? இல்லை... மற்றவர்கள் குறித்துத் தோன்றிய அதே உளமயக்கு தான் அது.

ஆம். அவன் ஒரு பாறை.

இருப்பினும்...

அவனுக்கு ஏன் இந்தப் படபடப்பு நேர்கிறது? என்னதான் குறைவான அளவு என்று சொல்லிச் சமாளித்தாலும்? அது இருந்தது, இருந்ததுதானே?

அவன் இன்னும் தன் மைந்தனைக் காணவில்லை. அவன் என்ன செய்து கொண்டிருப்பான்? யார் ஜாடையில் இருப்பான்?

வெறுமைதான் எஞ்சுகிறது. முழு வெறுமை. அந்த வெற்றிடத்தை இன்னொன்று அடைக்கிறது. சூனியத்திலிருந்து சூனியம். இந்த அமைப்பையெல்லாம் எப்படிப் பொருள் கொள்வது? இது வெறும் அபத்தமான ஒன்று.. ஆம் வெறும் அபத்தம் மட்டுமே.

சித்தார்த்தன் தான் இளமையில் கண்ட கனவுகளை நினைவு கூர்ந்தான். குறிப்பாக ஒன்று. திரும்பத் திரும்ப வருவது ஒரே கனவுதான். அதில் அவன் ஒரு சிலந்தி வலையில் சிக்கிக் கொண்டிருக்கிறான். அது ஒரு மாபெரும் சிலந்தி என்பது மட்டும் லேசாக நினைவிலிருக்கிறது. ஆனால் அதை அவன் கண்டதில்லை. அம்மாபெரும் வலை இழையின் மேல் இழையாக முடிவே யில்லாமல் இருக்கும். அதை உருவாக்கிய அச்சிலந்தி தென்படாது.

அரசகுமாரனாகிய சித்தார்த்தன் அச்சிலந்தி வலையிலிருந்து தன்னை விடுவித்துக் கொள்ள கடுமையாக முயற்சித்துக் கொண்டே யிருப்பான். மேல்பார்வைக்கு மிக லேசானதாகவும் எளிதானதாகவும் தென்படும் அந்த வலை நிஜத்தில் (அந்தக் கனவின் நிஜத்தில்) முறுக்கப்பட்ட கயிறு போல மிகவும் வலிமையானதாக இருந்தது. அதிலிருந்து விடுபட அவன் அதிகம் முயற்சிக்கும் போதெல்லாம் அவன் அதையே இறுகப் பற்றிக்கொண்டே இருந்தான்.

அதனால் சித்தார்த்தன் தன் உற்றார்களிடமிருந்து விடைபெற்றுச் செல்ல வேண்டாம் என்ற முடிவிற்கு வந்தான். அவர்கள் அவனைச் செல்ல அனுமதிக்க மாட்டார்கள் என்பதுதான் எளிய காரணமாக இருந்தது. அவர்களை மீறிச் செல்வது கடினம். அவனுக்கு அது மிகக் கடினம்.

மாபெரும் சிலந்தி வலை.

அழுகை. இறைஞ்சல். வேண்டுதல் என ஒவ்வொருவிதமாகத் தன் மனைவியிடமிருந்தும் பெற்றோர்களிடமிருந்தும் பணியாட்களிட மிருந்தும் வெளிப்பட்டுக்கொண்டே இருக்கும்.

அவை ஏதும் வேண்டாம். அவன் அமைதியாக வெளியேற வேண்டும்.

புறப்பட்டு கதவருகே சென்றவன் அங்கேயே நின்றான். ஒரு கணம் யோசித்தவன் மீண்டும் உள்ளறைக்குச் சென்றான்.

பிம்பா பிள்ளைப்பேறுக்குப் பிறகான உறக்கத்தில் ஆழ்ந்திருந் தாள். அவள் நீண்டகாலமாக ஆழ்ந்து உறங்கவேயில்லை. இனி வருங்காலங்களிலும் நிம்மதியற்ற உறக்கமற்ற இரவுகள்தான் அவளுக்கு வாய்க்கப்போகிறதோ என்ற சந்தேகமே எழுகிறது.

சித்தார்த்தன் அவ்வறைக்குள் அமைதியாக நுழைந்தான். தன் மனைவியை எழுப்பும் எண்ணம் அவனுக்கு இல்லை. அவன்

தன் மைந்தனைக் காணவே விரும்பினான். முதல்முறையாகவும்.. இறுதிமுறையாகவும்..

அவன் மஞ்சத்தருகே நின்றான். பிம்பாவின் மஞ்சத்தில் பின்னாலிருந்து இளங்காற்று வீசிக்கொண்டிருந்தது. அவ்வசைவில் படுக்கையினருகே இருந்த எண்ணெய் விளக்கு அணைந்து போனது. அப்படியும் அங்கு போதிய வெளிச்சம் இருந்தது. அது அனைத்தையும் மங்கலாகக் காட்டியது. ஆனால் பிம்பா குழந்தையின் முகத்தைத் தன் கரங்களால் மூடிக்கொண்டிருந்தாள். சித்தார்த்தனுக்குத் தன் மைந்தனைக் காண்பது இயலாததாயிற்று.

அவள் தன் கரங்களை விலக்க நீண்டநேரமாகலாம். அவ்வளவு நேரம் அவனால் காத்திருக்க இயலாது.

அவன் திரும்பி நடந்தான். இதனால் மனம் சோர்வடைந்து உடைந்து போனானா என்றால் இல்லை. கண்டிப்பாக இல்லை. இப்பொழுதும் அவன் ஒரு பாறையாகத்தான் இருக்கிறான்.

இதைத் தாயின் அரவணைப்பு நிறைந்த அன்பு என்றும், தந்தையின் இதயமற்ற தன்மையென்றும் பொருள் கொள்ள முடியுமா?

இல்லை. முடியாது. அதை அப்படி எடுத்துக்கொள்ளவே முடியாது.

சித்தார்த்தன் அரண்மனையைவிட்டு வெளியேறி புரவிக் கொட்டிலுக்கு வந்து சேர்ந்தான். அங்கு அந்த இளைஞன் சன்னா, ஒரு ஓரத்தில் உறங்கிக் கொண்டிருந்தான். சித்தார்த்தனின் வருகையை உணர்ந்து பரபரப்புடன் எழுந்து நின்றான்.

'இளவரசே! தங்களுக்கு ஏதாவது தேவைப்படுகிறதா? அல்லது ஏதேனும் நேர்ந்துவிட்டதா?'

'சன்னா! கந்தகனைத் தயார் செய்து இட்டு வா..'

'இந்த நள்ளிரவில் குதிரையேற்றமா? உலா செல்லப் போகிறீர்களா இளவரசே?'

'துரிதமாகக் குதிரையைத் தயார் செய்!'

'ஆணை இளவரசே!'

குதிரையின் முதுகில் அமர்ந்து கொண்டான் சித்தார்த்தன். சன்னாவையும் உடன் அழைத்துக்கொண்டான். சன்னாவிற்கு இதயம் படபடத்தது. ஒரு கணம் தயங்கியவன், 'இளவரசிக்கு இப் பயணம் குறித்துத் தெரியப்படுத்தவா இளவரசே!'

'அதற்கு அவசியமில்லை.'

இளவரசனும் சேவகனும் கிளம்பிச் சென்றனர். சித்தார்த்தன் ஒரு கணமும் தாமதிக்க விரும்பாதவனாகத் தன் புரவியைத் துரிதப் படுத்தினான்.

'இளவரசே! நகரின் கிழக்கு எல்லைக் கதவு மூடப்பட்டிருக்கும். மெல்ல செல்லுங்கள்... மெல்ல செல்லுங்கள்..' என எச்சரித்தபடி உடன் சென்றான் சன்னா.

ஆனால் சித்தார்த்தன் நிறுத்தவேயில்லை. அவன் புரவியைக் காட்டுத்தனமான வேகத்தில் ஓட்டி முன்னால் சென்றுகொண்டே யிருந்தான். அவன் வாயிலை அடைந்ததும் ஒரு மாயம்போல அது தானாகத் திறந்து கொண்டது. அதே நேரத்தில் சித்தார்த்தனும் வெளியேறினான்.

இந்தக்கதையின் இன்னொரு மகத்துவமான தருணம் இது. காட்டுத்தனமான ஒரு வேகத்தில் இளவரசன் இரக்கமில்லாமல் புரவியை உச்சகட்ட வேகத்தில் செலுத்துவதும் அதற்கிசைந்தாற் போல மாயக்கரங்களால் திறக்கப்படுவதுபோல கதவுகள் தாமாக திறப்பதையும் கற்பனை செய்து பாருங்கள். மாயமும் மந்திரமும் நிறைந்து ஈர்க்கும் இந்த நிகழ்வை வாசிக்கையில் நவீன வாசகன் தன் அவநம்பிக்கையையெல்லாம் ஒத்திப்போடவேண்டும். அல்லது சித்தார்த்தனின் விருப்பம்தான் அந்தக் கதவைத் திறக்கும் வலிமை பெற்றிருக்கவில்லை என்று நான் வாதிட முடியுமா? நிகழ்காலத்தி லேயேகூட இரும்புப் பொருட்களைத் தன் விருப்பத்திற்கேற்றார்போல் வளைக்கும் சக்தி பற்றிய செய்திகளை நாம் கேட்டுக்கொண்டுதானே இருக்கிறோம். அப்படியிருக்கையில் நாம் இங்கு பேசுவது எதிர்கால தலைமுறைகள் பேசி வணங்கப்போகிற வகையில் திகழும் ஒருவனின் மன ஆற்றல் குறித்தல்லவா? எப்படிப் பார்த்தாலும் இச்சம்பவம் இந்தக் கதையை வேறோர் தளத்தில் உயர்த்தி வைக்கிறது. அந்தத் தளத்தில் வைத்துத்தான் நாம் இந்தக் கதையையும் வாசிக்க வேண்டும்.

வாயிலைத்தாண்டியதும் சித்தார்த்தனும் சன்னாவும் ஒரு அடர்த்தியான வனப்பகுதியை எதிர்கொண்டனர். அங்கு ஒரு ஆசிரமம் இருக்கிறது. சிறிது முன்னோக்கிச் சென்றதும், சித்தார்த்தன் தன் புரவியை நிறுத்திவிட்டுக் கீழே இறங்கினான்.

'சன்னா! என் சிகையையும் மீசையையும் மழித்துவிடு' என்று ஆணையிட்டான்.

சன்னா வாயடைத்துப் போனான். 'அரசே! நீங்கள் சொல்வது.... நீங்கள் உரைத்ததன் பொருள்...'

'நான் உரைத்ததை முற்றிலும் பொருள் உணர்ந்துதான் உரைத்தேன் சன்னா.. என் தலைமுடியையும் மீசையையும் மழித்துவிடு.'

கண்ணீர் தளும்ப புலம்பும் குரலில், 'அரசே! என்னைப் பொறுத் தருளுங்கள். எதற்காக இப்படியெல்லாம் செய்யச் சொல்கிறீர்கள் என நான் அறிந்துகொள்ளலாமா?'

'அதை நீயே அறிந்துகொள்வாய் சன்னா.'

நிகழப்போவது என்ன என்பது சன்னாவிற்கு ஓரளவு புரிந் தாலும் அதை அவனே நம்பத்தயாராக இல்லை.

ஒரு நாவிதரின் முன் அமர்வதுபோல சித்தார்த்தன் சம்மண மிட்டு அமர்ந்தான்.

சித்தார்த்தன் இதை உத்தேசித்து தன்னுடன் எடுத்துவந்திருந்த சவரக் கத்தியை அவனுக்கு அளித்தான். தன் நடுங்கும் கரங்களால் அதைப் பெற்றுக்கொண்டவன் சித்தார்த்தன் எதிரில் அமர்ந்து தான் மழிக்கப்போகிற அந்தச் சிகையை அருகாமையில் கண்டான்.

கனமான மயிரிழைகள்... பளிச்சிடும் மயிரிழைகள்...

அதையே பார்த்துக் கொண்டிருந்தவன் உடைந்து அழத் துவங் கினான்.

'நான் உங்களுக்கு விசுவாசமாகவே இத்தனை வருடங்கள் இருந்தேன். ஆனால் இந்தச் செயலை என்னால் செய்ய இயல வில்லை.'

'சன்னா! உன் குழந்தைக்கு முடி திருத்துவதுபோல கருதிக் கொண்டு இதை ஆற்றுக..' அமைதியான குரலில் கூறினான் சித்தார்த்தன்.

இறுதியாக மனதைத் திடப்படுத்திக்கொண்டு இதைச் செய்து முடித்தான் சன்னா. மழிக்கப்பட்ட மயிரிழைகள் அவன் முன் குவிந்து கிடந்தன.

'இவற்றையெல்லாம் அந்த ஓடையில் எறிந்துவிடு சன்னா.'

அவ்வாறே செய்த சன்னா சித்தார்த்தன் கவனிக்காத பொழுதில் ஒரு கற்றை முடியை எடுத்து தன் ஆடைக்குள் முடிந்து கொண்டான்.

சன்னா திரும்பி வருவதற்குள் புரவியின் சேணத்தில் இருந்த கூடையிலிருந்து மஞ்சள் நிற மேலாடையைச் சித்தார்த்தன் வெளியே எடுத்திருந்தான்.

அதை அணிந்து கொண்டான். ஓடையிலிருந்து திரும்ப வந்த சன்னா, தன் அரசனின் தோற்றத்தில் நிகழும் இந்த நாடகத்தனமான மாற்றங்களைக் கண்டு சிலையாகி நின்றிருந்தான்.

'அரசே! அப்படியென்றால்.. நீங்கள் இனி... அடக்கடவுளே..' என ஓலமிட்டான் சன்னா.

'ஆம் சன்னா.. நான் ஒரு துறவியாகப் போகிறேன்.'

சன்னா தன் முகத்தை இரு கரங்களாலும் மூடிக்கொண்டான். அவன் கைகளை விலக்கியபோது அவன் இரு கன்னங்களிலும் நீர்மை படர்ந்திருந்தது. 'அரசே.. கடவுளே..' எனக் கேவ மட்டும் தான் அவனால் இயன்றது.

அருகிலிருந்த ஆஸ்ரமத்தில் இருந்த துறவி அங்கே நிகழ்வதை யெல்லாம் கவனித்துக் கொண்டு இருந்தார். வெளியே வந்து, 'வணங்குகிறேன் இளவரசே! எதிர்கால அரசே!' என்று வணங் கினார்

'நான் எதிர்கால அரசன் அல்ல' என்றான் சித்தார்த்தன்.

அவ்வார்த்தையைத் துறவி காரணமாகத்தான் பயன்படுத் தினார்.

'அதெப்படி சாத்தியம் இளவரசே!' என்றார் போலி ஆச்சரியத் துடன்.

'நான் என் ராஜ வாழ்க்கையையும் உலக சுகங்களையும் துறந்து விட்டேன்.'

'எதற்காக இங்கனம் துறக்க வேண்டும்? தாங்கள் சத்ரியர் அல்லவா.. சத்ரிய தர்மப்படி தாங்கள் போரிடவேண்டும்... உங்கள் விதிப்படி நீங்கள் அரசராகவும் ஆகலாம்.. நடக்கப்போவதை யார்தான் அறிவார்?'

'எந்தவொரு மனிதனும் தன் குலத்தால் கட்டுண்டவன் அல்ல.' 'இது முற்றிலும் புதிய கருத்தாக இருக்கிறது. இதை இப்பொழுது தான் கேள்விப்படுகிறேன். மேலும் இது நெறிகளுக்கு முற்றிலும் எதிரான ஒன்றாகவும் இருக்கிறது.'

சித்தார்த்தன் ஏதும் கூறாமல் அமைதியாக இருந்தான்.

'சற்றே சிந்திக்கலாம் இளவரசே! அரசர் தங்கள் மீது பெரும் நம்பிக்கை வைத்துள்ளார். இதற்குப்பின் கடுமையான துன்பத்தில் உழல்வார்..'

'ஆம் முனிவரே.. நான் உரைப்பதைக் கேளுங்கள். மேலும் இவற்றை அரசரிடமும் சென்று உரைத்திட வேண்டுகிறேன். எனது மனதில் எப்பொழுதும் உழன்றுகொண்டிருக்கும் கேள்விகளுக்கான விடையைத் தேடிச்செல்வதற்காக நான் இவ்வாழ்க்கையைத் துறந்து விட்டேன். உள்ளார்ந்த வஞ்சத்தினாலோ, மரண பயத்தினாலோ

விலாஸ் சாரங் ◆ 95

நான் இங்கனம் செய்யவில்லை. மேலும் அரசர் மீது எனக்கு அன்பு இல்லாமலும் இல்லை. நான் துறவு வாழ்க்கையை மேற்கொள்ள இதுவே காரணம் என்பதால் அவர் துன்பத்தில் உழலத் தேவை யில்லை. எல்லா உறவுமே ஓரிடத்தில் ஒரு முடிவை எட்டி விடுகின்றன. அவர்கள் எத்தனை காலம் வாழ்ந்திருந்தாலும் அதற் கோர் முடிவு நிரந்தரமானதே. இவ்வாறு முடிவில்லாமல் நிகழ்ந்து கொண்டிருக்கும் அந்தப் பிரிவை நாம் சிந்திக்க வேண்டும். அந்த மெய்மையைக் கண்டறியத்தான் நான் தீர்மானித்திருக்கிறேன் என்று அவரிடம் உரையுங்கள்.'

'ஆம் இளவரசே! மெய்மையை அறிவதற்கான உங்கள் பெரு விருப் பத்தை நானும் புரிந்துகொள்கிறேன். ஆனால் இத்தனை இளம் வயதிலேயே தாங்கள் இதற்காக முனைய வேண்டுமா?'

'தர்மத்தை அடைய வயது வரம்பு என்று ஏதும் இல்லை.'

'தாங்கள் அறிய விரும்பும் ஒன்று, ஏற்கனவே பல ஞானிகள் பல வருடங்களாக ஆராய்ந்த ஒன்றுதான் இளவரசே!'

சித்தார்த்தன் உரக்க, 'வேறு எதையும் பற்றி நான் யோசிப்பதாக இல்லை. இவ்வாறு கூறும்போது அவன் குரலில் ஒரு நடுக்கம் ஏற் பட்டது. அவனும் அதை உணர்ந்தான். தான் இன்னும் உணர்ச் சிகளை வெல்லவில்லையோ என்றுகூட யோசித்தான். தன் மன வலிமையை மீண்டும் திரட்டிக்கொண்டவன், 'மரணம் என் சிந்தனையில் எப்போதும் எதிர்பட்டுக்கொண்டே இருக்கிறது துறவியே! என் பிச்சைப்பாத்திரத்தில் எனக்கான மிச்ச வாழ்வு எவ்வளவு இருக்கிறது என்பதை எப்படி நான் அறிய இயலும்?'

தான் தன் எண்ணத்தில் உறுதியாக இருக்கும் ஒருவனோடு உரையாடு கிறோம் என்பதை அத்துறவி உணர்ந்தார். 'சென்று வருக இளந் துறவியே! எனது ஆசிகள் உனக்கு எப்பொழுதும் உண்டு. சென்று வருக' என்றார்.

'ஆம் துறவியே... தாங்களும் சன்னாவுடன் கபிலவஸ்துவிற்குச் சென்று என் தந்தையிடம் என் சொற்களை உரையுங்கள்'.

'என் தந்தையிடம் கூறுங்கள் துறவியே.. எனது பிரிவு அவரை உலுக்கியிருக்கும். ஆனால் இதைவிட்டால் வேறு வழியேதுமில்லை. அதையே எண்ணி துன்பத்திலாழ வேண்டாமெனெ நான் வேண்டிக் கொண்டதாகக் கூறுங்கள். அதன்பின் என் துணைவியிடம் என் தனிப்பட்ட செய்தி ஒன்றினைத் தெரிவியுங்கள். 'இளம் மைந்தனைக் கவனித்துக்கொள்' என்று நான் கூறியதாகக் கூறுங்கள்.'

சித்தார்த்தன் தனது புரவியைச் சன்னாவிடம் அளித்தான். கை நிறையும் அளவிற்கு இருந்த ஆபரணங்களையும் நீக்கி அவனிடம் அளித்தான். அவர்கள் இருவரையும் ஒருமுறை நிமிர்ந்து பார்த்தான். அவன் மார்பில் இருந்த ஒரு பெரும்சுமையை சன்னாவிடம் அளித்து

விட்டதாக உணர்ந்தான். அவ்வளவு நேரமும் இருண்ட முகத்துடன் ஏதும் சொல்லமுடியாமல் இருந்த சன்னா, இருகைகளையும் குவித்து அவற்றை வாங்கிக் கொண்டான்.

'எனக்கு விடையளியுங்கள் என் நண்பர்களே! நீங்கள் உங்கள் உலகிற்குத் திரும்பச் செல்லுங்கள். நானும் நான் கண்டறிய வேண்டிய உலகைத் தேடிச் செல்கிறேன்.'

'சென்று வாருங்கள்! உங்களுக்காக விதிக்கப்பட்டதை நீங்கள் கண்டடைவீர்களாக!' என்றார் அந்தத் துறவி. சன்னா ஏதும் உரைக்காமல் அமைதியாக இருந்தான்.

சித்தார்த்தன் எதிர்த்திசை நோக்கி நடக்கத் துவங்கினான். இப்பொழுது அவனுக்கு எங்கு செல்லவேண்டுமென்று தெரியாத போதும், அவன் தனியனாக இருந்த போதும் அவன் நடை ஒரு குறிக்கோளுடன் கூடிய நிமிர்வு கொண்டிருந்தது. முடியிழந்த அவன் சிரம் வெறுமையாக இருந்தது. அவன் கழுத்து ஆபரணங்கள் ஏதுமின்றி எடையற்றிருந்தது. இவையனைத்தும் அவன் எதிர்பார்த்த படியே நடந்தேறின. அவன் எதைப்பற்றியும் தற்போது சிந்திக்கவே யில்லை எனினும், அவன் புதிதாக அடைந்த அந்த விடுதலை, அதுவரை அவன் அடைத்து வைத்திருந்த சிந்தனைகள் வலசைப் பறவைகள் போல அவன் சிரசிற்குள் வந்து சேர்ந்து கொண்டிருப்பது போல அவனுக்குத் தோன்றியது.

அன்று மாலைக்குள் மல்லதேசம் உட்பட பல தேசங்களை அவன் கடந்து சென்றிருந்தான்.

ஆப்பிள் மரமே, ஆப்பிள் மரமே
நான் உன்னை விட்டு விலகினேன்;
நான் மூன்று அரசர்களின் நாட்டைக் கடந்துவிட்டேன்,
எத்தனை தேசங்களை நான் இன்னும் கடக்க வேண்டும்?
ஒரு மரத்தின் வேர், ஒரு மலை அல்லது பாலைவன இடம்.
நான் எங்கிருந்தாலும் அது என் வீடு,
மனிதர்கள் தூசு நிறைந்த விழிகளுடனேதான் வாழ்கிறார்கள்.

என் சிந்தனைக்குள் ஆழ்ந்திருந்த நான் இருள் சூழ்ந்து விட்டிருப்பதை அறியவே இல்லை. பாதை புலப்படாத அளவிற்கு இருட்டியபிறகு நான் ஒரு மரத்தடியில் அமர்ந்தேன். அம்மரத்தடியில் தான் என் அன்னை என்னைப் பெற்றெடுத்ததாக நான் கற்பனை செய்துகொண்டேன். அந்த எண்ணம் எனக்கு மிகவும் நெருக்கமாக இருந்தது.

பரந்து விரிந்த கிளைகளைக் கொண்ட ஒரு மரத்தினைத்தான் நான் தேர்ந்தெடுத்திருக்கிறேன் என்பதை அதனடியில் படுத்துக் கொண்டபோதுதான் நான் கவனித்தேன்.

இந்த எண்ணமெல்லாம் மெய்ஞானத்தேடலில் இருக்கும் ஒருவனுக்கு உகந்தது அல்ல. நான் இன்னும் அந்த உலகியல் சிலந்தி வலையில்தான் இருக்கிறேன்.

விழிப்பிலிருந்து உறக்கத்திற்குச் செல்வதற்கிடையே எனது மைந்தனின் உருவம் என் கண்முன் தோன்றியது. முகமற்ற வெறும் உருவம். விடைபெற்ற அந்தத் தருணத்தில் நான் தீவிரமாக எண்ணியிராத அந்தக் காட்சியை இப்போது இம்மரத்தடியில் தலைசாய்த்துப் படுத்திருக்கும் இரவில் எண்ணிப் பார்க்கிறேன். எனது மைந்தனின் முகத்தை நான் பார்க்கவில்லையென்பது எனக்குப் பெரும் மனவலியை அளித்தது. நான் அங்கேயே சற்று நேரம் நின்றிருந்தால் பிம்பா தன் கரங்களை விலக்கியிருப்பாள். இந்த 'இருந்திருந்தால்' என்பது ஒரு எரிச்சலூட்டும் கணமாக எனக்குத் தோன்றியது. முகமறியாத ஒரு மைந்தன். முட்டாள்தனமான முடிவை எடுத்திருக்கிறேன். ஒரு குறுகிய நேரம் அவனுடைய அந்தச் சிறு முகத்தை நான் கண்டிருந்தால் நூறு நாட்களுக்கான தியானத்திற்கும் அமைதிக்கும் ஈடாகியிருக்கும். என்னவொரு முட்டாள்தனம்!

நான் கண்டிராத அம்முகம் அன்றிரவு முழுவதும் என்னை வாட்டியது. சூரியனின் முதல் கதிர் பட்டதும் நான் எழுந்து நடக்கத் துவங்கினேன். தீவிரமான அந்த நடை என் மனதை மாற்றியது. (அதனால்தான் நான் என் வாழ்க்கை முழுவதும் நடந்துகொண்டே இருந்திருக்கிறேன்.) அனைத்து உலகியல் மாசுகளிலிருந்தும் என்னை முழுமையாக விடுவித்துக்கொள்ளவேண்டும் எனத் தீர்மானித்துக் கொண்டேன். எனக்கு ஒரு மைந்தன் இருக்கிறான் என்பதும் எனக்கு அப்படியொருவன் இல்லை என்பதும் இனி எனக்கு ஒன்றுதான். அவன் முகத்தை நான் பார்த்தேன் என்பதும் பார்க்கவில்லை என்பதும் இனி எனக்கு ஒன்றுதான்.

சுறுசுறுப்பாக நடக்கும்போது நான் சரியான வழியில்தான் சென்றுகொண்டிருக்கிறேன் என்பதை நான் உணர்ந்தேன்.

7

ஒவ்வொரு மூலைக்கும் சுற்றியபடி இருந்த சித்தார்த்தன் அநோமா நதியை வந்தடைந்தான். கரையோரமாகவே நடந்து வந்துகொண்டிருந்ததால் அவனால் நீரோட்டத்தை நன்றாகக் காண முடிந்தது. அவன் நதியோடே இணைந்து நடக்கத் துவங்கினான். சற்றுத் தொலைவில் மனிதர்கள் குழுமியிருப்பதைக் கண்டான். அருகே நெருங்கிச் சென்றபோது, அவன் எண்ணி யிருந்தது போலவே அவர்களில் நடுநாயகமாக ஒரு சாமியார் அமர்ந்திருந்தார். மகத்தானதொரு தியானத்தில் இருப்பவர்போல பத்மாசனத்தில் கண்களை மூடியபடி அமர்ந்திருந்தார்.

சித்தார்த்தன் அவர் குறித்தும் அங்கு நிகழ்வது என்ன என்பது குறித்தும் விசாரித்து அறிந்து கொண்டான்.

‘தாங்கள் இவரை அறிந்திருக்கவில்லையா?’ என ஒருவர் மிகப் பரிவுடன் அவனிடம் விசாரித்தார். அந்த வழிப்போக்கனின் அறியாமையைக் கண்ட அவர் சித்தார்த்தன்பால் அக்கறை கொண்டு அவனுக்கு விளக்கத் துவங்கினார். ‘பிரம்மதேவ் பாபா நீரின் மீது நடப்பதில் மிகவும் பிரசித்தி பெற்றவர். இன்று அந்த அற்புதத்தை எங்களுக்கு நிகழ்த்திக் காட்டவிருக்கிறார்.’

எப்பொழுதும் உணர்ச்சியற்ற நிலையில் இருக்கும் சித்தார்த்தன், ஒரு புன்னகையோடு, பாபா தன் பத்மாசனத்திலிருந்து எழப்போகும் தருணத்திற்காகக் காத்திருக்கத் துவங்கினான். பாபா இன்னும் அமர்ந்த நிலையில்தான் இருக்கிறார். அவர் கண்களும் மூடியபடியே இருக்கின்றன. ஆனால் கூட்டத்தின் அளவு குறித்து தன் கள்ளப் பார்வையில் கணக்கிட்டுக்கொண்டுதான் இருந்தார். கூட்டத்தில் போதுமான அளவு ஆட்கள் கூடியவுடன் தன் நிலையிலிருந்து எழுந்து நின்றார். கூட்டத்தில் ஒரு சலசலப்பு எழுந்து மக்களின் கூக்குரல்கள் பெரிதாகிக்கொண்டே சென்றன. கூட்டம் தானாகவே பிளந்து பாபாவிற்கு வழிவிட்டது. பாபா மென்மையும் கவர்ச்சியும் கூடிய தொரு நடையழகோடு நதியை நோக்கி நடந்தார். நதிக்கரையை அடைந்த பிரம்மதேவ் பாபா கைகூப்பியபடி மீண்டும் தன் கண்களை மூடிக்கொண்டார். ஒரு மந்திரத்தை மெல்ல உச்சாடனம்

செய்த படியே தீவிர தியான பாவனையோடு நெடுநேரத்திற்குக் கண்களை மூடியபடியே நின்றுகொண்டிருந்தார்.

இறுதியாகத் தன் கண்களைத் திறந்தார். ஆனால் உதடுகளோ இன்னும் மந்திரத்தை உச்சரித்தபடியேதான் இருக்கின்றன. பாபா அப்படியே நடக்கத் துவங்கினார்.

'இதோ பார்.. பிரம்மதேவ் பாபா நீரில் நடக்கிறார்..'

சில அடிகள் வைத்து முன் சென்றவர் அப்படியே அக்கரைக்குச் சென்றுவிடாமல் மீண்டும் இக்கரைக்கே திரும்ப வந்தார். நதிக் கரையை அடைந்ததும் மீண்டும் தன் கண்களை மூடிக்கொண்டார்.

கூட்டத்தில் பலத்த வாழ்த்துக்குரல்கள் எழுந்தன. பாபாவின் கால்கள் நிலத்தைத் தொட்டவுடன் அனைவரும் அவர் நிலவிலிருந்து இறங்கி வந்ததைப் போல அவருக்குக் கரகோஷங்களை எழுப்பினர். அவர் கால்களில் விழுந்து வணங்க முண்டியடித்துக் கொண்டனர்.

அந்தத் தள்ளுமுள்ளுகளிலும் சித்தார்த்தன் அசையாமல் நின்ற இடத்திலேயே நின்றுகொண்டிருந்தான். அவன் கரவொலி எழுப்பவும் இல்லை. அவரைப் பணிய முனையவும் இல்லை. பாபாவும் அவனைப் பார்த்தார். கவர்ந்திழுக்கும் தோற்றத்துடன் இருக்கும் சித்தார்த்தனை அவரும் கவனித்துக்கொண்டுதான் இருந்தார்.

பின் அவரே அவனை நோக்கி வந்தார்.

'வணங்குகிறேன் துறவியே!' என்றார்.

'வணங்குகிறேன் முனிவரே' என்று சித்தார்த்தனும் பதிலுக்கு வணங்கினான்.

'தங்களால் இவ்வண்ணம் நீரில் நடக்க இயலுமா?'

'இல்லை. என்னால் அது இயலாது'

'நன்று. நான் உங்களுக்கு அதை உபதேசிக்கிறேன்'

'நன்றி முனிவரே... ஆனால் எனக்கு அதில் பெரிய ஆர்வம் ஏதுமில்லை. நான் அக்கரைக்கு ஒரு படகிலேயே சென்றுவிடுகிறேன். சொல்லப்போனால் நான் இப்போதும் அதையேதான் செய்யப் போகிறேன்' என்று கூறிய சித்தார்த்தன் படகோட்டியை நோக்கி நடந்தான்.

பிரம்மதேவ் பாபாவின் முகம் வாடிவிட்டது. அவரிடம் யாரும் இப்படிப் பேசியதில்லை.

~

அநோமா நதியைக் கடந்த சித்தார்த்தன் மகத நாட்டின் தலைநகராக விளங்கிய ராஜகிருஹத்தில் சுற்றியலைந்தான். ஆற்றுப்படுகையில் இருந்த அந்தக் கிராமத்தில் பரந்த நிலப் பகுதியுடன் கூடிய இல்லங்கள் இருந்தன. அதற்கிடையே நடந்து

வருவது சித்தார்த்தனுக்கு உவகையளிப்பதாக இருந்தது. ஒன்றை யொன்று இணைத்தபடி அடுத்தடுத்ததாக கட்டப்பட்டிருந்த இல்லங்கள் அவனுக்கு உவப்பாக இல்லை. ஏதோ அறியாத ஒன்றின் மீதான அச்சத்தில் அவை கட்டப்பட்டிருப்பதாக அவன் கருதினான்.

சித்தார்த்தன் ஐந்து அல்லது ஆறு நாட்களை ராஜகிருஹத்தில் கழித்தான். பகல்பொழுது முழுவதும் தியானத்தில் அமர்ந்திருந்தான். மாலை நேரங்களில் நதிக்கரையில் உலாவினான். உச்சிவேளையில் கிராமத்திற்குச் சென்று தனக்கான உணவை இரந்து பெற்றுக் கொண்டான். அது ஒருகவளம் சோறும் சிறிதளவு தயிரும் கலந்த உணவு.

கிராமத்தார்கள் விரைவில் அவனை அறிந்து கொண்டனர். அறிந்துகொண்டார்கள் எனில் அவன் தோற்றத்தை வைத்து அவன் குறித்து அறிந்து வைத்திருந்தனர். அவனை அணுகிப் பேசும் அளவிற்கு யாரும் முனையவில்லை. அவன் யாரையும் தவிர்க்கவும் இல்லை. இருப்பினும் அவன் போக்கும் நடவடிக்கைகளும் குறித்த ஒரு பேச்சு அங்கு நிகழ்ந்துகொண்டிருந்தது என்பதில் ஐயமில்லை.

கிராமத்தின் அருகே இருந்த பாண்டவர் குன்று சித்தார்த்தனின் தற்போதைய இருப்பிடமாக இருந்தது. (இந்தியாவில் ஒவ்வொரு கிராமத்திற்கும் அருகில் உள்ள மலையோ குன்றோ பாண்டவர்கள் பெயரால் அழைக்கப்படும். அங்கு பாண்டவர்கள் வந்திருக்க வரலாற்றுப்படி வாய்ப்பேயில்லை என்றபோதிலும் அந்தப்பெயர் அங்கு திகழும்). உச்சிப்பொழுதில் தனது உணவிற்காக பிட்சை யெடுக்க அவன் குன்றிலிருந்து இறங்கி வந்து கிராமத்தில் சுற்றியலை வான். அத்தகையதொரு பொழுதில்தான் தன் அரண்மனை மாடத்திலிருந்த மன்னர் பிம்பிசாரர் அவனைக் கண்டார். அவனது தோற்றம் அவருக்கு அவனைக்குறித்து அறிவதற்கான ஆர்வத்தைத் தூண்டியது.

'அமர்சென்!' என்று அவர் தன் சேவகனை அழைத்தார்.

'சொல்லுங்கள் மகராஜ்.'

'அங்கு அலைந்துகொண்டிருக்கும் இளந்துறவியை நீ அறி வாயா!'

'ஆம். அரசே! கடந்த சில தினங்களாகவே நான் அவரை இங்கு காண்கிறேன்.'

'அழகனாக இருக்கிறார் அல்லவா?'

'ஆம் அரசே! பேரழகனாக இருக்கிறார். அவரது தோற்றத்தில் உள்ள பொலிவு அவர் ஓர் அரச குடும்பத்தைச் சேர்ந்தவரோ என எண்ண வைக்கிறது.'

'ஓ! அப்படியென்றால் அவர் தன் ராஜ வாழ்க்கையைத் துறந்து துறவு பூண்டவரா?'

'அப்படித்தான் தோன்றுகிறது அரசே!'

'அந்த இளந்துறவியை நான் காண விரும்புகிறேன். அதற்கான ஏற்பாடுகளைச் செய்வாயாக!'

'நன்று அரசே! அவரை அரண்மனைக்கு இட்டுவரவா?'

'மூடா! அவரைப் போன்றவர்களை நாம்தான் சென்று காண வேண்டும். அழைத்துவரலாகாது.'

'உண்மைதான் அரசே! காலைப்பொழுதில் நாம் அவரைச் சென்று சந்திக்கலாம்.'

'அவர் எங்கு தங்குகிறார் அமர்சென்?'

'அரசே! அவர் பாண்டவர் குன்றில் இருக்கிறார். இப் பொழுதில் கிராமத்திற்குள் வருகிறார். அவர் உணவுண்டபிறகு ஒருமணிநேரமோ அல்லது அரைமணிநேரமோ கழித்து அவரைக் காணச் செல்வது உசிதமாக இருக்கும்.'

'நன்று. அவ்வாறெனில் நாளை காலை நாம் அங்கு செல்லலாம்.'

'உத்தரவு அரசே! நான் ரதத்தை ஏற்பாடு செய்கிறேன்.'

'வேண்டாம். நாம் நடந்தே செல்வோம்.'

'நடந்து செல்வதா? அது சற்றுத் தொலைவில் உள்ளது அரசே!'

'அவருக்கு நடக்கும் தொலைவு எனில் என்னாலும் நடக்க இயலும் அல்லவா?'

'தங்கள் உத்தரவு அரசே!'

மறுநாள் காலை பாண்டவர் குன்று செல்வதற்கான ஏற்பாடு களைச் செய்யத் துவங்கினான் அமர்சென். அரசர் நடந்து செல்ல விரும்பியதால், ஒரு அகன்ற அலங்காரங்கள் நிறைந்த குடை ஒன்றையும் அதை ஏந்தியபடி உடன் வர நான்கு சேவகர்களையும் அவன் ஏற்பாடு செய்திருந்தான். கடினமான சிகப்புத் துணியால் வேயப்பட்டு அணிகலன்கள் பொருத்தப்பட்டிருந்த அந்தக் குடையுடன் வழியில் அவர்களுக்குத் தேவையான குளிர்ந்த நீரையும் பழங் களையும்கூட எடுத்துத் தயாராக வைத்திருந்தனர்.

இந்தக் களேபரங்களைக் கண்ட அரசர், 'அமர்சென்! இது ஒன்றும் தேவையில்லை. நாம் இருவர் மட்டுமே செல்வோம்' என்றார்.

'குடை கண்டிப்பாகத் தேவைப்படும் அரசே! கூடவே பழங்களும் தண்ணீரும்.'

‘நாம் இருவர் மட்டும் செல்வோம் என்றுதானே சொன்னேன் அமர்சென்’ என்றார் அரசர் சற்றுக் கடுமையாக.

‘அவ்வாறெனில் நான் குடையை எடுத்து வருகிறேன் அரசே! என்றான் அமர்சென்.

‘அத்தனை தொலைவிற்கு நீ குடையை எடுத்து வருவாயா?’

‘ஆம் அரசே! வேறொன்றும் யோசிப்பதற்கு இல்லை.’

‘அவ்வாறெனில், உடன் ஒருவரை மட்டும் அழைத்துக்கொள். அவர் குடையைச் சுமந்து வரட்டும். வேறேதும் தேவையில்லை’ என்றார் அரசர்.

பிம்பிசாரர் கிளம்பியபோதே உச்சிப்பொழுதாகிவிட்டிருந்தது. அந்த நண்பகல் வெயிலிலும் அரசர் சுறுசுறுப்பாக நடந்தார். கடும்முயற்சிசெய்தே அமர்சென் அவருக்கு இணையாக நடக்க வேண்டியிருந்தது. அதற்குள்ளே அமர்சென் வியர்த்து விறுவிறுத்தும் போயிருந்தான். அதில் ஆச்சரியப்பட ஏதுமில்லை. பிம்பிசாரர் இருபத்திநான்கு வயதானவர். அமர்சென் நாற்பதைக் கடந்திருப்பான்.

அவர்கள் மூவரும் பாண்டவர் குன்றை அடைந்தனர். அவர்கள் சற்று மலைமேலே ஏறிச் செல்லவேண்டியிருந்தது. அதன் உச்சியில் ஒரு குகை இருந்தது. அதற்குள்தான் சித்தார்த்தன் தியானத்தில் அமர்ந்திருந்தான். அவன் பத்மாசனத்தில் அமர்ந்திருந்தான். சித்தார்த்தனைச் சற்றுத் தொலைவிலேயே கண்டுவிட்ட பிம்பிசாரர் தன்னுடன் வந்தவர்களை ஓய்வெடுக்கச் சொல்லி அறிவுறுத்திவிட்டுத் தனியாகச் சென்று சித்தார்த்தனைச் சந்தித்தார்.

‘வணங்குகிறேன் ஸ்வாமி’ என்றார் பிம்பிசாரர்.

சித்தார்த்தன் தன் விழிகளைத் திறந்து நோக்கினான்.

‘வணங்குகிறேன் அரசே! தாங்கள் ஏன் இவ்வளவு தொலைவு வரவேண்டும்? எனக்குச் சொல்லி அனுப்பியிருந்தால் நானே வந்து உங்களைச் சந்தித்திருப்பேனே?’

‘அது சரியல்ல முனிவரே. இதுதான் சரியான அணுகுமுறை. நான் உங்கள் தியானத்திற்கு இடையூறு செய்ய விரும்பவில்லை.’

சித்தார்த்தன் பதில் ஏதும் உரைக்கவில்லை.

‘தங்களை இதற்கு முன் நான் ராஜகிருஹத்தில் கண்டதே யில்லை முனிவரே! தாங்கள் சமீபத்தில்தான் இங்கு வந்திருக்கிறீர்கள் என்று நினைக்கிறேன்.’

‘ஆம் அரசே! நான் மிகச்சமீபத்தில்தான் இங்கு வந்தேன். இங்கு நான் அதிக நாள் தங்கப்போவதும் இல்லை.’

‘தாங்கள் எங்கிருந்து வந்திருக்கிறீர்கள் என்று அறியலாமா?’

‘நான் சாக்கிய குலத்தைச் சேர்ந்தவன். கோசல நாட்டிலிருந்து வருகிறேன்.’

'கோசல தேசம்.. சாக்கிய குலமரபு என்றால் நீங்கள்தான் கபிலவஸ்துவின் இளவரசராக இருக்கவேண்டும். சித்தார்த்தன்தானே உங்களின் பெயர்? நான் உங்களை அறிந்திருக்கிறேன்.'

'சரியாகத்தான் அறிந்துள்ளீர்கள் அரசே! ஆனால் நான் இளவரசன் அல்ல.'

'தாங்கள் உரைப்பது விளங்கவில்லை சித்தார்த்தரே! தாங்கள் இளவரசர் இல்லையா?'

'நான் எனது அரசுரிமையைத் துறந்துவிட்டேன். இனி நான் துறவி மட்டுமே.'

'இளவரசுப் பட்டத்தையா? அவ்வளவு எளிதாகவா அதைத் துறந்தீர்கள்?'

'அதுகுறித்து நான் வெகுநாட்கள் சிந்தித்துக் கொண்டுதான் இருந்தேன். அதற்கான காலம் கனிந்து வந்தது. ஆகவே நான் முதலடியை எடுத்து வைத்துவிட்டேன்.'

'ஆம். அரசுரிமையைத் துறப்பதே உலக இன்பங்களைத் துறப்பதற்கான முதல் அடியாக இருக்கமுடியும்.'

'முதலில் நான் என்னை அறியவேண்டும்.'

'சித்தார்த்தரே! நான் பல நாட்களாக எண்ணி ஏங்கும் ஒன்றை நீங்கள் எத்தனை எளிதாகச் செய்துவிட்டீர்கள்!'

'ஆம் அரசே! நம் போன்றவர்களால் அத்தனை எளிதாக இம்முடிவை எடுத்துவிட இயலாது.'

'சித்தார்த்தரே! தங்களின் வயது என்ன?'

'இருபத்து ஒன்பது..'

'நான் தங்களைவிட ஐந்து வயது இளையவன். எனக்கு இருபத்து நான்கு வயதாகிறது சித்தார்த்தரே!'

'ஆனால் தாங்கள் என்னைவிட மூத்தவர் போலத் தோன்றுகிறீர்கள் அரசே!'

'ஆம். நான் அரசனாகி ஏற்கனவே ஒன்பது ஆண்டுகள் ஆகிவிட்டன.'

'அரசாள்வதை விட்டுவிட்டு வருவது என்பது மிகவும் கடினமான ஒன்றாகவே இருக்கும்'

'மிகச் சரியாக உரைத்தீர்கள். என்னால் இவற்றை உதறிவிட்டு வெளியேற முடியவில்லை.'

பிம்பிசாரர் தொடுவானத்தை நோக்கியபடி சிறிதுநேரம் அமைதியாக இருந்தார்.

'உபநிடதங்கள் உரைக்கும் தத்துவத்தை நீங்கள் அறிந்திருப்பீர்கள் அல்லவா?'

'ஆம். என்னால் இயன்ற மட்டும் கேட்டு அறிந்திருக்கிறேன்' என்றான் சித்தார்த்தன்.

'ஆம். உபநிடதங்களை முழுமையாக உபதேசிக்கும் அளவு உரிமையோ முற்றான அதிகாரமோ பெற்ற ஆசிரியர்கள் என யாரும் இங்கில்லை.'

'உண்மைதான் அரசே! நம்பிக்கையான ஆசிரியரைக் காண்பது அரிதாகவே இருக்கிறது. அதனால், அதன் கூற்றுக்கள் நம்மை எங்கும் இட்டுச் சென்று விளங்க வைப்பதில்லை. சமயங்களில் தவறான பாதையில் அது உங்களை இட்டுச் சென்று விடுகிறது. அவற்றால் ஒரு பயனும் இல்லை என நீங்கள் உணர்வீர்கள்.'

'என்னுடைய அனுபவங்களும் அதேதான் சித்தார்த்தரே! ஆனால் அதன் சில வரிகள் மிகவும் வியப்பை அளித்துள்ளன. நான் முதன் முதலில் அத்தகைய கூற்றுக்களைக் கேட்டபோது மிகவும் ஆச்சரியத்தில் ஆழ்ந்திருந்தேன். அப்பொழுது எனக்கு வெறும் இருபது வயதுதான். அந்த வரிகள் என் கேள்விகளுக்கு விடையளிப்பதாகவே தோன்றின.'

'அப்படியா?'

'ஆம். கேனோபநிஷதம்' என்று கூறப்படும் அவ்வரிகள் என் நினைவில் இன்னும் தெளிவாகவே இருக்கின்றன.

யாருடைய தூண்டுதலால் மனம் திட்டமிடுகிறது?

யாருடைய தூண்டுதலால் முதல் சுவாசம் நிகழ்கிறது?

யாருடைய தூண்டுதலால் மக்கள் பேச்சென்னும் ஒரு செயலை...

இவ்வினா எனக்குள் ஒரு புல்லரிப்பை உண்டாக்கியது. அதுவும் இந்த இறுதிவரியில் நான் மயிர்க்கூச்செறிந்து நின்றேன்.

யாருடைய தூண்டுதலால் முதல் சுவாசம் நிகழ்கிறது?

'ஆம் அவை வியப்பை அளிப்பவை. ஆனால் அதற்கான விடையைக் கண்டடைந்தீர்களா?'

'சித்தார்த்தரே! துவக்க காலத்தில் உபநிடதங்கள் பல மர்மங் களைத் தனக்குள்ளே கொண்டிருந்தன. ஒரு தேர்ந்த ஆசிரியரால் மட்டுமே அந்த இரகசியங்களை விளக்க இயலும். ஆகையால் என் குருநாதர் அக்கேள்வியை எனக்குள் நூறுமுறை சொல்லி மனனம் செய்யச் சொன்னார். அவர் என்னையே அதற்கான விடையைக் கண்டறியும்படி கூறினார். அதன் விடையை அனுமானித்து அறியக் கோரினார்'

'விடையை அறிந்து விட்டீர்களா அரசே?'

'இல்லை. இறுதியாக நான் அவரிடமே விடை கோரி நின்றேன்.'

‘அவ்விடை என்ன அரசரே?’

‘ஆம் எனக்கு நினைவு இருக்கிறது.’ என்றவாறு தன் நினைவில் தேடினார் பிம்பிசாரர். விடை இப்படித்தான் இருந்தது என்று நினைக்கிறேன் ‘யாரால் இது கருக்கொள்ளப்பட்டதோ, எவன் இதை அறியவே இல்லையோ, எவனால் இது சித்தரிக்கப்பட்டதோ அவனாலேயே இது படைக்கப்பட்டது.’

‘அவ்விடை உமக்குத் திருப்தியளித்ததா அரசரே!’

‘இல்லை. அது என்னை இன்னும் ஒரு சுற்று சுற்றி விட்டது என்று மட்டும் கூறலாம்.’

சித்தார்த்தன் முகத்தில் ஒரு புன்னகை அரும்பியது.

‘இதை அவர்கள் முடிவிலியின் முரணியக்கம் என்றழைப் பார்கள்’ என்றான் சித்தார்த்தன்.

‘ஆம். இது தெளிந்த குளத்தில் கல் வீசுவதைப் போன்றது. நீரின் சுழற்சிகள் பெருகிக்கொண்டே போய் இறுதியில் நீர் மட்டுமே எஞ்சும்.’

‘நீங்கள் சரியாக உரைத்தீர்கள் அரசே! உபநிடதத்தில் உள்ள பல தத்துவங்கள் இப்படித்தான் இருக்கின்றன. அவை விடுகதையாய் கேள்வியை எழுப்புகின்றன என்பதுகூட ஏற்றுக்கொள்ளத்தக்கதே. அதைப் பரிகாசம் செய்ய நான் முனையவில்லை. ஆனால் அவை வெறும் தத்துவவியலாக மட்டுமே எஞ்சுகின்றன.’

அரசர் தொடர்ந்தார் ‘அவை பிரம்மத்தைப் பற்றிப் பேசுகின்றன. அதன்பின் ஆத்மாவைப் பற்றிப் பேசுகின்றன. என்னுடைய குருநாதர் எனக்கு உபதேசித்த அந்த மகாவாக்கியம் இன்றும் எனக்கு நினைவிலிருக்கிறது. ‘தத்வமஸி’ (அது நீயே!) தாங்கள் அதில் நம்பிக்கை கொள்கிறீர்களா?’

‘உண்மையாகவே எனக்கு அது தெரியாது அரசே!’

‘ஆனால் எனக்கு ஒன்றை மட்டும் தெளிவு செய்யுங்கள் சித்தார்த்தரே! தாங்கள் அந்தப் பூரணத்தை அல்லது பிரம்மத்தை நம்புகிறீர்களா?’

‘எனக்குத் தெரியவில்லை அரசே! நான் அதை நம்புகிறேனா இல்லையா என்பதே எனக்குத் தெரியவில்லை.’

‘உபநிடதங்கள் உங்களுக்கு ஒருவித ஏமாற்றத்தையே அளித் திருக்கின்றன என நான் எடுத்துக்கொள்கிறேன் சித்தார்த்தரே!’

‘அவ்வாறும் அறுதியிட்டுக் கூறமுடியாது அரசே! மற்ற இளைஞர்களைப் போலவே நானும் அதைக் கேட்ட மாத்திரத்தில் பெரும் வியப்பில் ஆழ்ந்தேன். நம் வாழ்நாளில் இதை அறிவது பெரும் நம்பிக்கைக்குரிய பேறு என்றும் கருதினேன்.’

‘பிறகு என்னவாயிற்று?’

‘பிற்பாடுதான், நான் அறிந்துகொள்ள விரும்பும் கேள்விகளுக் கான விடையை உபநிடதங்கள் அளிப்பதில்லை என உணர்ந்தேன்.’

‘நீங்கள் என் ஆர்வத்தைத் தூண்டுகிறீர்கள் சித்தார்த்தரே! அப்படியென்ன கேள்விகள் உங்களின் மனதை ஆக்கிரமித்திருந்தன?’

‘வாழ்க்கையின் எளிய விஷயங்கள். அன்றாடச் சித்திரங்கள்..’

‘அப்படியென்ன?’

‘நோக்குக அரசே! உபநிடதங்கள் முன்பு நான் தலை வணங்கு கிறேன். அவை மிகவும் உயர்ந்ததும் அரியதுமான உண்மைகளை நோக்கி எழும்பியுள்ளன. மிகவும் சாகசமான ஒன்று.’

‘ஆனால் அவை உங்களுக்குப் போதவில்லையா சித்தார்த்தரே?’

‘இல்லை. ஏனெனில், நான் குறிப்பாக துன்பம் குறித்து மட்டுமே தியானிக்கிறேன். வலி, வேதனை ஆகியவை குறித்து. உபநிடதங்களில் எங்கு வலி வேதனை குறித்த விளக்கங்களும் அவற்றைச் சமாளித்து மீண்டு வருவது பற்றிய குறிப்பும் இருக்கிறது?

அரசர் பிம்பிசாரர் சிறிது நேரம் சித்தார்த்தனை ஊன்றிப் பார்த்தபடியே அமர்ந்திருந்தார். அமைதியாக இருந்தார்.

‘ஆம். துன்பம் பற்றி ஏதும் இல்லையென்றுதான் நானும் நினைக்கிறேன்.’

அவர்கள் இருவரும் வெகுநேரத்திற்குப் பேசிக்கொண்டிருந்தனர். அவர்களின் நிழல்கள் நீளத்துவங்கின. மேற்குத்திசையிலிருந்து மென்மையாகக் காற்று வீசியபடியிருந்தது,

‘நான் புறப்பட்டாக வேண்டும் சித்தார்த்தரே!’

‘கண்டிப்பாக நாம் மீண்டும் காண்போம் அரசே! ஆனால் மறுமுறை நான் வரும்போதுதான் காணமுடியும். நான் நாளை இங்கிருந்து புறப்படுகிறேன்.’

‘எங்கு செல்லவிருக்கிறீர்கள்?’

‘தெரியவில்லை. நான் கால்போனபோக்கில் செல்கிறேன்.’

‘தாங்கள் மூன்று அல்லது நான்கு நாட்கள் தங்க இயலுமா சித்தார்த்தரே! நான் உங்களிடமிருந்து நிறைய அறிய விரும்புகிறேன்.’

‘தாங்கள் என்னைக் குறித்து தவறாக மதிப்பிட்டுவிட்டீர்கள் அரசே! நான் முற்றும் அறிந்தவன் அல்ல. சொல்லப்போனால் எனக்கு எதுவுமே தெரியாது. எதோ சிறு துளிகளை மட்டுமே அறிந்துள்ளேன். இன்றுமே நான் தேடித்துழாவிக்கொண்டுதான் இருக்கிறேன்.’

‘அவ்வாறெனில், வெகு விரைவில் நீங்கள் மெய்ஞானியாகிய வுடன் நாம் மீண்டும் சந்திப்போம். அவ்வாறே நிகழட்டும் சித்தார்த்தரே!’

'நான் அதிர்ஷ்டசாலியாக இருந்தால்..' என்றான் சித்தார்த்தன்.

'அது கண்டிப்பாக நிகழத்தான் போகிறது. என்னுள் ஏதோ ஒன்று அந்நாள் வெகு தொலைவில் இல்லை என்று கூறிக்கொண்டே யிருக்கிறது சித்தார்த்தரே!'

'தங்களின் வாழ்த்துகளுக்கு நன்றி அரசே!'

அரசர் எழுந்து சென்று தன்னுடன் வந்தவர்களை விரைவுபடுத் தினார். களைத்துப்போய் மயக்கநிலையில் இருந்த அமர்சென்னை மற்றவன் உலுக்கி எழுப்பினான். ஒரு திடுக்கிடலுடன் எழுந்து நின்றான் அமர்சென். அவர்கள் இருவரும் அரசரோடு இணைந்து நடக்கத் துவங்கினர். திரும்பிச் சென்ற வழியெங்கும் பிம்பிசாரர் சிந்தனைவயப்பட்டவராகவே இருந்தார். அரண்மனைக்குச் சென்றதும் கை கால்களை நீட்டிக்கொண்டு மஞ்சத்தில் வீழ்ந்து கண்களை மூடிக்கொண்டார். ஆனால் அவரால் உறங்க முடிய வில்லை.

சித்தார்த்தன் மறுநாள் அதிகாலையிலேயே பாண்டவர் குன்றிலிருந்து இறங்கி ராஜகிருஹத்திற்கு எதிர்த்திசையில் செல்லும் பாதையில் நடக்கத் துவங்கினான். அதிகாலை ஒளி புத்துணர்ச்சியை அளித்தது. அவன் விரைவாக நடக்கத் துவங்கினான். தனக்கான ஒரு குருவைக் கண்டடைய வேண்டும் என்னும் எண்ணம் அவன் மனதில் துளிர்விட்டது. குரு என்ற ஒருவர் இல்லாவிடில் தான் வெறுமனே துழாவிக் கொண்டிருப்போம் என அவன் நம்பினான். குருவில்லாத தன் நிலை துடுப்பில்லாத படகுபோல ஆகிவிடும் என்றும் நினைத்துக்கொண்டான். ஒரு குரு இருந்தால் மட்டும் நிலை மாறிவிடுமா என்றும் யோசித்தான். ஆனால் அவனால் ஒரு முடிவிற்கு வரமுடியவில்லை.

சித்தார்த்தன் மூன்று நாட்களாகத் தொடர்ந்து நடந்தபடியே இருந்தான். குருவிற்கான தேவை குறித்து அவன் சிந்தித்த போதெல்லாம் அவ்விருப்பம் அவன் மனதில் பேருருக்கொண்டு வளர்ந்து கொண்டேயிருந்தது. ஒவ்வொருநாள் மாலையிலும் மற்ற துறவிகள் தங்கும் இடத்திலேயே அவனும் தங்கி ஓய்வெடுத்தான். தன் எண்ண ஓட்டம் பற்றி அவர்களுடன் உரையாடினான். அவர்களிட மிருந்துதான் அலரா கலாமா என்னும் பெயரை முதன் முதலாக அறிந்தான். அவரொரு சிறந்த ஆசிரியராகத் திகழ்ந்தார். அவரே சித்தார்த்தனை வழிநடத்தத் தகுதியானவர் என்று அவர்கள் அவனிடம் கூறினர். அவரது குருகுலமும் அருகாமையில்தான் இருந்தது.

அவன் நடந்துசென்று கொண்டிருந்த அந்தப் பிரதான வழியிலிருந்து விலகிச் சென்று அலரா கலாமாவின் குருகுலத்தை அடையும் வழியைச் சித்தார்த்தன் கண்டறிந்தான். ஒரு சிறிய குறுகிய பாதையில் சிறிது தூரம் நடக்க வேண்டியிருந்தது. பிரதான வழியில் சென்று உண்மையைக் கண்டறிய இயலாத ஒருவன்

இங்கனம் ஒற்றையடிப்பாதையில்தான் செல்லவேண்டுமோ என்று அவன் எண்ணிக்கொண்டான். அவ்விடமே மரங்கள் சூழ்ந்தும் மிகக் குளிர்ச்சியாகவும் நிழலோடும் அமைந்திருந்தது. அவற்றின் நடுவேயிருந்த அந்த அற்புதமான கல்மண்டபத்தை அவன் கண்டான். அவன் ஒரு குருகுலத்தைக் காண்பது அதுவே முதல்முறை என்பதால் அவனுக்கு அவ்விடம் மிகவும் பிடித்திருந்தது. அந்தக் குருகுலத்தைச் சுற்றிக் கிளிகள் சூழ்ந்து கீச் கீச் என உரையாடிக் கொண்டிருந்தன. அதில் ஒரு கிளி மட்டும் அவ்வப்போது 'அலரா கலாமா! அலரா கலாமா!' எனப் பேசியது.

குருகுலத்தின் வாயிலில் ஒரு சிறுவன் அமர்ந்திருந்தான். சித்தார்த்தன் அணுகிவருவதைக் கண்டு அவன் எழுந்து நின்றான்.

'வருக நண்பரே!' என்றான் அந்தச் சிறுவன் 'தங்களின் தேவை என்ன?'

'நான் அலரா கலாமாவைச் சந்திக்க விரும்புகிறேன்.'

'தலைமை குருவையே காண வேண்டுமா? தாங்கள் யாரென நான் அறியலாமா?'

'சித்தார்த்தன். நான் ஒரு துறவி.'

விசாரித்தவன் அந்தப் பதிலால் திருப்தியடையவில்லை.

'தாங்கள் எங்கிருந்து வருகிறீர்கள்?'

'நான் கோசல நாட்டைச் சேர்ந்தவன்'

'தங்கள் குலவரிசையையும் கூறவியலுமா?'

'நான் சாக்கிய குலத்தைச் சேர்ந்தவன்.'

'சரி! என்றபடியே சித்தார்த்தனின் முகத்தையும் உடலையும் உற்றுநோக்கினான் அந்தச் சிறுவன்.

'தயவுசெய்து அமருங்கள் நண்பரே! நான் குருநாதரிடம் தங்கள் வருகையைப் பற்றி அறிவித்து வருகிறேன்.'

அனைத்துக் கேள்விகளுக்கும் பொறுமையாகவே பதில் உரைத்திருந்தாலும் சித்தார்த்தன் சற்று சீற்றம் கொண்டிருந்தான். அந்த முறைமைகள் ஒரு அரசரையோ அல்லது அரசுப்பணியில் இருப்பவரையோ சந்திப்பதற்கான ஏற்பாடுகள் போல இருப்பதாக அவன் தனக்குள் சொல்லிக்கொண்டான்.

அந்தச் சிறுவன் திரும்ப வந்தான்.

'குருநாதர் தங்களை இப்போது சந்திப்பார்' என்றான்.

கலாமாவின் இருக்கைக்கு சித்தார்த்தனை அந்தச் சிறுவன் அழைத்துச் சென்றான்.

'வாருங்கள்' என்றார் கலாமா மலர்ந்த புன்னகையுடன்.

சித்தார்த்தன் அமர்வதற்காக ஒரு இருக்கையையும் நகர்த்தி வைத்தார்.

'நான் இளம்மாணவர்களின் வகுப்பில் மும்முரமாகப் பாடங் களை உரைத்துக்கொண்டிருந்தேன். தாங்கள் வந்திருப்பதாக அறிந்ததும் அதை நிறுத்திவிட்டுத் தங்களை வரவேற்க ஓடோடி வந்தேன்.'

'தங்கள் அன்பிற்கு நன்றி ஆசிரியரே..'

கலாமா பயிற்றுவிப்பவை எந்தளவிற்கு உண்மையானவையோ, எந்தளவிற்கு அவர் நேரடியாக அறிந்தவையோ என்னும் கேள்வி சித்தார்த்தனுக்கு எழும்பியபடியே இருந்தது. அது அவனை மிகவும் தொந்தரவு செய்ததால் அதை நேரடியாகவே பலமுறை அவரிடம் முன்வைத்தான்.

கலாமாவின் பதில்களால் சித்தார்த்தன் திருப்தியடைந்தது போலவே தோன்றியது. பிறகு கலாமா 'நீங்கள் தொலைதூரத்தில் இருக்கின்ற கோசல தேசத்திலிருந்து வருகிறீர்கள் என்றும் தொல்குடியான சாக்கியகுலத்தைச் சேர்ந்தவர் என்றும் அச்சிறுவன் உரைத்தான்.'

'அது உண்மைதான் ஆசிரியரே!'

'தாங்கள் கோசலத்தின் ராஜகுடியைச் சார்ந்தவராகக்கூட இருக்கலாம் சித்தார்த்தரே...'

'அதுவும் உண்மைதான் ஆசிரியரே! நான் கபிலவஸ்துவின் இளவரசனாக இருந்தேன். இப்பொழுது என் இளவரசுப் பட்டத்தைத் துறந்துவிட்டேன்.'

'ஓ! அவரேதானா.. தாங்கள்தான் அந்தத் தொல்மரபைச் சேர்ந்த கபிலவஸ்துவின் இளவரசரெனில் தங்களை என் மாணாக்கராகச் சேர்த்துக் கொள்வதில் நாங்களும் பெருமை கொள்கிறோம் ஐயா.'

'இங்கு அனைத்து மாணாக்கர்களும் ஒரே தரத்தில்தான் பயில்கிறார்கள் என்றல்லவா நான் நினைத்தேன்.'

'நிச்சயமாக அப்படித்தான் நடக்கிறது ப்ரபோ, தாங்கள் உரைத்ததே உண்மை. ஆனால் சிறப்புத்தகுதி கொண்ட சில மாணாக்கர்களும் இருக்கிறார்கள்.' இவ்வாறு சொல்லிவிட்டுத் தன் தாடி கழுத்தைத் தீண்டும் அளவிற்கு கலாமா உரக்கச் சிரித்தார்.

சித்தார்த்தனுக்கு அப்போதுதான் ஏன் வாயிலருகே ஒரு சிறுவன் அமர்த்தப்பட்டிருக்கிறான் என்பதும் அவன் ஏன் ஒவ்வொருவரின் பூர்வீகத்தையும் அவ்வளவு விளக்கமாக விசாரிக்கிறான் என்பதும் விளங்கியது. தற்பொழுது கலாமாவிடம் ஒரு முக்கியமான செய்தி சென்று சேர்ந்துவிட்டது. அவரது புதியமாணவன் சாட்சாத்

கபிலவஸ்துவின் இளவரசனேதான். அவரைப் பொறுத்தமட்டில் சித்தார்த்தன் அவருக்குக் கிட்டிய பெரும் பரிசுப் பொருள். சித்தார்த்தனுக்கு அதனாலேயே அவ்விடம் சற்றும் உவப்பளிக்க வில்லை.

சித்தார்த்தன் அந்தக் குருகுலத்தில் சேர்ந்து தன் தினசரி நடவடிக்கைகளைச் செய்யத் துவங்கினான். கலாமாவின் குருகுலத்தில் சுமார் எண்பது மாணாக்கர்கள் கல்வி பயின்றனர். கலாமா மற்ற விஷயங்களில் எப்படியிருந்தாலும் இத்தனை மாணாக்கர்களை கட்டி மேய்ப்பதில் விற்பன்னராகவே இருந்தார். அந்தக் குருகுலத்தை அவர் மிகத் திறமையாக நடத்தியும் வந்தார்.

வெகு விரைவிலேயே சித்தார்த்தன் அந்தக் குருகுலத்தில் ஒரு நுட்பமான அடுக்குமுறை இருப்பதை உணர்ந்துகொண்டான். அந்த அடுக்குமுறை மாணாக்கர்களின் குடும்பப் பின்புலம் சார்ந்து உருவானது. வெளித்தோற்றத்தில் அனைத்து மாணாக்கர்களும் ஒரே தரத்திலான உடையைத்தான் அணிந்திருந்தனர். ஒரே கடமையைத் தான் செய்தார்கள் என்றாலும் சித்தார்த்தன் அந்த அடுக்கின் உச்சத்திலேயே வைத்து மதிப்பிடப்பட்டான்.

அவன் அங்கு சேர்ந்த சிறிது காலத்திலேயே சித்தார்த்தனுக்கும் அரசர் பிம்பிசாரருக்கும் இடையே உரையாடல் நிகழ்ந்த செய்தி குருநாதரை எட்டியிருந்தது. ஒன்றிரண்டு மாணாக்கர்கள் கலாமாவின் ஒற்றர்களாகவும் செயல்பட்டதாக சித்தார்த்தன் ஐயம் கொண்டான். வெளிப்பார்வைக்கு ஒன்றும் அறியாதவர்களாகத் தோற்றமளித்தபடி, சித்தார்த்தன் மட்டுமில்லாது அங்கு பயின்ற மற்ற மாணாக்கர்கள் பற்றியும் செய்திகளைத் திரட்டி கலாமாவிற்கு அளித்திருந்தனர். சித்தார்த்தன் அரசர் பிம்பிசாரரிடம் உரையாடிய செய்தியை அறிந்தவுடனேயே சித்தார்த்தனின் மதிப்பு கலாமாவிடம் வான் அளவிற்கு உயர்ந்துவிட்டிருந்தது.

கலாமா தன் மாணாக்கர்களுக்கு கிட்டத்தட்ட சமாதி நிலையையே அடைந்துவிடக்கூடிய ஒரு தியானத்தை உபதேசித்தார். அவரின் ஒற்றனாக இருக்க வாய்ப்புகள் நிறைய பெற்ற புக்கலன் என்னும் மாணாக்கன் சித்தார்த்தனிடம் கலாமா பற்றி புகழ்ந்து கூறிக் கொண்டிருந்தான். ஒருநாள் கலாமா ஒரு மரத்தடியில் தியானத்தில் அமர்ந்திருந்தபோது அவருக்கு மிக நெருக்கமாக ஐநூறு தேர்கள் கடந்து சென்றன. ஆனால் அவரோ அதை அறியாமல் தியானத்திலேயே மூழ்கியிருந்தார்.

'பார்த்தீர்களா... நம் குருநாதர் கலாமாவின் தியான வலிமையை?' என்று வியப்பொலியுடன் சித்தார்த்தனை அண்ணாந்து பார்த்தபடியே கூறினான் புக்கலன். சித்தார்த்தன் அவனைவிட மிகவும் உயரமானவனாக இருந்தான்.

தனக்குள் எப்பொழுதும் கூடியிருக்கும் சமநிலையுடனே அதைக் கேட்டுக்கொண்டிருந்த சித்தார்த்தன், மெல்ல 'நீர் சொல்வதைக் கற்பனைகூடச் செய்து பார்க்க இயலவில்லை புக்கலரே... இப்பகுதியில் ஐநூறு தேர்கள் இருக்கின்றனவா என்ன?' என்றான்.

இதற்கு என்ன பதிலுரைப்பது எனத் தெரியாமல் விழித்தான் புக்கலன்.

சித்தார்த்தன் தொடர்ந்து கூறலானான் 'ஐநூறு தேர்கள் அவரைக் கடந்து சென்றதாகக் கூறினீர்கள் புக்கலரே!'

'ஆமாம். ஆமாம்.. ஆனால் குருநாதரோ அதை அறியாமல் தியானத்தில் மூழ்கியிருந்தார்.'

'நன்று புக்கலரே! நம் குருநாதரின் வஸ்திரங்கள் முழுதும் தூசு படிந்திருக்கும் அல்லவா?'

சிறிது நேரம் அதை உள்வாங்கியபடியே நின்றிருந்தான் புக்கலன். பின் தன் ஆவேசத்தைக் கட்டுப்படுத்தியவனாய், 'தாங்கள் என்னை நம்பவில்லையல்லவா சித்தார்த்தரே?' என்று கேட்டான்.

'தாங்கள் கூறியதை நான் முற்றிலும் நம்புகிறேன், புக்கலரே!' என்று கூறிய சித்தார்த்தன் தொடர்ந்து, 'தியானம் கற்றுக் கொள்ளும் மாணவன் முதலில் தன் உணர்ச்சிகளைக் கட்டுப்படுத்த அறிந்திருக்க வேண்டும்' எனக் கூறினான்.

அன்று அலரா கலாமா கற்பித்ததை, நவீன காலகட்டங்களில், ஆழ்நிலை தியானம் என்று அழைக்கப்படுகின்ற ஒன்றுடன் ஒப்பிட்டு வரையறுக்கலாம். இன்று இந்த ஆழ்நிலை தியானக் கூடங்களுக்கு மந்தை மந்தையாகச் செல்வது போலத்தான் அன்றும் குருநாதர் கலாமாவின் குருகுலத்தை நோக்கியும் மந்தை மந்தையாகச் சென்றிருக்கின்றனர்.

உண்மையில் கலாமாவோ அல்லது பிற்காலத்தில் உத்தகர் முதலானவர்களோ உபதேசித்தது உபநிடதங்களின் கலவைதான். அதுவே பிற்காலத்தில் யோகா என்று மாறுதலடைந்தது. இங்கனம் தான் சித்தார்த்தன் அந்நாட்களில் மிகச் சிறந்ததாகவும் மிக அண்மையானதாகவும் பரவிக்கொண்டிருந்த இந்தியச் சிந்தனை முறையைப் பயின்றுகொண்டான். யோகக் கலையின் மூலகர்த் தாவாக அறியப்படுபவர், அதற்கும் சில நூற்றாண்டுகளுக்குப் பின்னர் தோன்றிய பதஞ்சலி முனிவர்தான் என்றாலும் ஏற்கெனவே வாதிடப் படுவதைப்போல புத்தரின் துறவுநிலைக்கொள்கைகள் இல்லாவிடில் பதஞ்சலியின் யோகமுறைகளை நினைத்துக்கூடப் பார்க்கமுடியாது. (ஒரு உடனடி உதாரணமாக புத்தரின் எட்டு நெறிமுறைகளைப் பிரதிபலிக்கும் அஷ்டாங்க யோகாவைக் குறிப்பிடலாம்).

அலரா கலாமாவிடம் வருவதற்கு முன்பாகவே சில தியான முறைகளைச் சித்தார்த்தன் அறிந்திருந்தான். குருநாதர் வழியாக அவன் மிக சொற்பமாகவே அறிந்துகொண்டான் என்றுதான் சொல்ல முடியும்.

சித்தார்த்தனின் முன்னேற்றத்தினால் கலாமா பெரு மகிழ்ச்சி யடைந்தார். ஒருநாள் அவர் சித்தார்த்தனிடம், 'நான் அடைந்த மாணாக்கர்களிலேயே மிகச் சிறந்தவன் நீதான். நான் எந்தளவு தேர்ச்சி பெற்றதாக உணர்கிறேனோ அதே அளவு நீயும் பெற்றிருக் கிறாய். நான் எவ்வளவு அறிவேனோ அந்தளவிற்கு நீயும் அறிவாய். ஆகவே நீயும் இங்கு பங்காற்று. நாம் இருவரும் இந்தக் குருகுல மாணாக்கர்களின் தலைமைப் பொறுப்பை ஏற்றுக்கொள்ளலாம். இந்த மொத்த தேசத்திலேயே சிறந்த குருகுலமாக இதை நிலை நிறுத்துவோம். வருக சித்தார்த்தா!' என்று அழைப்பு விடுத்தார்.

கலாமா சொன்னதன் திரண்ட கருத்து அவர் அந்தக் குருகுலத் தின் சமபங்கைச் சித்தார்த்தனுக்கு அளிக்க முன்வந்தார் என்பதே யாகும். தான் அதுகுறித்து யோசிப்பதாகக் கூறினான் சித்தார்த்தன்.

அன்றிரவு அவன் கலாமாவின் விருப்பத்தைப் பற்றி யோசித் தான். சித்தார்த்தன் வாழ்க்கையில் அடைய விரும்பியதுதான் என்ன? அனைத்திற்கும் மேலாக கலாமா அவனது மொத்த வாழ்க் கையையும் பங்கு, பெட்டகம், கஜானா ஆகியவற்றிற்கு மாற்றிக் கொள்ள விரும்புகிறார். ஆனால் அவன் வேறொரு அணுகுமுறை யையே விரும்பினான். அனைத்திற்கும் மேலாக, ஒரு விடுபடல், பற்றின்மை வழியாக அமைதி மற்றும் ஞானத்திற்கு வழிவகுத்த உன்னதமான ஒன்று அது. அவன் அதுகுறித்து இங்கு ஏதாவது பயின்றானா என்றால் இல்லை என்றுதான் கூறவேண்டும். மறுநாள் காலையில் சித்தார்த்தன் ஒரு மனக்காட்சியைக் கண்டான். அவன் அமர்ந்திருந்த மரத்தின் அருகில் ஐநூறு தேர்கள் மெல்லக் கடந்து சென்றன. முடிவில்லாத ஒன்று போல தொடர்ச்சியாகச் சென்றன. கடைசி தேர் சென்றதும் அந்த ஊர்வலம் நிறைவுற்றது. அவன் மீது தூசு தவிர வேறேதும் இல்லை.

அந்தக் காலைப்பொழுதில் சித்தார்த்தன் தன் மனதைத் திடப்படுத்திக்கொண்டு யோசித்தான். அவன் சற்று மந்தமான மாணாக்கனாக இருந்தாலுமே கலாமா அவனைப் புகழ்ந்திருப்பார். குருகுலத்தின் சமபங்கை அளித்திருப்பார். எப்படிப் பார்த்தாலும் தினந்தோறும் அங்கு இளவரசர்கள் மாணாக்கராக வருவதில்லை. அப்படி வந்தாலும் அவர்கள் யாரும் அரசர் பிம்பிசாரரை அறிந் திருக்கவோ அதன் மூலம் மகத அமைச்சரவையில் தொடர்பு கொள்ளவோ வாய்ப்புகளும் இல்லை.

மறுநாள் சித்தார்த்தன் அலரா கலாமாவிடம் சென்று, 'ஆசிரியரே, தாங்கள் எனக்களித்த வாய்ப்பிற்கு மிக்க நன்றி. ஆனால், என்னுடைய குறிக்கோள்கள் வேறு. அது இங்கனம் நிறைவு கொள்ளாது. ஆகையால் என்னால் இதை ஏற்றுக்கொள்ள இயலவில்லை. மேலும் நான் இங்கிருந்து கிளம்பவும் முடிவு செய்திருக்கிறேன்.'

அலரா கலாமாவின் முகம் சுண்டிப்போயிற்று. சித்தார்த்தன் தன்னுடைய பொருள்களை எடுத்துக்கொண்டு கிளம்பிச் சென்றான்.

வாயிலருகே, குருநாதரின் அன்பிற்குரிய கிளி, 'அலரா கலாமா, அலரா கலாமா!' எனக் கொஞ்சிப் பேசிக்கொண்டிருந்தது. சிலர் மட்டுமே கல்வியறிவு கொண்டிருந்ததால் பதாகைகள் அந்தளவிற்குப் பலனளிக்காத அந்நாட்களில், அவ்விடத்திற்கு ஒரு விளம்பரத் தூதராக இந்தக் கிளியே திகழ்ந்து வந்தது.

அலரா கலாமாவுடனான குருகுல வாழ்க்கையில் சித்தார்த்தனுக்கு எஞ்சியது வருத்தம் மட்டும்தானா என்ன? அவன் ஒரு குருவிற்காக ஏங்கினான். ஒரு முழுமையான குருவிற்காக. அவன் கேள்விகளைத் தீர்த்து வைப்பதற்கும் ஞானத்தின் பாதையை அவனுக்குக் காட்டு வதற்குமான ஒரு குரு. ஆனால் ஆச்சரியப்படும் வகையில் அவன் இங்கு ஒன்றும் அறியவில்லை. அவன் சிறிதுகாலம் இளம் நீதிப தியாகவும், கபிலவஸ்துவின் அவைத்தலைவராகவும் இருந்த போதே மனித விலங்கின் பேராசைகளையும், நுண்ணுணர்வற்ற மொண் ணைத்தனங்களையும் கண்டிருந்தான். ஆனால் குருகுலத்தில் ஒரு துறவியிடம் இதை அவன் எதிர்கொண்டது மட்டும் அவன் மனதிற்கு ஆறவில்லை.

ஆனால் சித்தார்த்தன் மனவருத்தத்தில் ஆழ்ந்திருக்கும் மனிதனல்ல. அவனும் உளச்சோர்வு என்னும் ஒன்று அவனை அண்ட அனுமதித்ததில்லை. அப்படிப்பட்ட சூழ்நிலை வரும்போது கூட அடுத்துச் செய்யவேண்டியது என்ன என்பதைப் பற்றித்தான் அவன் சிந்திப்பான். ஆகவே அவன் எதிர்பாராத ஒன்று நடந்து விட்டதாக அவன் துவண்டுவிடவில்லை. அவன் அதை உணர்ந்தே இருந்தான். சித்தார்த்தன் இளவயதினன் அத்துடன் மேன்மை தாங்கிய ஒரு குடும்பத்தைச் சேர்ந்தவன். இளவரசனாக இருந்தவன். அவனுக்கு மரபு சார்ந்த பயிற்சி ஒன்று தேவையாக இருந்தது. அப்படிப்பட்டவருக்கு உயர்ந்த பதவியை அளிப்பதைத்தவிர வேறு எதை அலரா கலாமாவால் செய்திருக்க முடியும்? சித்தார்த்தனுக்குத் தான் அது பிடிக்கவில்லை. அவனது குறிக்கோள்கள் வேறு. முற்றிலும் வேறு.

வேறு எந்தக் குருகுலத்திற்குச் சென்றாலும் இதுவேதான் நிகழும் எனச் சித்தார்த்தன் அறிந்திருந்தான். அவனுக்கு அது ஒரு கடினமான சூழ்நிலையேதான்.

இருப்பினும் அவன் இன்னொரு குருநாதரைத் தேர்வு செய்தான். அதனால் என்ன? அதில் தீங்கு ஒன்றும் இல்லைதானே...

அவன் கங்கையாற்றைக் கடந்து மகத நாட்டுக்குள் ஒரு குருவைத் தேடியபடி சென்றான். அந்த அகன்ற நதியில் கடந்து சென்ற அந்தப்பயணம் எதிர்பாராதவிதமாக அவனுக்குப் பெரும் உவகையளித்தது. படகோட்டி ஒரு பாடல் பாடினார். ஆனால் சித்தார்த்தனுக்கு அது விளங்கவில்லை. சித்தார்த்தனுக்குப் பாடுவதும் ஆடுவதும் அவன் அவனுக்கே வகுத்துக்கொண்ட நெறி களின்படி ஏற்புடையவையல்லதான் என்றாலும் ஒருவன் அப் படகில் வெறுமனே அமர்ந்திருப்பதைவிடவும் வேறென்ன செய்து விட முடியும்?

படகு கரையை அடைந்தது. மிகக் கவனத்துடன் கரையிறங்கிய சித்தார்த்தன், குளிர்ச்சியும் ஈரப்பதமுமாக இருந்த அந்த மண்ணைத் தொட்டுப்பார்த்தான். அந்தச் சிறு செய்கை அவனுக்கு எல்லை யில்லா உவகையளித்தது.

சித்தார்த்தன் இன்னும் அலைந்துகொண்டுதான் இருந்தான். காலப்போக்கில் அவன் குருநாதர் உத்தக ராமபுத்தரைப்பற்றி அறிந்து கொண்டான். அவர் எழுபத்தைந்து அகவை நிறைந்தவர். அலரா கலா மாவைவிட வயதில் மூத்தவர். அவரைப்பற்றிப் பேசுபவர்கள் எல்லோருமே அவரை முதிர்ந்த ஞானியாகவும் வாழும் கடவுளாகவுமே கூறுவதைக் கேட்டான். ஆனாலும் அலரா கலாமாவிடம் ஏற்பட்ட அனுபவம் காரணமாக அவன் தன்னைப்பற்றிய மொத்த விஷயங் களைச் சொல்வதில் ஓரளவு எச்சரிக்கை கொண்டிருந்தான். குருநாதரும் அவரது சீடனாகப்போகிற சித்தார்த்தனும் ஒருவரை ஒருவர் சந்தித்துக்கொண்டனர். சித்தார்த்தன் கூறிய மனோதத்துவ பிரச்சனைகள் சில கருத்து ஒற்றுமைகளையும் கருத்து வேற்றுமை களையும் ஒருசேரக் கொண்டிருந்தது.

‘கேளுங்கள் துறவியே’ என்றார் உத்தகர். ‘சாதாரண மக்கள் சிலவற்றைக் காண்பார்கள் அல்லது விட்டுவிடுவார்கள். ஒரு கூர்மையான கத்தியைக் கற்பனை செய்துகொள்ளுங்கள். அதன் முனையை உங்களால் காணமுடியுமா?’

‘இல்லை ஆசிரியரே’

‘அந்தக் கத்தி போலவே தன் மனதை வைத்திருக்கவேண்டும்’ என்றார் உத்தகர். சித்தார்த்தன் ஒரு உரையாடலை நினைவு கூர்ந்தான்.

‘அத்திப்பழத்தை எடுத்திடு’

‘எடுத்திட்டேன்’

‘பிளந்திடு’

‘பிளந்திட்டேன்’

‘என்ன தெரிகிறது’

‘விதைகள்’

‘ஒன்றை மட்டும் தனித்தெடு’

‘எடுத்திட்டேன்’

‘பிளந்திடு’

‘பிளந்திட்டேன்’

‘என்ன தெரிகிறது’

‘ஏதுமில்லை குருவே’

இவ்வரிகளைச் சித்தார்த்தன் சாந்தோக்கிய உபநிடதத்தில் கேட்டிருக்கிறான். சமகாலத்தில் உபநிடதங்கள் புதுமையானதாகவும் புரட்சிகரமானதாகவும் இருந்ததால் உத்தகர் உபநிடதக் கருத்துக் களையே கற்றுக் கொடுப்பதாக சித்தார்த்தன் உணர்ந்தான். சித்தார்த்தனைப் பொறுத்தமட்டில் அவன் கேள்விகளுக்கு இந்த உபநிடதக் கருத்துக்கள் ஒன்றும் முழுமையாக உதவப்போவதில்லை. ஆனால் அவை அவனுக்குச் சற்று உதவக்கூடும். ஒருவருக்கு அது தெரிந்திருந்தால் மட்டுமே அதுபற்றி உரையாட முடியுமல்லவா?

உத்தக ராமபுத்தரால் கற்பிக்க இயன்ற அனைத்தினையும் சித்தார்த்தன் கற்றுத் தேர்ந்தான். அதற்குப் பிறகு நடந்ததைச் சொல்லவேண்டுமெனில், வரலாறு திரும்பியது என்று கூறலாம். உத்தக ராமபுத்தர் சித்தார்த்தனுக்குச் சரிசமமான பங்கை அளிக்க முன்வரவில்லை. மாறாக குருகுலத்தின் மொத்தப் பொறுப்பையுமே அவனுக்குத் தர விரும்பினார்.

‘எனக்கு எழுபத்தைந்து வயதாகிவிட்டது சித்தார்த்தா! எனக்குப்பிறகு இந்தப் பாடசாலையைக் கவனித்துக்கொள்ள ஒரு பொருத்தமான நபரை நான் கண்டறிய வேண்டும். சித்தார்த்தா! நான் உன்னைவிட சிறந்த வேறொருவரைக் கண்டறிய இயலாது. இந்தப் பொறுப்பைச் சிரமேற்கொள்ள ஆர்வம் மிக்க பல சீடர்கள் எனக்கிருக்கிறார்கள். ஆனால் உனக்கு நிகராக அவர்கள் யாருமே இல்லை. இப்பொறுப்பினை ஏற்றுக்கொள். நீ ஆம் எனக்கூறினால் எனக்குப்பிறகும் இந்தக் குருகுலம் பலவருடங்கள் நீடித்திருக்கும் என்று அறிந்துகொண்ட மகிழ்ச்சியோடு நான் உயிர் துறப்பேன்.’

சித்தார்த்தன் மீண்டும் இரக்கமில்லாதவனாகவே நடந்துகொண்டான். ‘ஆசிரியரே! தாங்கள் எனக்குக் கற்பித்த அனைத்திற்குமே நான் கடமை உடையவனாகிறேன். ஆனால் என் தனிப்பட்ட குறிக்கோள்கள் முற்றிலும் வேறானவை. ஒரு தத்துவப்பள்ளியின் தலைமைப் பொறுப்பில் இருப்பது ஒருக்காலும் என் வாழ்க்கைத் தேடலுக்கு உதவாது. ஆகவே... ஆசிரியரே நான் தங்களிடமிருந்து விடை பெறுகிறேன். நான் உங்களையே எப்பொழுதும் எண்ணிக் கொண்டிருப்பேன்.’

8

நான் இரு வேறுபட்ட குருநாதர்களிடம் கற்றுக்கொள்ள முயற்சி செய்தேன் என்றாலும் எனக்கு அவர்களிடமிருந்து கிடைத்தவை மிகச் சொற்பமானவை. ஒன்றுமே கிடைக்கவில்லை என்றுகூடச் சொல்லலாம். எத்தனை குருநாதர்களிடம் சென்றாலும் இது சரியான தீர்வாக ஒன்றும் இருக்கப்போவதில்லை என நான் உணர்ந்து கொண்டேன். நான் ஒரு இளவரசனாக எதிர்காலத்தில் அடையப் போகும் ஆதாயங்கள் குறித்து ஆர்வங்கொள்ள வாய்ப்புகள் இல்லையென்றாலும் என் ஆர்வத்தினாலும் கல்வி யினாலும் அவர்கள் ஈர்க்கப்பட்டிருக்கலாம். ஆனால் நான் விரும்புவது என்ன என்பதிலும், அவர்கள் எனக்கு அளித்தது என்ன என்பதிலும், பல முரண்பாடுகளே நிறைந்திருக்கின்றன. மனதை ஒருமுகப்படுத்தும் தியான நிலைகளின் நுட்பங்களை உபதேசிப்பதன் மூலம் ஒருவரின் அன்றாட வாழ்க்கைக்கு அவர்களின் கல்வி உதவலாம். ஆனால் நான் வாழ்வின் அடிப்படைப் பிரச்சனையாக இருக்கும் ஒன்றையே புரிந்துகொள்ள விரும்புகிறேன். துன்பம் என்னும் ஒன்று ஏன் நிகழ்கிறது என்பதை இத்தனை தியானங்களைக் கற்றுமே நான் அறியவில்லை. அதற்காக நான் வெட்கப்பட வேண்டுமா? ஆம் எனில், அவ்வாறே இருந்துவிட்டுப் போகட்டும். அதைப்பற்றி எனக்கு அக்கறை ஒன்றும் இல்லை. நான் அதிகம் அக்கறை கொண்டிருப்பது என் கேள்வி குறித்து மட்டுமே. துன்பத்தைக் குறித்து வேதமோ உபநிடதங்களோ ஏதும் பேசவில்லை. அல்லது சொற்பமாகவே பேசியிருக்கின்றன. அல்லது அதை இயல்பான ஒன்றாக எடுத்துக் கொண்டிருக்கலாம். ஆனால் வாழ்க்கையின் முதலும் முடிவுமான பிரச்சனை துன்பம் மட்டும்தான். அதை வென்றெடுப்பதற்கான வழியை மட்டும் நான் கண்டடைந்தேன் என்றால் கண்டிப்பாக அது ஒட்டுமொத்த மானுடத்திற்குமே நிரந்தரமான ஒரு தீர்வாக இருக்கும்.

எப்பொழுதும்போல நான் மீண்டும் அடுத்த கட்டத்தைப்பற்றி யோசிக்க ஆரம்பித்தேன்.

தவம். அது மட்டுந்தான் இதுவரை நான் முயற்சிக்காத ஒன்று.

பேசாமல் அதை முயற்சித்தால் என்ன? அதில் உள்ள ஒரு உண்மை என்னவெனில் நானே அதை ஒரு உவப்பானதொரு வழி முறையாகக் காணவில்லை என்பதுதான். தன் சொந்த உடலை வருத்திக் கொண்டால் ஒருவகை ஞானம் நம்மை வந்தடையும் என்ற கருத்தை நான் புறந்தள்ளியிருக்கிறேன். என் குறிக்கோளிலேயே அந்த முரண்பாடு உள்ளார்ந்து இருக்கிறது என்பதை நான் தெளிவாகக் கண்டேன். என்னுடைய அடிப்படைப் பிரச்சனையே துக்கமும் துயரமும் மட்டும்தான். அதற்கான விடை அதே துன்பத்திலா இருந்து விடப்போகிறது? அது ஒன்றும் சரியான பாதை என்று எனக்குத் தோன்றவில்லை.

வெட்கத்தை விட்டுக் கூறுகிறேன். வெகு அரிதாகவே அவ நம்பிக்கையும் அச்சமும் கொள்ளும் நான் இதில் இறங்கிப்பார்த்து விடலாம் என்று ஒருநாள் முடிவெடுத்தேன். அவ்வாறு இதையும் முயற்சித்து விட்டால், நாளை யாரும் வந்து இதை மேற்கொண்டிருந் தால் உண்மையை அறிந்துகொண்டிருக்கலாம் என்று குத்திக் காட்டமாட்டார்கள் என்றும் நான் நினைத்துக்கொண்டேன். ஆம். என்னைப்பார்த்து அப்படி ஒரு வார்த்தை சொல்ல நான் அனு மதிக்கப் போவதில்லை. ஆகவே தவம் மேற்கொள்ளலாம் என நான் முடிவு செய்தேன். ஆனாலும் நான் ஒரு விஷயத்தில் தெளிவாகவே இருந்தேன். புதுமை என்று சொல்லிக்கொண்டு மரத்தில் தலைகீழாகத் தொங்குவது போன்ற எதையும் நான் செய்யப்போவதில்லை.

உத்தக ராமபுத்தரின் குருகுலத்தை விட்டுக் கிளம்பியபின்னர், தென்மேற்கு திசையில் பயணித்து உரூவெலாவிலிருந்து கூப்பிடு தூரத்தில் இருந்த இந்தப் படுகையை நான் வந்தடைந்தேன். உரூவெலா மகத அரசின் எல்லைக் காவல் படைகள் நிரம்பிய கோட்டைக் காவல் நகரமாக விளங்கியது. அங்குதான் இந்த எழிலான நிலப் பகுதியைக் கண்டேன். ஒரு அழகான மரமும் கூடவே தெளிவான நீரோட்டம் கொண்ட ஒரு அழகிய நதியும் நான் சென்று பிட்சை எடுத்துவர ஏற்றவாறு அருகிலேயே சில கிராமங்களும் என இப்பகுதி நான் தவம் செய்வதற்கு ஏற்ற ஒன்றாகத் திகழ்ந்தது. நிரஞ்சனாநதி மோஹன நதியுடன் இணைந்து ஃபல்குனி நதியாக உருவெடுக்கும் அந்த முக்கூடல்கரையில் நான் தவம் மேற்கொள்ள அமர்ந்தேன்.

இப்போதுதான் எனக்கு மிகவும் பழகிய அந்த நகைப்பொலியை நான் கேட்டேன். முகத்தில் வஞ்சகப்புன்னகை தெறிக்க, மாரன் என் முன் வந்து நின்றான். 'முதலில் நான் என் வாழ்த்துகளை உனக்குத் தெரிவிக்கிறேன்' என்றான்.

'எதற்காக இந்த வாழ்த்துகள் மாரனே?'

'இந்த அழகான சோலையை நீ தேர்ந்தெடுத்ததற்குத்தான்.' நான் பதில் ஒன்றும் கூறாமல் மௌனமாக இருந்தேன்.

'அதுவும் எந்தக் குறிக்கோளை நோக்கி இவ்வண்ணம் வந்தமர வேண்டும்? தவம் செய்யவா?'

மாரன் சப்தமிட்டு சிரிக்கத் துவங்கினான்.

'ஒருவேளை உண்மையாகவே தவம் மேற்கொள்ள விரும்பினால், இப்படிப்பட்ட சோலையைத்தான் நீ தேர்ந்தெடுப்பாயா?' என்று உரக்கக் கூவிய மாரன் என் பதிலை எதிர்பார்த்து சற்று அமைதியானான்.

நான் பதில் ஒன்றும் கூறாமல் மௌனமாக இருந்தேன்.

'இந்த முரண்பாட்டை நீ உணர்கிறாயா?'

மௌனம்.

'நீ ஒரு போலியானவன் என்பதை ஒப்புக்கொள்ள இன்னும் உனக்கென்ன தயக்கம்? நீயும் இந்த தேசத்தில் சுற்றியலையும் நூற்றுக்கணக்கான போலிகளில் ஒருவன் என்று ஒப்புக்கொள்.'

மௌனம்.

'வாயில் கொழுக்கட்டை ஏதாவது வைத்திருக்கிறாயா? பேச மாட்டாயா?'

நான் மசியாததால் மாரன் வேறு வழிக்குத் தாவினான்.

'நீ புத்திசாலிதான். அப்படியில்லையெனில் எப்பொழுதும் வீரர்கள் நீக்கமற நிறைந்திருக்கும் படைநகரமான உரூவெலாவிற்கு அருகில் உள்ள இவ்விடத்தை நீ தேர்ந்தெடுப்பாயா?'

மௌனம்.

'அடிப்படையில நீ ஒரு இளவரசன். இவ்வாறு படை வீரர்கள் சூழவிருப்பது உன் தாய்நாட்டை உனக்கு நினைவுறுத்தும். மேலும் இவர்களால் உனது பாதுகாப்பிற்கும் பங்கமிருக்காது.'

மௌனம்.

'போலி...போலி... நீ ஒரு போலி என்று உடனே ஒப்புக்கொள்.'

ஏளனத்துடன் அறைகூவிக்கொண்டே இருந்த மாரன் திரும்பி நின்றான். பிறகு ஒரு மாயாவி போல மறைந்தான்.

மாரன் சென்ற சற்று நேரத்திலேயே என்னைச் சந்திக்க சிலர் வந்தனர். அவர்கள் அனைவருமே நான் செல்லும் அதே வழியில் செல்லும் தபஸ்வீக்கள். அவர்களும் அமைதிக்கான வழியைத் தேடிக்கொண்டி ருந்தனர். அவர்களில் கொண்டண்ணாவும் ஒருவர். அவர் முப்பது வருடங்கள் முன்பு எனது பெயர்சூட்டு விழாவில் கலந்துகொண்டு சிறப்பித்தவர். நான் பிறந்திருந்த அப்பொழுதில்தான் அஸிதர் என் எதிர்காலம் பற்றிய தீர்க்கதரிசனங்களை உரைத்ததாகச் சொல்லப் படுகிறது. கொண்டண்ணாவிற்கு மிகவும் வயதாகிவிட்டிருந்தது. நான் மிகவும் வாஞ்சையுடன் என் வணக்கங்களை அவருக்குத் தெரிவித்தேன்.

'தாங்களும் உங்களின் வழியை இன்னும் தேர்ந்தெடுக்க வில்லையா?'

கொண்டண்ணா புன்னகைத்தபடி, 'சித்தார்த்தரே! நாங்கள் அனைவரும் தங்களுக்காகவே காத்திருக்கிறோம். இது கண்டிப்பாக நிறைவேறும்' என்றார்.

மற்ற நால்வரும் அதற்கு ஒப்புதல் அளிப்பதுபோல தலையசைத் தனர். அவர்கள் ஐவருமே என்னைப்போல வீடற்ற ஒரு வாழ்க் கையை மேற்கொள்ளத் தீர்மானித்திருந்தனர். அவர்களுக்குள் ஒரு ஒப்பந்தம் இருந்தது. ஐவரும் தனித்தனியாக தவம் மேற்கொள்ள வேண்டும். அவர்களில் யார் முதலில் ஞானமடைகிறார்களோ அவரே மற்றவரையும் வழிநடத்துவார். ஐவரும் இதை ஒப்புக் கொண்டனர். உண்மையைக் கண்டறியப்போவது அவர்கள் ஐவரில் எவருமே அல்ல; அது சித்தார்த்தன் மட்டுந்தான் என்று அவர்கள் உறுதியாக நம்பினர்.

சித்தார்த்தன் அவர்களை நோக்கி, 'நண்பர்களே! நான் கடுந் தவம் மேற்கொள்ளவிருக்கிறேன். நான் தேடுவதை அடைவேனா என்பது எனக்கே திட்டவட்டமாகத் தெரியாது. எதிலும் முற்றிலும் ஆழ்ந்துவிடாமல் இருப்பதே என் இயல்பாக இருக்கிறது. ஆகவே கடுந்தவத்தை நான் நிராகரிக்கவே செய்கிறேன். வழியறியாமல் நாம் அனைவருமே துழாவிக்கொண்டிருக்கையில் மேற்கொண்டு என்ன செய்யவேண்டுமென்பதே எனக்கு உறுதியாகத் தெரியவில்லை. அதனால்தான் கரடுமுரடான இவ்வழியில் நான் இப்போது செல்லப் போகிறேன். என்னிடமிருந்து எதையும் நீங்கள் எதிர்பார்க்கலாகாது. உங்கள் வாழ்த்துகள் மட்டுமே எனக்குப் போதும்' என்றான்.

ஒரு நல்ல இடத்தைத்தான் தேர்வு செய்திருக்கிறேன். கோடைக் காலம் வந்து அந்தக் காட்டின் பசுமை களையிழக்கத் துவங்கி விட்டது. நிலப்பகுதிகளுமே மிக வேகமாக வறண்டுவிட்டிருந்தன. அந்தச் சாலமரங்கள் எல்லாம் வெறுமனே கிளைகளுடன் நின்றன.

ஆனாலும் நான் அவற்றை மிகவும் ரசித்துக்கொண்டுதான் இருந்தேன். அவற்றில் சில மரங்கள் மிக உயரமாக இருந்தன. பகல்பொழுது முழுவதும் இவ்விரு நதிகளும் சங்கமிப்பதையே நான் கண்டுகொண்டிருந்தேன். அந்நதிகளில் நீரோட்டம் எப்பொழுதும் ஒரே அளவில் இருந்துகொண்டிருந்தது. இப்பொழுதும் அப்படித் தான் ஓடுகின்றன. அந்தச் சஞ்சலமில்லாத ஓட்டத்தைப் பார்க்கப் பார்க்க அது ஓடுவதைப் போலவே தோன்றவில்லை. நிலையான ஒன்றைப் போன்ற வியப்பான தோற்றத்தை அளித்தது.

தரை மட்டத்தினோடு இயைந்தபடி அந்த ஆறு நிலைத்திருக்கிற தென்றால், அங்கிருக்கும் அந்த உயர்ந்த சால மரங்கள் நேர்கோட்டில் நிமிர்ந்து நின்று வேறொரு கோணத்தில் அதே நிலைத்த தன்மையைக் கொண்டிருந்தன. நான் அந்த எழில் கொஞ்சும் காட்சியை மணிக்கணக்காகப் பார்த்துக்கொண்டேயிருந்தேன். அதைப் பற்றிய அக்கறையே ஏதுமில்லாத வானரக்கூட்டங்கள் அங்கும் இங்கும் தாவிக்குதித்து அந்த நிலைத்தன்மையைச் சீர்குலைத்துக் கொண்டி ருந்தன. அவை மரம் விட்டு மரம் தாவிக்குதித்துக் கொண்டிருந்தன. (நான் நிலையாக அமர்ந்திருப்பதால் அவை என்னையும் சட்டை செய்வதில்லை). நான் சொல்வதெல்லாம் அந்தக் கருங் குரங்குகளையும் அந்தச் செம்பழுப்புநிறக் குரங்குகளையும் பற்றித்தான்.

ஆனால், நான் அதிகநேரம் செலவழித்தது மான்களைக் காண் பதில்தான். சின்னஞ்சிறிய மான்கள். அவற்றின் வகை பற்றி நான் ஒன்றும் அறியேன். அழகான மெல்லிய கால்களைக்கொண்ட அற்புதமான படைப்புகள் அவை. எப்பொழுதுமே எச்சரிக்கை யுடனும் மிக்க அழகுடனும் இருப்பவை. குரங்குகள் போல கலாட்டா செய்வதில்லை. அந்தப் பெரிய கண்கள். அவை நுண்மை யானவற்றினையும் அறிபவை. எனக்கு அவை பெரும் அமைதியை அளிப்பவை. எனக்கு விலங்கு வகைகளின் பெயர்கள் ஏதும் தெரியாது. மான்கள் குரங்குகளென்னும் அளவில்தான் தெரியும். ஒரு இளவரசனாக வளர்க்கப்பட்டவனுக்கு இதெல்லாம் எப்படித் தெரியும்? எனக்கு இவையனைத்துமே புதுவித அனுபவமாகத்தான் இருந்தது. அந்த வனாந்தரத்தில் தனியாக இருப்பது கடினமான ஒன்றாகவே எனக்கு இருந்தது. தாங்க இயலாத தனிமை. வரை யறுக்க இயலாத தனிமை.

முதல் பகல் பொழுதின் அனுபவம் எனக்கு மிகவும் ரசிக்கத் தக்கதாகவே அமைந்தது. ஆனால் வெகு விரைவில் இரவும் வந்தது. மிக அமைதியாகவும் மெல்லவும் அது விரவிப் படர்ந்தது. அந்த உயர்ந்த சாலமரங்கள் விரைவிலேயே இருளோடு இருளாகக் கலந்து விட்டன. அவை அங்கேயேதான் இருக்கின்றன என்பதையே

விலாஸ் சாரங் ◆ 121

நம்ப முடியாத அளவிற்கு இருளுடன் அவையனைத்தும் பின்னிப் பிணைந்துகொண்டன. இரவு எனக்கு ஒருவித அச்சத்தை அளித்தது. எப்பொழுதெல்லாம் எதாவது ஒரு விலங்கு கடந்து சென்றதோ, எப்பொழுதெல்லாம் எதாவது ஒரு மயில் ஒரு மரத்துண்டைக் கொத்தியதோ எப்பொழுதெல்லாம் காற்றில் இலைகள் அசைந் தனவோ அப்பொழுதெல்லாம் நான் அச்சத்திலும் திகிலிலும் உறைந்து போனேன். அவ்விருள் அளித்த பீதியிலிருந்து நான் மீண்டுவர எனக்குப் பல நாட்கள் பிடித்தன.

இந்தச் சுயவதை தவ விளையாட்டில் எனக்கு முன் அனுபவங்கள் ஏதுமில்லை என்பதால் நானாகவே ஒவ்வொன்றையும் முயற்சித் தேன். பற்களைக் கடித்தபடி நாக்கை மேலண்ணத்தில் ஒட்டிக் கொண்டு மனதையும் அடக்கி என் சிந்தனைகளை ஒருமுகப்படுத்த நான் கடும்முயற்சி செய்தேன். என் அக்குளில் வியர்வை வழிந் தோடியது என்பதைத் தவிர, என் மனதிற்கு ஒன்றும் நேரவில்லை. இவ்வழியில் மனதைக் கட்டுப்படுத்தலாம் அல்லது ஒருநிலைப் படுத்தலாமேயொழிய எந்தவொரு உள்ளொளியையும் இது தூண்டி விடாது என்பதையும் எந்தவொரு தரிசனமும் இதன்வழி நிகழாது என்பதையும் நான் உணர்ந்துகொண்டேன்.

அன்று காலையிலும் மதியத்திலும் நான் உறுதியான தவத்தில் இருந்தேன். பின்னர் அப்படியே படுத்துக்கொண்டேன். ஆற்றல் முற்றிலும் உறிஞ்சப்பட்டு நான் மயங்கிவிழும் நிலைக்குச் சென்றேன். எவ்வளவு நேரம் நான் அப்படியே கிடந்தேன் என நினைவில்லை.

'பாபா.. ஓ.. பாபா' என்று யாரோ அழைக்கும் குரல் கேட்டு நான் மெல்ல எழுந்தேன்.

ஒரு சிறுவன்.

'உயிரோடுதான் இருக்கிறீர்களா பாபா... நீங்கள் இறந்து வீட்டீர்கள் என்று நினைத்தேன்.'

அவனுக்குப் பதினொன்று அல்லது பன்னிரெண்டு வயதிருக் கலாம். அருகிலிருக்கும் கிராமத்தைச் சேர்ந்த விவசாயியின் மகனாக இருக்கலாம்.

'உனது பெயர் என்ன மைந்தா?'

'வால்யா'

சித்தார்த்தன் மௌனமாக இருந்தான்.

இந்த விநோத பிறவி இவ்வளவு நேரமாக என்ன செய்து கொண்டிருந்தது என்று புரியாமல் குழப்பத்தோடே அவனைப் பார்த்துக்கொண்டிருந்த வால்யா இறுதியில் அந்தக் கேள்வியை அவனிடமே கேட்டான் 'பாபா, இவ்வளவு நேரமா நீங்க என்ன பண்ணிகிட்டிருந்தீங்க?'

'அது ஒரு பரிசோதனை மைந்தா! அதாவது, ஒரு விஷயம் நிகழ்கிறதா என நான் பார்த்துக் கொண்டிருந்தேன்'

'அது நிகழ்ந்ததா பாபா.'

'இல்லை மைந்தா!'

'அப்படியானால், இனிமே என்ன செய்யப்போறீங்க?'

'இன்றைக்குப் போதுமான அளவு பரிசோதனை செய்து விட்டேன். முற்றிலும் சோர்ந்து விட்டேன் மைந்தா.'

வால்யா அவன் வயதொத்த சிறுவர்கள் போலவே தொண தொணவென்று பேசிக்கொண்டிருந்தான். அந்தப் பெரிய மனிதன் அவன் கேட்காமலேயே அனைத்தையும் கூறினான். அவன் குடும்பக் கதை. அவன் பெற்றோர்கள் மட்டுமே அங்குள்ளனர். ஒரு சிறு நிலத்தில் விவசாயம் செய்கிறார்கள். அவன் வீட்டில் ஒரு பசுமாடு இருந்திருக்கிறது. அதை மேய்த்துக்கொண்டு தினமும் இங்கு வருவது அவன் வழக்கமாக இருந்திருக்கிறது.

'இப்பொழுது அந்தப் பசு எங்கே மேய்ந்து கொண்டிருக்கிறது வால்யா?'

'ஒருநாள் அவ வழி தவறிப் போயிட்டா.. புலி அவளைக் கொன்னு தின்னுடிச்சி.'

'என்னது? புலியா? இங்கு புலிகள் உண்டா?'

'ஏனில்லாமல்.. இங்கு புலிங்க உண்டு..' என்றவன் நிறுத்தி, 'இன்னைக்கு இரவு இங்குதான் உறங்கப் போறீங்களா?' என்று கேட்டான்.

'ஆம் வால்யா.'

'பயப்படாதீங்க.. புலி மனுஷங்களை ஒண்ணும் பண்ணாது.'

'உனக்கெப்படி தெரியும் வால்யா?'

'சவ்யாதான் சொன்னார். சவ்யா அடிக்கடி சொல்வாரு 'நீ உன் பாட்டுக்கு அமைதியா இருந்தால் காட்டில் எதுவும் உன்னை ஏதும் செய்யாது.'

'யாரந்த சவ்யா?'

'அவரு ஒரு வேட்டைக்காரரு.. மிருகங்களையும் பறவை களையும் கொன்று தின்பாரு. அவருக்கு காட்டைப் பற்றி எல்லாமே தெரியும்.'

சித்தார்த்தன் அண்ணாந்து பார்த்தபடி சிறிதுநேரம் அமர்ந் திருந்தான். பிறகு எழுந்தவன், 'வால்யா இரவாகிவிட்டது. நீ உன் வீட்டிற்குச் செல்' என்றான்.

'சரி பாபா' என்று கிளம்பியவன், 'பாபா, நாளைக்கு நீங்க இங்கதான் இருப்பீங்களா?' என்றான்.

‘இருப்பேன் என்றுதான் நினைக்கிறேன் மைந்தா.’

மறுநாள் காலை சித்தார்த்தன் பிட்சை எடுக்க கிராமத்திற்குள் சென்றான். பிறகு திரும்பவந்து தவம் செய்ய அமர்ந்தான். இம்முறை அவன் பிராணாயாமத்தை முயற்சித்தான். மூச்சை முடிந்தவரையில் அடக்கியபடி அமர்ந்திருப்பது. எப்பொழுதும் போல தன்னால் இயன்றவரை அவ்வண்ணம் முயன்றான். ஒன்று தானொரு பெருந் துன்பத்தை அடைவோம் அல்லது அதிர்ஷ்டமிருந்தால் உயர்ந்த நிலையை அடைவோம் என்று அவன் நினைத்துக் கொண்டான்.

நான் என் கவனத்தை மொத்தமாக நிறுத்தினேன். எப்பொழுது வாய் வழியாகவும், செவிகள் நாசித்துவாரங்கள் வழியாகவும் சுவாசத்தை நிறுத்தினேனோ அப்பொழுதுமுதல் கடுமையான தலைவலிக்கு ஆளானேன். யாரோ ஒரு பலசாலி ஆண்மகன் என் தலையை ஒரு தோலால் ஆன பட்டையைக் கொண்டு கடுமையாக இறுக்கிக் கட்டுவது போல; இருப்பினும் நான் சுவாசத்தைக் கட்டுப்படுத்தியபடிதான் இருந்தேன். தலைவலியும் கடுமையாகிக் கொண்டே சென்றது. அந்த வலியும் வேதனையும் என்னுள் பெருகிக் கொண்டே சென்றன. ஆனால் அவற்றால் என் மனதைப் பெரிதாக அச்சுறுத்த முடியவில்லை.

நான் என் பிராணாயாமத்தை மேலும் தொடர்ந்தேன். விரைவில் என் வயிற்றை மெல்லிய காற்று ஒன்று கிழித்துச் சென்றது. ஒரு திறமையான கசாப்புக் கடைக்காரனோ அல்லது அவனிடம் பயின்ற முதன்மை வேலைக்காரனோ மெல்லிய கத்திகொண்டு என் வயிற்றைக் கிழிப்பது போல அந்தக் காற்று எனது வயிற்றைக் கிழித்துச் சென்றது. அந்தப் பெருவலியை எதிர்கொள்ள முடியாமல் நான் திகைத்துப் போனேன். அந்த வலியும் வேதனையும் என்னுள் பெருகிக் கொண்டே சென்றன. ஆனால் அவற்றால் என் மனதைப் பெரிதாக அச்சுறுத்த முடியவில்லை.

இதைத் தவிர அங்கு என்னைக் கண்ட தேவர்களும் தேவதை களும் தங்களுக்குள் பேசிக்கொண்டன. ‘அந்த தபஸ்வீ கௌதமன் இறந்துவிட்டான்’ என்று அழுதது ஒரு தேவதை. மற்றொரு தேவதையோ, ‘அவன் இன்னும் செத்துவிடவில்லை. ஆனால் செத்துக்கொண்டிருக்கிறான்’ என்று மறுமொழி கூறியது.

உடனே நான் சுயநினைவிற்கு வந்தேன். நான் கண்விழித்தபோது என் முன்னால் வால்யா என்னையே பார்த்தபடி அழுதுகொண்டு நின்றிருந்தான். ‘பாபா, எப்படி இருக்கீங்க? நான், நீங்க செத்துட்டீங் கன்னே நெனச்சேன்.’

நான் அச்சிறுவனிடம் பேசத்தான் விரும்பினேன். ஆனால் முற்றிலும் தளர்ந்திருக்கிறேன். இதைப் புரிந்துகொண்ட வால்யா அமைதியாக நின்றான். என் திருவோட்டை எடுத்துச் சென்று

அதில் நீரை நிரப்பிக்கொண்டு வந்து அளித்தான். நான் அதை மளமளவென பேரோசை எழ அருந்தினேன். அதன்பின்னர் எனக்கு ஆசுவாசமாக இருந்தது.

சிறிது நேரத்திற்கு நான் மண்ணில் படுத்துக் கொண்டேன். பின்னர் மெதுவாகச் சிந்திக்கத் துவங்கினேன். நான் உள்ளார்ந்து யோசித்த இரண்டு விஷயங்களுமே தோல்வியடைந்தன என்பதில் ஐயமில்லை. ஆனால் அடுத்தது என்னவென்பதைத்தான் நான் ஆராய வேண்டும். அதற்கும் முன்னதாக நான் என் ஆற்றலையும் திடத் தையும் மீண்டும் பெறவேண்டும்.

நான் இப்பொழுது சற்று நலமாகிவிட்டதை உணர்ந்த வால்யா, என்னை மகிழ்விக்கும் பொருட்டு என்னுடன் உரையாடத் துவங்கினான்.

'நேற்று மாலை சவ்யா என் வீட்டிற்கு வந்திருந்தாரு. அவரு வேட்டையாடும்போது பார்த்தத வச்சு அற்புதமான கதயெல்லாம் சொல்லுவாருங்கிறதால நான் ரொம்ப ஆவலோட காத்திருந்தேன். இந்த வாட்டி அவர் மக்கள் வசிக்கிற இடத்துக்கிட்ட இருந்த ஒரு பெண்சிங்கத்தோட கதைய சொன்னாரு. தன்னோட மந்தையில் இருந்து வழிதவறிப்போன ஒரு கன்னுக்குட்டி அந்தச் சிங்கத்துக்கிட்ட வந்துடிச்சாம். சவ்யா வந்து, அந்தச் சிங்கம் அந்தக் கன்னுக்குட்டிய கொன்னு தின்னுடும்னு நினைச்சிட்டிருந்திருக்காரு. ஆனா அந்த சிங்கம் வந்து அதைக் கொல்லாம அதுகூடவே பழகியிருக்கு. சவ்யா அதையே ஆச்சரியமா பாத்துக்கிட்டிருந்தாராம். தன்னோட அம்மாவை விட்டுப் பிரிஞ்ச அந்தக் கன்னுக்குட்டி இப்ப அந்தச் சிங்கத் தோடதான் நெருக்கமா இருக்காம். அதுங்க ரெண்டும் பிரியவே பிரியாதாம். ஒரு சிங்கமும் கன்னுக்குட்டியும் அன்பா இருக்கிறதக் கேட்கவே ரொம்ப அதிசயமா இருந்துச்சி' என்றான்.

அதை மிகவும் ஆர்வத்துடன் கேட்டுவந்த சித்தார்த்தன் உடன டியாகத் தடாலென எழுந்து நின்று, 'இது உண்மையா வால்யா? சவ்யா இதை உண்மையென்றா கூறினார்?' எனக் கேட்டான்.

'சவ்யா பொய்சொல்லமாட்டாரு.'

ஒருகணம் யோசித்த சித்தார்த்தன், 'நான் சவ்யாவைக் காண விரும்புகிறேன். நாளை வரும்போது அவரையும் அழைத்து வருகிறாயா' என்று கேட்டான்.

'கண்டிப்பா கூப்புட்டு வறேன் பாபா.. அவரும் உங்கள மாதிரி சாமியாரைப் பார்க்க ரொம்ப இஷ்டமா இருப்பாரு.'

மறுநாள் காலையில் வால்யா வெகு சீக்கிரமாகவே வந்திருந் தான். அவனுடன் கூட கரடுமுரடான தோற்றமளித்த ஒரு பலசாலி மனிதனும் உடனிருந்தான். அந்த உயரமான மனிதன், சித்தார்த்

தனின் தாள் பணிந்து, 'மகராஜ்! நான் சவ்யா, ஒரு வேடுவன். உங்களை வணங்கும் பேறு கொண்டேன்' என்றான்.

சித்தார்த்தன் உடனடியாக விஷயத்திற்கு வந்தான்.

'மகராஜ்; அந்தக் கன்று தாய்ப்பசுவைத் தொலைத்துவிட்டுத் தனியாகத்தான் இருக்கிறது. அந்தப் பெண்சிங்கமும் தனியாக இருப்பதுபோலத்தான் தோன்றுகிறது. அவளது அகங்காரம் அவளைத் தன் கூட்டத்திலிருந்து விலக்கியிருக்கும் என்று நினைக்கிறேன்.

'அது எப்படியோ இருந்துவிட்டுப் போகட்டும். இப்பொழுது அவர்கள் நண்பர்களாகவா இருக்கிறார்கள்?'

'ஆம் மகராஜ்'

'சவ்யா, அம்மிருகங்களை நான் ஒருமுறை காணலாமா?'

'அது மிகவும் அபாயமானது மகராஜ். ஆனால் தாங்கள் வற்புறுத்தும் பட்சத்தில் ஒருமுறை முயன்று பார்க்கலாம்.'

'ஒருமுறை முயன்று பார்க்கலாம் சவ்யா.'

'மதியநேரமே அதற்கு உகந்தது. தாங்கள் என்னுடன் அவ்வளவு தொலைவு நடந்துவர முடியுமா மகராஜ்.'

'என்னால் எவ்வளவு தூரமானாலும் நடக்க முடியும்'

மதியம் வால்யா சித்தார்த்தனை அந்தக் குறிப்பிட்ட இடத்திற்குக் கூட்டிச் சென்றான்.

'அம்மரத்தின் உச்சிக்கு தாங்கள் ஏற முடியுமா மகராஜ்?'

'முயற்சிக்கிறேன்.'

மூவரும் தேவையான அளவு உயரத்திற்கு ஏறி, இலைகளுக்குள் பதுங்கிக் கொண்டனர்.

'அப்படியே அசையாதிருங்கள் மகராஜ்.'

நெடுநேரங்கழித்து, அந்தக் கன்று கண்ணில் பட்டது. அதன் பின்னால் அந்தப் பெண்சிங்கம் அதற்கு ஒரு பாதுகாப்பு போல நடந்து வந்தது.

அந்த அதிசய நிகழ்வை சித்தார்த்தன் தன் கண்முன் கண்டு விட்டான்.

'அவ்விரு மிருகங்களும் ஏரிக்கரைக்கு நீரருந்தச் செல்கின்றன' என்று கிசுகிசுத்தான் சவ்யா.

மீண்டும் சிறிது நேரம் காத்திருந்தார்கள். அந்தச் சிங்கமும் கன்றும் மீண்டும் தங்களின் உறைவிடத்திற்குச் சென்றன.

'இனி நாம் கீழே இறங்கலாம் மகராஜ்.'

அன்றிரவு சித்தார்த்தன் வால்யாவின் வீட்டிலேயே படுத்து உறங்கினான். மறுநாள் காலை தன் கானுறை வாழ்வை நோக்கித் திரும்பி நடந்தான்.

அந்தச் சாகசப்பயணத்திலிருந்து சித்தார்த்தன் ஒரு அலாதியான திருப்தியைப் பெற்றிருந்தான். ‘குரூர மிருகமாகக் கருதப்படும் ஒன்றே இங்கனம் அடுத்தவரின் துன்பத்திற்கு இரங்கும் பட்சத்தில் மனிதனால் மட்டும் அது இயலாது போகுமா என்ன?’ என்று எண்ணிக் கொண்டிருந்தான். எப்படிப் பார்த்தாலும் இரக்கம் என்பதும் ஒரு ஆதி உள்ளுணர்வாகப் பல்லாயிரக்கணக்கான ஆண்டுகளாக வளர்ந்து வளர்ந்து அனைத்து உயிரினங்களுக்குள்ளும் உறைந்திருக்கிறது.

அப்படியானால் இவ்வுலகில் இத்தனை குரூரமும் சுயநலமும் எப்படியிருக்கின்றன? ஆம் மாரன் சொல்வதிலும் ஓரளவு உண்மையுள்ளது. வன்முறை என்பது மனிதனின் உள்ளார்ந்த குணம்தான். இதுவே நவீன மருத்துவத்தில் ‘உணர்வுச் சிக்கல்’ என்று அழைக்கப்படுகிறது. அதேநேரம் அதற்கிணையாகவே அதன் எதிர்க்குணங்களான இரக்கமும், தன்னலமற்ற தன்மையும் அவற்றுக்குள்ளே நிறைந்துதான் இருக்கின்றன. ஒருவேளை மானுடனே அவன் மூளையில் இருக்கும் நாகங்களின் பாகத்திற்கும் பாலூட்டிகளின் பாகத்திற்கும் இடையிலான முரண்பாட்டின் தோற்றமாகக் கூட இருக்கலாம்.

வால்யாவுடனும் சவ்யாவுடனும் சென்ற கானுலாவினால் சித்தார்த்தன் புத்துணர்ச்சி கொண்டிருந்தான். அவன் மீண்டும் தவ வாழ்விற்குள்ளேயே வீழ்ந்தான். மூச்சடக்கி தவம் செய்வதை அவன் முயற்சித்து விட்டான். இப்பொழுது அவன் தன் உடலை வைத்தே அடுத்த பரிசோதனையைத் துவங்கினான். அவன் தன் கோமணத்தைக் கழற்றி வீசியெறிந்தான். இப்பொழுது அவன் முழு நிர்வாணமாக இருக்கிறான். எப்போதும்போல தன் திருவோட்டுடன் பிட்சைக்குக் கிளம்பினான். பிட்சை இடுபவர்களிடம், ‘மாமிச உணவு வேண்டாம்’ என வேண்டிக்கொண்டான். உள்ளங்கைகளைக் குழித்துக்கொண்டு ‘அரிசி உணவு வேண்டாம். இந்தளவிற்குப போதும்’ என்று கூறினான். ‘இளையோனே! நீ உன்னையே பட்டினி போட்டுக் கொல்கிறாய்’ என்றார் பிட்சை இடுபவர். ‘இந்தளவே போதுமானது’ என்றான் சித்தார்த்தன். அவ்வரிசியையே அவன் பலநாட்களுக்கு வைத்துக்கொள்ளப் போகிறான் என்பதைப் பிட்சையளித்தவர் எண்ணிப்பார்த்திருக்க மாட்டார்.

வால்யா இவற்றையெல்லாம் அமைதியாகக் கவனித்துக் கொண்டு தான் இருந்தான். ஓரளவிற்கு மேல் தன்னைக் கட்டுப்

படுத்திக் கொள்ள இயலாமல், 'பாபா! ஏன் இப்படிப் பட்டினி கிடந்து உங்களை நீங்களே கஷ்டப்படுத்திக்கிறீங்க?' என்று கேட்டான். அவன் பாபா அவனுக்குப் பதில் சொல்லமாட்டார் என்பதும் அவனுக்குத் தெரியும்.

மூச்சையடக்கும் பரிசோதனையை அடுத்து தன் உடலை அடக்கும் பரிசோதனையில் சித்தார்த்தன் இறங்கினான். தன் உடலைக் காயப்போடுவதால் ஏதாவது பெறப்போகிறோமா என அறிவதில் ஆர்வமாகத்தான் இருந்தான். ஆனால் இறுதிவரை இந்த உணவுக் கட்டுப்பாடுதான் நீடித்துக் கொண்டிருந்தது. வால்யா பொறுமையை இழந்துவிட்டான். ஐந்தாறு நாட்களுக்கு ஒருமுறை பாபா உயிருடன் தான் இருக்கிறாரா என்று அறிந்து கொள்ள மட்டும் வந்து செல்லலானான்.

காலங்கள் மாறின. இரவில் குளிர் அதிகமாக இருந்தது. சித்தார்த்தன் அருகில் இருந்த சுடுகாட்டிற்குச் சென்று வரலானான். பிணம் ஏதாவது எரிந்துகொண்டிருந்தால் அதன் அருகில் சென்று நின்றுகொள்வான். பொதுவாக அந்தப் பிணத்தின் உறவினர்கள் சுற்றி நின்றுகொண்டிருப்பார்கள். அவ்வப்போது அங்கிருக்கும் மக்கள் அந்த நிர்வாணத் துறவியை கண்டார்கள். ஆனால் யாரும் ஒன்றும் கேட்டுக்கொள்ள மாட்டார்கள். அவர்களில் சிலர் இறந்தவரின் உடைகளை அவனுக்கு அளிக்க முற்படுவதுண்டு. அவற்றை அவன் அமைதியாகவும் அழுத்தமாகவும் நிராகரிப்பான். அதேநேரத்தில் இவ்வுலகில் இரக்கம் இன்னும் நிலவுகிறது என்பதையும் அவன் கண்டுகொண்டிருந்தான். பிணம் ஏதும் வராத காலங்களில் அங்கு அரைகுறையாக எரிந்துகிடக்கும் துணிமணிகளைச் சித்தார்த்தன் தோண்டியெடுப்பான். அவன் ஓரளவு குளிர்காய அவனுக்கு அவை தேவையாக இருந்தன.

இளஞ்சூடான காலங்களில்கூட அந்தச் சுடுகாட்டில் பொழுது போக்குவதையே சித்தார்த்தன் விரும்பினான். அது பெரும்பாலும் யாருமற்று தனித்தே இருக்கும். அடிக்கடி அவன் அங்கு படுத்துக் கொள்ளவும் செய்தான். அவன் இந்த உணவுக் கட்டுப் பாட்டால் ஏற்கனவே மெலிந்தும் இருப்பதால் அவனை அப்பொழுது அறியாதவர்கள் காண நேர்ந்தால் அவனைச் சரியாக எரிக்கப்படாத ஒரு பிணம் என்றுதான் எண்ணிக்கொள்வர். அதிலும் மாடுமேய்க்கும் சிறுவர்கள் அவனுக்குப் பெரும் தொந்தரவு. மெலிந்து பாதி உயிருடன் இருக்கும் அம்மனிதனை அவர்கள் தன் விளையாட்டுப் பொருளாகக் கருதிக் கொள்வர். விளையாடும்போது அவன்மீது எச்சில் உமிழ்வார்கள் சிலர். சிலர் அவன் மீது சிறுநீரும் கழிப்பார்கள். இன்னும் சிலர் புற்களைப் பிடுங்கி எடுத்து வந்து அவன் செவிகளுக்குள் விட்டுக் குடைந்து அவன் உயிரோடுதான்

இருக்கிறானா எனப் பரிசோதனை செய்வார்கள். சில நேரங்களில் சித்தார்த்தனின் உண்ணாநோன்பும் எல்லை தாண்டிவிடும். மாட்டுச்சாணம் மிக அருகிலேயே அவனுக்குக் கிடைப்பதால் அவன் அதையே உண்ணத் துவங்கினான். என்ன இருந்தாலும், மாட்டுச்சாணத்திலும் ஒரு ஊட்டச்சத்து இருக்கத் தானே செய்கிறது! மாட்டுச் சாணத்தைவிட தன் மலம் இன்னும் அருகில் கிடைத்தாலும், தான் மிகவும் சோனியாக இருப்பதால் சரியாகச் செரிக்கப்படாத அம்மலத்தில் ஊட்டச்சத்து இல்லை என்பதைச் சித்தார்த்தன் அறிந்திருந்தான்.

இந்தப் பரிசோதனையெல்லாம் ஒருவனுக்கு ஒரு கலகம் போலவோ அல்லது குமட்டலாகவோ தோன்றக்கூடும். என்னிடம் யாராவது வந்து இவையெல்லாம் குமட்டலெடுக்கிறது என்று கூறினால் நானுமே ஆச்சரியப்பட்டுப் போயிருப்பேன். அந்தளவிற்கு என் கவனம் மொத்தமும் எனக்கு உண்மையின் அந்தத் தரிசனம் கிடைத்து விடாதா என்பதில்தான் ஆழ்ந்திருந்தது. வேறு எவற்றையும் நான் கவனத்தில் கொள்ளவில்லை.

ஒரு சூடான சோளவிதை அல்லது கொண்டைக்கடலையைச் சாப்பிடுவது போல நான் இனி சிறிது சிறிதாக... துளித்துளியாக உணவை எடுத்துக்கொண்டால்தான் எனக்கு அந்தத் தரிசனம் கிட்டுமா என்ன? ஆம் என்றால் நான் அதற்கும் துணிகிறேன். துளித்துளி உணவையே உட்கொண்டேன். அவ்வாறு சிறிது சிறிதாக துளித் துளியாக உட்கொண்டதில் என் உடல் அநியாயத்திற்கு மெலிந்து போய்விட்டது. நான் துளி உணவுதான் உண்டேன் என்பதால் என் உடல் வற்றிப்போய் ஒரு காய்ந்த கொடிபோல ஆகிவிட்டிருந்தது. நான் துளி உணவுதான் உண்டேன் என்பதால் என் புட்டங்கள் காளை மாட்டின் குளம்புபோல கெட்டியாக ஆகிவிட்டிருந்தன. நான் துளி உணவுதான் உண்டேன் என்பதால் அதுவரை முதுகெலும்பாக நின்று கொண்டிருந்த ஒன்று சரடுபோல துவண்டது. நான் துளி உணவுதான் உண்டேன் என்பதால் என் விலா எலும்புகள் சாய்ந்து விழுந்த ஒரு கூரை வீட்டின் உத்திரம் போல தனித்துக் கிடந்தன. நான் துளி உணவுதான் உண்டேன் என்பதால் என் விழிகள் சுருங்கி அடியாழத்திற்குச் சென்று விட்டிருந்தன. நான் துளி உணவுதான் உண்டேன் என்பதால் என் குதம் வெம்பிப்போன காய் போல காய்ந்து சுருங்கிப்போயிருந்தது. நான் என் வயிற்றைத் தொட்டுப் பார்த்தால் என் பின்னெலும்பு தட்டுப்பட்டது. நான் என் பின்னெலும்பைப் பிடித்திருக்கிறேன் என்று நினைத்துப்பார்த்தால் நான் என் வயிற்றைத் தொட்டுக் கொண்டிருப்பேன். இயற்கை உபாதைக்கு இணங்கும் போதெல்லாம் ஏமாற்றமே எஞ்சும். என் உறுப்பைத் தட்டித் தூக்கினால் அழுகிய ரோமங்கள் உடலிலிருந்து விழுந்து வைக்கும்.

சித்தார்த்தன் அடிமட்டம் வரைக் கீழிறங்கிவிட்டான். அவன் தேடிய தரிசனங்கள் ஏதும் அவனுக்கு வசப்படவில்லை என்பது நமக்குத் தெரியும். ஆனால் யார் அறிவார்? இந்த அடிமட்டம்தான் அனைத்து ஒளிகளுக்கும் அடிப்படையோ என்னவோ? நரகத்தின் அனைத்து வேதனைகளிலும் வீழ்ந்து கடந்து வந்த ஒருவனால்தானே சொர்க்கத்தின் உயரங்களை அனுபவிக்க முடியும்?

அவர்களில் மூத்தவரான கொண்டண்ணா சித்தார்த்தனின் நடவடிக்கைகளைக் கவனித்து வந்த மற்ற நால்வரிடமும் அவனது நிலை பற்றி அவ்வப்போது தெரிவித்து வந்தார். அவன் சுடுகாட்டில் வசிக்கும் முறையையும், கழிவுகளை உண்ணும் கதையையும் கேட்டவர்கள் வாயடைத்துப் போனார்கள். பலநாட்களானாலும் என்றாவது ஒருநாள் சித்தார்த்தன் வெறும் எலும்புக்கூடாக மட்டுமே எஞ்சினாலும் முழு ஞான ஒளி சூழ அவ்விடத்திலிருந்து அவன் எழுவான் என அவர்கள் நம்பினர். அந்நாளுக்காக இமை கொட்டாமல் காத்திருக்கவும் செய்தனர்.

பாபா உயிரோடுதான் இருக்கிறாரா என்று அறிந்துகொள்ள அவ்வப்போது வருவது போல அன்றும் வால்யா வந்திருந்தான். சித்தார்த்தன் தூசுகளுக்கிடையே மல்லாந்து கிடந்திருந்தான். ஆனாலும், பாபா இன்று ஏதோ சொல்ல விழைவதை அவன் உணர்ந்துகொண்டான். அவன்முன் மண்டியிட்டு அவன் கூறுவது என்ன என செவிகூர்ந்தான்

'என்ன? திருவோடு நிறைய சோறு வேண்டுமா?'

'ஆம்' என்று அவனது பாபா மறுமொழி உரைப்பதையும் கேட்டான்.

துரிதமாகச் செயல்பட்ட வால்யா அவனது பாபாவின் திருவோட்டை எடுத்துக்கொண்டு, கிராமத்திலிருந்து அது நிறைய உணவை நிரப்பிக்கொண்டு வந்தான். அவன் எழுந்து நிற்கவே வால்யாவின் உதவி தேவைப்பட்டது. அவனைப் பற்றிக்கொண்டபடி தான் எப்பொழுதும் உணவுண்ணும் இடத்திற்கு வந்து சேர்ந்தான் சித்தார்த்தன். திருவோடு நிரம்பி வழியுமளவிற்கு சோறு. அவனால் அனைத்தையும் உண்ண முடியுமா?

ஒவ்வொரு அரிசியாக எடுத்து உண்ணத் துவங்கினான் சித்தார்த்தன்.

'சாப்பிடுங்க பாபா.. சாப்பிடுங்க' என உற்சாகமாகக் கூவினான் வால்யா. அவனது ஆனந்தத்திற்கு எல்லையே இல்லை. அவனது பாபா மரணத்திலிருந்து மீண்டு வந்துவிட்டதைப் போல அவன் கூவினான்.

இந்தச் செய்தி கொண்டண்ணாவின் செவிகளை எட்ட அதிக காலம் பிடிக்கவில்லை. உடனே மற்றவர்க்கும் இதை உரைத்தார். அனைவரும் அவ்விடத்திற்கு ஓடிவந்தனர். அதற்குள் சித்தார்த்தன்

தன் உணவை முடித்திருக்கவில்லை. அவர்கள் ஐவரும் அவனைச் சூழ்ந்து நின்றார்கள். அவர்களுக்கு இது பெருத்த ஏமாற்றத்தையே அளித்தது. ஏமாற்றம் சிறிது நேரத்தில் ஏளனமாக மாறியது.

அவர்களில் இளமையானவன் முதலில் வாய்திறந்து, ‘சித்தார்த்தரே! திருவோடு நிறைய சோறு உண்கிறீர்கள் போலிருக்கிறதே!’ என்றார்.

‘பசிக்காதா என்ன?’ என்றார் மற்றவர்.

‘இங்கனம் பாதியிலேயே வெளியேறுவது எவ்வளவு கேவலம் தெரியுமா?’ என்றார் இன்னொருவர்.

‘எப்படியிருந்தாலும் ராஜா வீட்டுக் கன்றுக்குட்டி மீண்டும் அரண்மனைக்குத் திரும்பிவிடும் போலிருக்கிறதே.’

‘அவர் நமக்குத் தலைவராக இருந்து வழிநடத்துவார் என்று நாம் கருதியிருந்தோம். இனி அவருக்கு அதற்கான தகுதியில்லை.’

‘வாருங்கள் நண்பர்களே நமக்கு நற்கதியருளும் வேறொரு குருநாதரைத் தேடி நாம் போவோம்.’

அவர்கள் ஒரு பெருமூச்சுடன் அங்கிருந்து அகன்றனர். கொண்டண்ணா மாத்திரம் அவ்வாறு செல்லாமல் அங்கேயே காத்திருந்தார். அவன் அறியாச் சிறுவனாக இருந்த காலத்திலிருந்தே அவர் அவனுக்காகக் காத்திருக்கிறார்.

அன்றுமாலை, அவர்களிடம் ஒரு காரணத்தை உரைத்துவிட்டு கொண்டண்ணா சித்தார்த்தனின் இருப்பிடத்திற்கு வந்தார். தன் சகோதரனை அணுகுவதுபோல அருகே அமர்ந்து அவனது தோளில் கைபோட்டுக்கொண்டார்.

‘சொல் சித்தார்த்தா! உன் தவத்தை முறித்துக் கொண்டதன் காரணம்தான் என்ன?’

‘மூத்தவரே! நான் எந்தளவிற்கு முயற்சி செய்தேன், எந்த எல்லை வரை சென்றேன் எனத் தாங்கள் அறிவீர்களல்லவா? அவ்வளவு தூரம் முயற்சித்தும் ஒன்றும் அடையவில்லை. எந்தவொரு மானுடனாலும் அதைக் கடந்து செல்ல இயலாது என்று என்னால் உறுதியாகச் சொல்லமுடியும்.’

‘உண்மைதான் இளையயோகே!’

‘நான் அனைத்தையும் நடைமுறையில் வைத்துத்தான் ஆலோசிக்கிறேன் மூத்தவரே! முன்னரும் இது போன்ற பரிசோதனைகளைச் செய்து கொண்டுதான் இருந்தேன். இப்பொழுதும் நன்கு யோசித்துதான் இம்முடிவை எட்டினேன். இதன் பொருள், என்னால் இந்த வேதனைகளையும் வலிகளையும் பொறுத்துக்கொள்ள முடியவில்லை என்பது அல்ல. நாம் தொடர்ந்து தேடிக்கொண்டிருக்கும் ஒன்று நமக்குக் கிட்டாது என நீங்கள் அவநம்பிக்கை கொள்வது ஏன் என்றுதான் எனக்குப் புரியவில்லை.’

'அப்படியென்றால் நீ இன்னும் நம்பிக்கை இழக்கவில்லை. அப்படித்தானே சித்தார்த்தா!'

'நிச்சயமாக நம்பிக்கையிழக்கவில்லை. நான் நிச்சயமாக மீண்டும் முயற்சி செய்வேன்.'

கொண்டண்ணா சித்தார்த்தனின் தோளைச் செல்லமாகத் தட்டினார்.

'நீ ஒரு உறுதியான ஆண்மகன் என்று எனக்குத் தெரியும். இப்பொழுது நான் உன் மனவலிமையின் ஆழத்தினையும் அறிந்து கொண்டேன். வெற்றிகொள்க, இளையோனே! நான் இப்பொழுது விடைபெற்றுக் கொள்கிறேன்.'

சித்தார்த்தன், கொண்டண்ணாவிடம் கூறியபடியே அடுத்தது என்ன என்னும் சிந்தனையில் ஆழ்ந்தான்.

மிகத்துல்லியமாகச் சொல்லவேண்டுமெனில், சித்தார்த்தன் உண்ண அமர்ந்த அதே நேரத்தில் தான் மாரனின் மைந்தர்களில் மூத்தவனான கலகன், 'உடனே இங்கே வந்து நிகழ்வதைக் காணுங்கள் தந்தையே' என்று அபாயக் குரலை எழுப்பினான்.

பதிலுக்கு, 'என்னவாயிற்று மைந்தா? எனது எதிரி இறந்து விட்டானா?' எனக் கேட்டான் மாரன்.

'அல்ல.. நீங்களே வந்து பாருங்கள்.'

என்ன நிகழ்கிறது எனக் காணச் சென்றான் மாரன்.

'பாருங்கள்... திருவோடு நிறைய உணவு. அவனும் அதை உண்ணத் துவங்கிவிட்டான் பாருங்கள்.'

'ஐயகோ!' என்றான் மாரன். அவனிடமிருந்து ஏமாற்றப் பெருமூச்சு ஒன்று எழுந்து வந்தது. 'அவன் பட்டினி கிடந்து செத்து விடுவான் என்றுதானே எண்ணினேன்.'

'அவன் அதை கைவிட்டுவிட்டான் என்பது உறுதியாகத் தெரிகிறது.'

'ஆம். திருவோடு நிறைய இருக்கும் சோற்றைப் பார்த்தாலே அது தெளிவாகத் தெரிகிறதே.'

'அவன் அடுத்து என்ன செய்யப்போகிறானோ என அறிய ஆவலாக இருக்கிறேன்.'

'ஆம் மைந்தா! இவன் சரியான கல்லுளிமங்கன். பார்ப்போம் இவன் என்னதான் செய்யப்போகிறான் என்று!'

9

'தந்தையே எங்கு செல்கிறீர்?' மாரனின் மூத்தமைந்தனான கலகன் தன் தந்தையிடம் கேட்டுக்கொண்டிருந்தான்.

மாரன் ஒரு உறுமலைப் பதிலாக வெளிப்படுத்தினான். அவன் ஒரு நல்ல மனநிலையில் அப்போது இல்லை.

'தந்தையே?'

'நான் எதிரியைக் காணச் செல்கிறேன். ஆம். அவன்தான் என் எதிரியாக விளங்கப் போகிறவன்'

'அவன் இப்பொழுது சாதகம் எதுவும் செய்யவில்லையே தந்தையே? மிகவும் அமைதியாக இருக்கிறான். சில நேரங்களில் தியானம் செய்கிறான். பெரும்பாலும் வெறுமனே அமர்ந்திருக்கிறான். அவ்வளவுதானே..!'

'மைந்தா.. எதிரி எப்பொழுதெல்லாம் தியானம் மட்டும் செய்கிறானோ, எதிரி எப்பொழுதெல்லாம் அமைதியாக இருக்கிறானோ.. அப்பொழுதெல்லாம் நான் அச்சம் கொள்கிறேன்.'

'புரியவில்லை தந்தையே!'

'அவன் அமைதியாக இருக்கிறான் என்பது ஏதோ ஒன்று அங்கே நிகழ்ந்துகொண்டிருக்கிறது என்பதற்கான சாட்சி.'

'ஏதோ ஒன்று என்றால் என்ன அது? நிகழ்கிறதா? எங்கு.'

'ஆமாம். அனைத்தும் அவன் மனதில் நிகழ்ந்து கொண்டிருக் கின்றன. அது நிஜமாகவே கவலைகொள்ள வேண்டிய விஷயம்.'

'ஏதாவது செய்து அவன் மனதைக் கலைத்துவிடுங்கள்.'

'ஏதாவது என்றால்.. எப்படி.. எதை வைத்து?' என்றான் மாரனின் மூன்றாவது மைந்தனான களியன்.

'நான் ஒரு வழியைச் சொல்லலாமா?' என்றாள் மாரனின் மகள்களில் ஒருத்தியான இன்பா.

'என்ன வழி?'

‘அவன் தியானம்தானே செய்கிறான்?’ என உற்சாகமாகக் கேட்டாள் இன்பா. ‘நான் பூமிக்குச் சென்று அவன் முன் நடனமாடுவேன். அவனைக் கவனமிழக்கச் செய்வேன். திசை திருப்பிவிடுவேன்’ என்றவள் சற்று இடைவெளி விட்டு மீண்டும் தொடர்ந்தாள் ‘தேவைப்பட்டால் அவன் முன் நிர்வாணமாக ஆடுவேன். முழு நிர்வாண நடனம்.’

‘இல்லை. அதெல்லாம் பழைய வழிமுறைகள். சொர்க்கத்தில் உள்ளவர்கள் ரிஷிகளின் தவத்தைக் கலைக்க காலம் காலமாக இதையேதான் செய்து வருகிறார்கள்.’

‘இருக்கட்டுமே... அதை நாமும் முயற்சித்தால்தான் என்ன?’ என்றான் களியன்.

‘குழந்தைகளே, உங்கள் கொஞ்சலை நிறுத்துங்கள். சற்றுத் தூரமாகச் செல்லுங்கள். உங்கள் முன் நிற்கும் எதிரி மாபெரும் ஞானி. உங்கள் விளையாட்டுக்களால் அவனை வீழ்த்த முடியாது.’

‘அப்படியேகூட இருக்கலாம் தந்தையே! ஆனால் காமம்தான் நம் அம்பறாத்தூணியில் உள்ள மாபெரும் அஸ்திரம் என்று நீங்களே பலமுறை கூறியுள்ளீர்களே!’ என்றான் கலகன். காமம் என்னும் கலைச்சொல்லைத் தன் தந்தைமுன் பயன்படுத்தி தன் நிபுணத் துவத்தை வெளிப்படுத்திய திருப்தி அவனிடமிருந்து வெளிப்பட்டது. மாரன் தனக்குப் பிறந்தவர்களிலேயே மூத்தவன்தான் மாரன் இயல்புகள் அதிகம் பெற்றவன் எனக் கருதிவந்தான்.

‘காமமா?’ எனச் சற்று முகம் சுளித்த மாரன், ‘அது அவனிடம் செல்லுபடியாகாது’ என்று கூறி வெளியேறினான்.

~

காட்டிற்குள்ளே வெகுதொலைவில் தடிமனான இலை களுடன் நல்ல உயரமும் அகலமும் கூடிய மரங்கள் நிறைந்த பகுதியைத் தன்னுடைய இருப்பிடமாக சித்தார்த்தன் மாற்றிக் கொண்டான். அந்த வேட்கை கொண்ட ஞானியின் உள்ளுணர்வே அப்பகுதிக்குச் செலுத்தியிருக்கலாம். கணக்கற்ற யுகங்களுக்கு முன் இத்தகைய இடத்தில்தான் ஆதிமனித உணர்வுகள் பரிணாம வளர்ச்சியின் முதலடியை எடுத்து வைத்திருந்தன. இன்று இந்த ஞானி அதன் வளர்ச்சியின் அடுத்த அடியை எடுத்து வைத்து முன்னகர்த் திச் செல்லும் வேட்கையைச் சுமந்து அலைகிறான். அவன் பொழுது விடிந்து சற்று நேரங்கழித்து கிராமத்திற்குப் பிட்சை வாங்கச் செல்வான். அந்தத் திருவோடு நிறைய உணவைப் பெற்று வந்து ஒரு வேளைக்கு உண்பான். அது அவனது ஒருநாள் உணவு. அவன் உணவு யாசிப்பதற்காகச் சென்ற கிராமம் காட்டிலிருந்து வெகு தொலைவில்

இருந்தது. அவன் கிராமத்திற்குச் சென்று திரும்பி வருவது அவனுக்கு ஒரு நடைப்பயிற்சியைப் போல ஆகி விட்டிருந்தது. ஒரு போட்டிக்குத் தயாராகும் வீரன் போல அவன் தன் உடலையும் மனதையும் தயார்படுத்தி வந்தான். அவன் பட்டினி கிடந்து பலவீனமாக இருந்த நாட்கள் எல்லாம் இப்பொழுது மலையேறி விட்டன. காட்டுக்குள் அலைந்து திரிந்து தெளிவடைந்ததில் அவனுக்குக் காட்டின் மீதிருந்த அச்சம் முற்றிலும் விலகியிருந்தது. தன்னை ஒரு மிருகமும் அச்சுறுத்தாது என்பதை அவன் புரிந்து கொண்டான். எக்காரணத்தைக் கொண்டும் பாம்புகளை மட்டும் மிதித்துவிடக்கூடாது என்பதில் கவனமாக இருந்தான்.

காட்டின் இதயமாக விளங்கிய அந்த ஆழ்வனத்தில் ஒரு தெளிந்த நீரோடை பாயும் இடத்தை சித்தார்த்தன் தேர்வு செய்திருந்தான். அவ்வோடையின் அருகே இருந்த மாபெரும் அரசமரம் அவனை அங்கே அழைப்பது போலத் தோன்றியது. அவன் அன்னை அவனுக்குப் பிறப்பளிக்கும் தருணத்தில் ஒரு மரத்தைப் பற்றியிருந்தது அவன் ஆழ்மனத்தில் படிந்து இங்கே அழைத்திருக்கக் கூடும். அந்த அரசமரத்தின் அடர்ந்த இலைகள் ஒரு மெல்லிசையை எழுப்பி தன்னை மறந்த தியானத்திற்குச் சாதகமான ஒரு சூழ்நிலையை அளித்தன. காற்று வீசி இலைகள் அசையாத பொழுதிலும் அந்த ஓடை நீர்ப் பாய்ச்சலில் எழும் இனிய ஓசை அங்கேயே காலம் அமைதியாகத் தங்கிவிடாதா என்று ஒருவனை ஏங்க வைத்துவிடும்.

சில நாட்களில் அதிலும் குறிப்பாக நிலவொளி வீசும் தருணங்களில் சித்தார்த்தன் தன் தியானத்தை இரவிலும் தொடர்ந்து வந்தான்.

அது ஒரு வைகாசி மாதம். திடீரென நிலவொளி மங்கி கருமேகங்கள் சூழ்ந்ததைச் சித்தார்த்தன் ஆச்சரியத்துடன் கவனித்தான். திடீர் திடீரென இடியும் மின்னல்களும் தோன்றி மறைந்தன. ஆனால் மழையே இல்லை. அது வேறு யாரும் அல்ல. மாரன்தான். அவன் தனது சாகசத்திற்கான ஏற்பாடுகளில் இருந்தான். மாரன் இடியும் மின்னலுமே போதுமானது என்று நினைத்தான். மழைபொழிவதை அவன் விரும்பவில்லை. மிகத் தீவிரமாக இருவர் உரையாடிக் கொண்டிருக்கையில் ஊடே மழை பொழிவது ஒரு தொந்தரவாக இருக்கும் என அவன் நினைத்தான்.

'என் வருங்கால எதிரியே, வணக்கம்!' என்று கர்ஜித்தான் மாரன். 'நீ தவம் செய்வதை ஒருவழியாக விட்டுவிட்டாய் போலிருக்கிறதே!'

'ஆம், அது என்னை எங்கும் இட்டுச் செல்லவில்லை' என்றான் சித்தார்த்தன்.

மாரன்: 'நீ எங்குதான் செல்ல விரும்பினாய்? கடவுளோடு கடவுளாக மேல் உலகிற்கா?'

சித்தார்த்தன்: 'இல்லை. எனக்கு அப்படியான குறிக்கோள்கள் ஏதும் இல்லை.'

மாரன்: 'வேறு என்னதான் வேண்டும்? நீ உலகை வெல்லும் ஒரு பேரரசன் ஆகி இருக்கலாம். அதையும் துறந்து கானகத்திற்கு வந்துவிட்டாய்.'

சித்: 'என் எண்ணங்கள் அடிப்படையில் வேறானவை.'

மா: 'அவை என்னவென நான் அறிந்து கொள்ளலாமா?'

சித்: 'நான் மானுடத்தைத் தீய சக்திகளிடமிருந்து விடுவிக்க விரும்புகிறேன்.'

மா: 'எல்லா ஆசைகளிடமிருந்துமா? அச்சுறுத்தல் இல்லாத சிறிய ஆசைகள்கூட கூடாதா?'

சித்: 'நீங்கள் உணர்ந்தது சரிதான்.'

மா: 'ஆம். என் வணக்கத்திற்குரிய எதிரியே! மனிதனின் உள்ளார்ந்த விருப்பங்களில் எதில் நான் உச்சபட்ச தகுதி பெற்று வாழ்கிறேன் என்பதை நீ அறிவாயா?'

சி: 'அது மனிதனிடத்தில்தான் மட்டும் என்றில்லை மாரனே! நான் உரைப்பதைக் கேளுங்கள். சில நாட்கள் முன்பு நான் பெண்சிங்கம் ஒன்று ஒரு கன்றுக்குட்டியிடம் அன்பு பாராட்டியதைக் கண்டேன். அது கன்றைத் தன் இரையாகக் கருதவில்லை. நான் குறிப்பிடுவது அவ்வுணர்வைத்தான்.

மா: 'அதை நானும் அறிவேன். அது ஒரு விதி விலக்கு மட்டுமே. விலங்குகள் உலகில் அதைத்தவிர வேறெதையும் நீ காணவில்லையா?'

சி: 'அதை நீங்கள் சொல்வதுதான் சரியாக இருக்கும் மாரனே.'

மா: 'சிங்கங்கள் தன் இரையை வேட்டையாடி உண்கின்றன. மிஞ்சியவற்றைக் கழுதைப்புலிகள் உண்ணும். ஒரு விவாதத்திற்காகக் கேட்கிறேன். அந்தப் பெண்சிங்கம் அன்பு செலுத்திய கன்றின் நிலை பிறகு என்னவானது என்று உனக்குத் தெரியுமா?'

சி: 'அதையும் நீங்களே சொல்வதுதான் சரியாக இருக்கும் மாரனே.'

மா: 'நீ அந்த நட்பை வியந்து பார்த்துச் சென்ற இரண்டாம் நாள் அந்தக் கன்று அந்தப் பெண்சிங்கத்திடமிருந்து வழி தவறி

விலகி வந்துவிட்டது. இவ்வாய்ப்பைப் பயன்படுத்தி இன்னொரு சிங்கம் அதைக் கொன்றுவிட்டது.'

சி : 'அது துரதிர்ஷ்டவசமானதுதான். ஆனால் மானுடர்கள் சற்று வளைந்து கொடுப்பார்கள்.'

மா: 'மானுடர்களும் அத்தகைய உள்ளார்ந்த குணங்களுடன் பிறந்தவர்கள்தான். நீ எங்கனம் கடவுள் எழுதிவைத்து அனுப்பிய இயல்பான விருப்பங்களுக்கு எதிராகப் போராடப் போகிறாயோ?'

சி : 'ஆசை என்பது இரு வகைகளில் இயங்குகிறது. மேலும் மானுடன் அதைக் கையாளும் அளவிற்கு அறிவுடனே இருக்கிறான். பேராசை அழிவையே உண்டாக்கும். கட்டமைக்கப்பட்ட ஆசைகள் கூட நல்லவையே. ஆனால் கட்டவிழ்க்கப்பட்ட பசித்த நாய் போல அது கிளம்பினால் பேராசையாக மட்டுமே எஞ்சுகிறது. பேராசை என்பது அனைத்தையும் விழுங்கிவிடுவது.'

மா: 'என் எதிரியே! என் சொற்களைக் குறித்துக்கொள். உன் காலம் முடிந்தபிறகும்கூட ஆசை என்பது மனிதனின் மனதைச் செலுத்திக்கொண்டுதான் இருக்கும்.

சி : 'மாரனே! ஒட்டுமொத்த மானுடத்தையும் நல்லவிதமாக மாற்றிவிடுவேன் என்ற மாயையில் நான் இல்லை. நான் கருதுவது ஒன்றுதான். என் கருத்தைக் கவனிக்கின்ற மானுடர்கள் என்னைப் பின்பற்றி நற்கதியடைவார்கள். அவ்வளவுதான்.'

மா: 'நீ விவேகமானவன் என்பதை நான் ஏற்றுக்கொள்ளத்தான் வேண்டும்'

மாரன் எப்பொழுதும் போலவே ஒரு மாயாவியாக மறைந்து விட்டான். இந்த ஞானியின் கேள்விகளுக்கு மாரனின் இச்சொற்களும் கண்டிப்பாகப் பெரும் பங்காற்றியுள்ளன. சித்தார்த்தனின் முன்பு வனம் நிசப்தமாக நின்றது. மேகங்கள் மறைந்துவிட்டன. பௌர்ணமிக்கு இன்னும் சில நாட்களே இருந்தன.

10

வைகாசி மாதத்தின் முழுநிலவு தினத்தின் இரவுப்பொழுதில் சித்தார்த்தனின் முன்பு விரவியிருந்த அந்தக் காடு நிசப்தத்தில் உறைந்திருந்தது. சற்றுத் தொலைவில் மான்கூட்டம் ஒன்று மேய்ந்து கொண்டிருந்தது. அவற்றின் அசைவுகள் அந்த முழுநிலவொளியில் மிக நுண்மையாகப் புலப்பட்டன. அந்த முதிய அரசமரம் அசை வின்றி அப்படியே உறைந்து நின்றது. மெல்லிசையை எழுப்பியபடி சிற்றோடை ஓடிக்கொண்டிருந்தது. மாபெரும் தேடலை மேற் கொண்டிருந்த அம்மனிதனும் நிலைத்த நிலையில் தயாராக இருந்தான். அவன் மனம் முற்றிலுமாக ஒழிந்துவிட்டிருந்தது.

கொண்டாட்டமான அவ்விரவில், நிலவுமகள் முழுமையாக எழுவதற்கும் அவனது தலைக்குமேலே நின்று தன் உச்சகட்ட கிரணங் களை வீசுவதற்கும் இடைப்பட்ட அந்த மூன்று மணிநேரப் பொழுதில் தான் அவனுக்குள் போதி நிகழ்ந்தது. வெகுவிரைவில் சித்தார்த் தனுக்குத் தன் முந்தைய பிறவியின் ஒட்டுமொத்தத் தரிசனமும் புலப்பட்டது.

‘நான் கடந்து வந்த முற்பிறவிகள் பலவற்றை நான் நினைவு கூர்ந்தேன். ஒன்று, இரண்டு என நூறு பிறவிகள், ஆயிரம் பிறவிகள், வெவ்வேறு காலகட்டங்களில் நிகழ்ந்த நூறாயிரம் பிறவிகள்... ஒவ்வொன்றிலும் நான் எங்கிருந்தேன், எனது பெயர் என்ன? என்னுடைய குடும்பம் எது, என் வாழ்க்கைப்போக்கு எத்தகையது, என் முடிவு எப்படி நிகழ்ந்தது.... இறந்த பிறகு மறு பிறவி வாழ்க் கைக்கு மீண்டும் வந்தேன்.. அதில் நான் எங்கிருந்தேன்.. எனது பெயர் என்ன... என் முடிவு எப்படி நிகழ்ந்தது...’

சித்தார்த்தன், அந்த முன் நிலவுப்பொழுதில் ஒரு தெளிவான கனவு நிலையை அடைந்தான். கனவுகளில் மட்டும்தான் காலம் பற்றிய பிரக்ஞையின்றி அந்தத் தற்காலிக வாழ்வை நீண்ட பொழுதுகளுக்கு அனுபவிக்க முடியும். நிஜத்தில் அது சில கணங்கள் கூட நீடித்திருக்காது.

சித்தார்த்தனின் கனவு அவனுக்கு ஒரு திறவுகோலாக இருந்தது. அதை மேற்கத்திய சிந்தனையாளரான சோரன் கீர்க்ககார்டின் சிந்தனைகளோடு பொருத்திப்பார்த்துப் புரிந்துகொள்ள முடியும். அன்றிரவு சித்தார்த்தனுக்கு நள்ளிரவு வரை மூன்று தரிசனங்கள் விட்டு விட்டு நிகழ்ந்தன. அவர் பின்னாட்களில் கூறியது போல, 'பரிசுத்த மான மானுட அறிதலுக்கெல்லாம் அப்பாற்பட்ட அந்தச் சூட்சம மான பார்வையால் நான் உயிரினங்கள் எவ்வாறெல்லாம் தோன்றி மறைந்து பின் மீண்டும் எங்கனம் தோன்றுகின்றன என்பதைக் கண்டேன்.'

இந்த மொத்த அண்டசராசரத்தையும் கண்ட அந்தத் தரிசனம் அவருக்குள்ளிருந்த ஒரு ஆழ்நிலைஒளி என்பதில் ஐயமில்லை. ஆனால் கனவு காண்பவன் அவனுக்குள் நிகழ்ந்தவற்றை எப்பொழுதும் தெளிவாக அறிந்தே இருக்கிறான். அப்படியெனில் மனிதனின் செயல் களை எது தீர்மானிக்கிறது? இதற்கு இந்து தத்துவ மரபில் தர்க்கரீதியாக ஒரு பதில் மட்டுமே சம்மதிக்கப்பட்டிருக்கிறது. அதுவே கர்மா எனப் படுகிறது. 'உடலினூடாகவோ, சிந்தனை அல்லது பேச்சினூடாகவோ தீவினைகளை ஆற்றியவர்கள் அப்பிறவியில் தன் மரணத்திற்குப் பிறகு மீண்டும் ஒரு கடினமான பிறவியெடுத்து அதை ஈடு செய்வர்.'

அந்த நீண்ட இரவானது ஓர் ஆழ்நிலை உறக்கம். காலத்திற் கெல்லாம் அப்பாற்பட்ட ஒரு கனவு. அதேநேரத்தில் அது உச்சபட்ச தர்க்கத்துடனும் சித்தார்த்தனால் இறுக்கமாகக் கட்டுப்படுத்தப்பட்ட தாகவும் இருந்தது.

'நிதர்சனத்தில் ஆதிக்கம் செலுத்திவந்த துன்பம், துக்கம் போன்றவற்றை அழிப்பதற்கான ஞானத்தைப் பெறும் வழியை நோக்கி என் மனதைச் செலுத்தினேன்.'

சித்தார்த்தனின் மூன்றாவதும் இறுதியுமான தரிசனம் நிலவு வீழ்ந்து விடிவெள்ளி எழுவதற்குச் சற்று முன்பு நிகழ்ந்தது. சித்தார்த் தனின் அற்புதமான ஆக்கப்பூர்வமான 'உறக்கம்' நிறைவடைந்து அவனுடைய தர்க்கமனம் எழுந்து வந்தது. அவனது ஆக்கப்பூர்வ மான பாய்ச்சல் முடிந்துவிட்டது. அவனுக்கு அது ஒரு திருப்புமுனைத் தருணம். மானுடத் துயரின் மீதான ஒரு நிகரில்லா சிந்தனை எழுந்து வந்தது. அவனுள் எழுந்த இந்த நுண்ணிய தரிசனத்தை ஆராய்ந்து அதன் தீர்வை, 'முடிவும் முடிவை நோக்கி இட்டுச் செல்லும் வழியும்' என வரையறுத்தான்.

அந்தப் போதி இரவு, இத்தகையதொரு ஆக்கத்தோடு இணைந்து கொண்டு தன் விடியலை எட்டியது. வெகுவிரைவில் 'புத்த கயா'வாக அறியப்படப்போகும் அந்த உருவெலா வனத்தில்தான் சித்தார்த்தர் தான் விரும்பிய ஒன்றை வென்றெடுத்தார். அந்தத் தன்னம்பிக்கை அவரது வார்த்தைகளிலேயே வெளிப்படுகிறது.

‘என்னுடைய மனம், அறிவு மற்றும் உணர்வின் வயப்படுதலிலிருந்து விடுபட்டதை நான் உணர்ந்து கொண்டேன். அறியாமை என்னும் ஒன்று இல்லை. இப்பொழுது எனக்கு ஒன்று தெளிவாகப் புலப்படுகிறது, ‘மறுபிறவி என்பது இனி எனக்குக் கிடையாது. இனி இவ்வாழ்க்கையை மட்டும் நான் மேற்கொள்ள வேண்டும். அவ்வளவுதான். நான் மீண்டும் மீண்டும் நிகழ்ந்து முடிந்துவிட்டேன். நிகழ்ந்தவரை நிகழ்ந்து விட்டேன். இனி மற்றொரு பிறவியோ நிகழ்தலோ எனக்கு இல்லை.’

ஒவ்வொரு நொடியும் அதிகரிக்கிற அந்த மஞ்சள் ஆரஞ்சு நிற சூரியஒளியானது அவருடைய அந்த விடுதலை உணர்வை, களிப்பூட்டும் அமைதியை அடிக்கோடிட்டுக் காட்டுவதுபோல அமைந்திருந்தது. உலகின் நாற்திசைகளும் அவனது அறைகூவலை எதிரொலிப்பதுபோல் தோன்றின. ‘நிகழ்ந்தது நிகழ்ந்துவிட்டது’ என்ற அந்த அறைகூவல் நூற்றாண்டுகள் கடந்தும் எதிரொலித்துக் கொண்டுதான் இருக்கிறது.

அந்த கி.மு. 528ஆம் ஆண்டின் வைகாசி மாத முழுநிலவுநாள் இரவு துவங்கும்போது வெறும் போதிசத்துவனாக இருந்தவன் அது முடியும்போது புத்தராகியிருந்தார்.

~

அரசமரத்தின் இலையை நீங்கள் பார்த்திருக்கிறீர்களா? பற்றின்மை குறித்து உபநிடதங்கள் சொல்வதுபோல, அது ஒரு பெரிய அகன்ற உடலைக் கொண்டிருக்கிறது. பிறகு கொஞ்சம் கொஞ்சமாத் தேய்ந்து நுட்பமாக இன்மை நோக்கிக் கீழ் இறங்குகிறது. அந்தப் போதி இரவில் சித்தார்த்தனின் மனம் அப்படித்தான் இயங்கியது. அவன் மனம் பல பரந்துபட்ட எண்ணங்களாலும் அலரா கலாமா மற்றும் உத்தகரின் வழி சிந்தனைகளாலும் பரந்து விரிந்து இருந்தது. ஆனால் அது மட்டுமே போதாது என்று சித்தார்த்தன் அறிந்தேயிருந்தான். ஐநூறு தேர்கள் கடந்தபிறகு எஞ்சுவது வெறும் தூசு அன்றி வேறென்ன? எங்கு செல்வதென்று அறியாத ஒருவன் நீரில் நடப்பதால் என்ன பயன் கிட்டிவிடப்போகிறது? யோகத்தைப் பொறுத்தமட்டில் ஒன்றிப்போதல் என்பது உச்சகட்ட சாதனை. ஆனால் யதார்த்தத்தில் ஒரு தேடல் என்பது அங்கிருந்துதான் துவங்கவே வேண்டும். மரபார்ந்த யோகம் மானுடத் துன்பம் குறித்து ஏதாவது உரைத்திருக்கிறதா என்ன? சித்தார்த்தனின் மனம் அந்த அரச இலை எங்கு நிறைவடைகிறதோ அங்கிருந்து தொடங்கி இன்னும் முன்னோக்கிச் சென்றது.

புத்தருடைய வார்த்தைகள் பிறரைக் கவரும் ஈர்ப்பு உடையதாகவும் அதிரடியானதாகவும் விளங்கின. மதங்கள் நீதியைப் பிரதிநிதித்துவப் படுத்துகின்றன. புத்தர் வியத்தகு விதத்தில் மானுட நிலை

பற்றிய ஆய்விலிருந்து துவங்கினார். அவரது ஆய்வறிக்கை உங்களைக் கீழே தள்ளிவிடக்கூடும். 'பிறப்பு துன்பமானது. வாழ்க்கை துன்பமானது. மரணம் துன்பமானது'. அவருடைய நோக்கு மானுட மனோதத் துவத்தை நோக்கியிருந்தது. அந்தக் காலகட்டத்தில் மதங்கள் மனோ தத்துவத்தைப் பற்றி பெரிதாக அலட்டிக் கொள்ளவில்லை. 'மனிதன் பெற விரும்பாத ஒன்று இருக்குமானால் அது துன்பம் ஒன்றுதான்'. 'நீங்கள் எழுந்து இதை குறித்துவைத்துக் கொள்ள வேண்டும்'. 'ஏனென்றால் எதையும் வேண்டாதவர் யார்? எதையும் பெற்றுக்கொள்ளாதவர் யார்?' உடனே அந்த விவாதம் 'அனைத்தையும் பற்றுதல் குறித்து மாற்றுகிறது' விவாதம் உடனே தீவிரமடைகிறது. உடனே அவர் அதற்கு விடையாக அடுத்த வார்த்தைகளை உரைத்தார். அதுவே மானுடர்களின் ஆகப் பலவீனமான இடம் 'அடங்காத ஆசை'.

இப்பொழுது நீங்கள் ஒப்புக்கொள்ளத்தான் வேண்டும். நீங்கள் மறுபிறவி, நன்னடத்தை ஆகியவற்றை மறுதலிக்கலாம். ஆனாலும் புத்தர் உங்களைச் சிக்க வைத்துவிடுவார். மேலும் நீங்கள் அவரைப் பின்பற்ற விரும்பினால், நீங்கள் செய்யவேண்டியது என்னவெனில், உடனே ஓரிடத்தில் அமர்ந்துகொண்டு, புத்தர் உரைத்த எட்டு நெறி முறைகளையும் இன்னபிறவற்றையும் பயில்வதுதான். இதன் பிறகும் உங்களுக்குப் புத்தரின் நெறிகள் ஆசியா முழுதும் பின் அதையும் தாண்டியும் பரவியது குறித்தான வியப்பு எஞ்சியிருக்குமா என்ன?

மந்தம் என்னும் இவ்வார்த்தை இந்த நவீன காலகட்டத்தில் மிகவும் ஆர்வமிக்க இருவித புரிதல்களை அளிக்கும் வார்த்தையாகத் திகழ்கிறது. மனோவியலைப் பொறுத்தமட்டில் அது வேகமாகப் பரவும் ஒன்று. மேலும் புத்தரின் நெறிகள் அங்கு பேருதவி புரியவும் கூடும். பொருளாதாரத்தில் இது மற்றொரு வார்த்தைப் பிரயோகம். அவ்வப் போது நாமும் பொருளாதார மந்தம் போன்ற வார்த்தைகளைக் கேட்டுக் கொண்டுதானே இருக்கிறோம். இப்பொழுதுகூட நீங்கள் 'அடங்காத ஆசை' அல்லது 'பேராசை' குறித்து புத்தர் எச்சரித்ததை நினைவுகூர இயலும். புத்தரின் மீதான ஈடுபாடு இருபத்தொன்றாம் நூற்றாண்டில் இன்னமும் வளரும்.

~

தற்போதைய புத்தகத்தில் நூற்றாண்டுகளையெல்லாம் கடந்து முன்னேறிய சிந்தனையே உள்ளது. சமகாலப் பிரச்சனைகள் எதுவும் இதன் வரைமுறைக்குள் அடங்காது. ஆனால், மதங்களோ அல்லது மதங்களில் உச்சபட்ச அதிகாரம் கொண்டவரோ தங்களிடம் உள்ள கோட்பாடுகளைக் கொண்டே சமகாலப் பிரச்சனைக்கும் தீர்ப்பு சொல்ல ஆவலாக இருக்கின்றனர். உலகியல் பிரச்சனைகளான,

பொருளாதார சீர்குலைவு, சூழலியல் மாற்றம் போன்ற பிரச்சனை களெல்லாம் இவ்வுலகம் இருக்கும்வரை இருக்கப்போகின்றவை என்பதால் அதுபற்றிய நமது குறிப்புகளை நீங்களும் எடுத்துக் கொள்ளலாம் என்கிறது அது.

கத்தோலிக்க சமூகத்தைச் சேர்ந்த சர்ச்சின் தலைமை, தன்னு டைய சமீபத்திய சுற்றறிக்கையில், மக்கள் தங்களின் தேவைகளைத் தனியாகவோ அல்லது ஒரு சமூகமாகவோ தானே நிறைவேற்றிக் கொள்ளலாம் என அறிவுறுத்தியிருக்கிறது. 'ஆனால் கடவுள் சம்மந்தப் பட்டவைகளில் மட்டுமே' என்றும் கூறுகிறது. ஒரு பௌத்தனுக்கு இது ஒரு விநோதமான கட்டுப்பாடாகவே தோன்றும். ஏனெனில், பௌத்தன் இங்கனம் சிந்திப்பதே இல்லை. மீண்டும் அந்த மனிதர் பொருளாதாரம் குறித்துப் பேசுகையில், 'தீய பொருளாதார நெருக் கடியின் வேர்கள்' என்றும் கண்டறிந்து உரைக்கிறார். ஆபிரஹாமிய மதங்கள் பொதுவாகவே, 'தீமை' மற்றும் 'பாவம்' குறித்து சிந்திப் பவை. இவ்வகைக் கருத்துகள் பௌத்த சிந்தனைக்கு அந்நிய மானவை. நானும் ஒரு ஆர்வத்தில் பௌத்தத்தின் மூன்று அல்லது நான்கு புத்தகங்களை வாசித்துப் பார்த்தேன். எங்குமே 'பாவம்' என்னும் வார்த்தையையே நான் காணவில்லை. இதற்குப் பொருள் பௌத்தம் தனிப்பட்ட அல்லது சமூக நீதியுணர்வைப் பொருட் படுத்துவதில்லை என்பதல்ல. கண்டிப்பாக பௌத்தம் அத்தகைய பிரச்சனைகளை எதிர்கொள்கிறது. ஆனால் கடவுளை அங்கு உட்படுத்துவதில்லை.

அனைத்து இயற்கை வளங்களையும் பாதுகாப்போம் என்பது தற்போது தான் பிரபலமான வசீகரமான ஒரு பொதுச்சிந்தனையாக உருவெடுத்திருக்கிறது. ஆனால் புத்தர் இரண்டாயிரத்து ஐநூறு ஆண்டு களுக்கு முன்பே இதைப் பின்பற்றினார். மாணவகர் எனப்படும் புத்தரின் சீடர், புத்தருடைய அன்றாட வழக்கங்களை உன்னிப்பாகக் கவனித்துத் தொகுத்திருக்கிறார். அவர் சொல்வது யாதெனில், 'தினசரி உணவிற்குப்பிறகு அவருடைய பிட்சை பாத்திரத்தைக் கழுவும் பொழுது அதற்குத் தேவையான நீரை மட்டுமே அவர் எடுத்துக் கொள்வார். அதைக் கழுவும்பொழுது நீரின் ஒலி எழுவதில்லை. அவர் அந்தப் பாத்திரத்தைத் தலைகீழாகக் கவிழ்ப்பதில்லை. தன் கையைக் கழுவுவதற்காக அவர் பாத்திரத்தைக் கீழே வைப்பதில்லை. பாத்திரத் தைக் கழுவும்பொழுதே அவர் மொத்தத்தையும் கழுவிவிடுவார். அதற்காக அவருக்குத் தனியாகத் தண்ணீர் தேவைப்படுவதில்லை. கழுவியபின் பாத்திரத்தில் எஞ்சும் நீரை அவர் விசிறியடிப்பதும் இல்லை. கீழே ஊற்றுவதும் இல்லை. நீர் எஞ்சுவதே இல்லை. அவரின் அத்தனை அசைவுகளும் அமைதியாகவும் எளிதாகவும் ஒழுங்காகவும் திகழும்.'

எங்கே கணக்கற்ற நதிகள் பாய்கின்றனவோ, எங்கு நதிநீர் பாதுகாப்பு என்ற சிந்தனையே தோன்றியிருக்கவில்லையோ, அந்த நாட்டில்தான் புத்தர் இவ்வாறு செய்துகொண்டிருந்தார்.

இரண்டாயிரத்து ஐந்நூறு ஆண்டுகள் கழிந்து இன்றுதான், நம்முன் செடிகளையும் மரங்களையும் பாதுகாக்கவேண்டிய தேவை எழுந்து நிற்கிறது. புத்தர் அவரின் காலத்திலேயே இதை நடைமுறைப் படுத்தியிருந்தார். புத்தருடைய வாழ்வை மரங்களன்றி நாம் எண்ணிப் பார்க்கமுடியாது. அவர் பிறந்ததே ஒரு சாலமரத் தினடியில். அவர் ஞானமடைந்தது ஒரு அரசமரத்தினடியில்தான். அவர் மரணமும் வழியில் நின்றிருந்த ஒரு சாலமரத்தினடியில்தான் நிகழ்ந்தது. நமக்கெல்லாம் தெரிந்த இந்தப் புத்தருக்கு முன்பும் மற்ற புத்தர்கள் இருந்தனர். பெரும்பாலும், அவர்களும் அரசமரத்தின் அடியில் அமர்ந்து தான் ஞானமடைந்திருந்தனர். ஒரு சில புத்தர்கள் மட்டும் வேறு மரங்களின் கீழ் அமர்ந்து ஞானம் அடைந்திருக்கின்றனர். அனைத்து மரங்களின் பெயர்களும் ஆவணப்படுத்தப்பட்டுள்ளன. பௌத்தத் தின் ஜாதகக் கதைகளில் மரத்தில் இருக்கும் தேவதைகளே பலதரப் பட்ட புத்தர்களுக்கு ஞானமளிப்பது போலத்தான் வருகிறது.

உழவுதான் சாக்கியர்களின் முக்கியத் தொழிலாக விளங்கியது. விதைப்பதற்கு முந்தைய காலகட்டத்தில் புத்தரின் தந்தை சுத்தோ தனர் ஒரு அரசராக நிலத்தை உழும் சடங்கைச் செய்து அதைத் துவக்கி வைப்பார். புத்தரானதற்குப் பிறகு, அவரது அன்றாட நடவடிக் கையாக மரங்கள் சூழ்ந்த பகுதியில் அமைதியாகத் தியானத்தில் அமர்ந் திருப்பார். தன் சீடர்களிடம் அடிக்கடி, எப்பொழுதும் விளையாடிக் கொண்டே உங்கள் காலத்தை வீணாக்காதீர்கள். இங்கே காணுங்கள், எத்தனை மரங்கள் தம் நிழலைப் பரப்பி அழகாக நின்றிருக்கின்றன, வந்து தியானம் செய்யுங்கள் என்று கூறிக்கொண்டே இருப்பார்.

அசோக சக்ரவர்த்திக்குப் போதிமரத்தின் மீது எல்லையற்ற நம்பிக் கையிருந்து வந்தது. அவர் தன் மரத்தை விதம் விதமாகத் தான் விரும் பியபடியெல்லாம் அலங்கரித்து அழகுபார்த்தார். தினமும் அதைத் தொழுதும் வந்தார். தன்னுடைய கணவன் போதிமரத்தின் மீது அதிகம் பிரேமை கொண்டிருப்பது கண்ட அவர் மனைவி திஷ்ய ரக்ஷிதா தன் சேவகர்களைக் கொண்டு அதை வெட்டிச் சாய்த்து விட உத்தரவிட்டதாகச் சொல்லப்படுகிறது. அதற்குப் பின்னர், கி.பி. இரண்டாம் நூற்றாண்டில் பௌத்தர்களின் விரோதியாகத் திகழ்ந்த ஷசாங்க்க மன்னர் அம்மரத்தையும் அதன் சுற்றுப்புறங்களையும் சேதப்படுத்தினார். சீனத்துறவி யுவாங் சுவாங், போதிமரத்தைப் பற்றி தன் பயணக் குறிப்புகளில் குறிப்பிட்டுள்ளார். ‘அந்தப் போதிமரம் கோடையிலோ குளிர்காலத்திலோ இலைகளை உதிர்ப்பதில்லை. அது உதிர்ப்பது ஒரே ஒருநாள் மட்டுந்தான்.

எந்நாளில் புத்தர் நிர்வாணம் எய்தினாரோ அந்நாளில் மட்டுந்தான். அதற்கு மறுநாள் புது இலைகள் துளிர் விட்டிருக்கும்.'

புத்தரின் காலத்தில் அங்கு நிறைய வனங்களும் சோலைகளும் விரவியிருந்தன. புத்தர் அத்தகைய பல வனங்களில் தங்கி ஓய்வெடுத் திருக்கிறார். அவற்றில் கழுகுமலைதான் அவருக்கு மிகப் பிடித் தமான ஒன்று. அந்தக் கழுகுமலையின் உச்சியில் நின்றபடிதான் சீனப் பயணி யுவாங் சுவாங், 'புத்தர் வாழ்ந்தபோது நான் ஏன் பிறக்க வில்லை' என்று எண்ணி அழுததாகக் கூறப்படுவதுண்டு. புத்தரைப் பற்றிக் குறிப்பிடுகையில், 'மரங்களின் தோழன்' என்று ஒரு இந்திய எழுத்தாளர் குறிப்பிடுகிறார். அதுதான் எவ்வளவு பொருத்தமாக இருக்கிறது!

11

'ராகுல்! விளையாடப் போகலாமா?' என்றாள் சரிகா.

'சரி போகலாம். என்ன விளையாட்டு?'

'தாயக்கட்டம்.'

'சரி! நான் கட்டம் வரைகிறேன்' என தானாக முன்வந்தான் ராகுல்.

ஆனால் அவர்களின் அவ்விளையாட்டு அவர்களை ஈர்க்க வில்லை. விரைவில் அலுத்துப் போயினர்.

'இப்பொழுது என்ன செய்வது சரிகா?'

'நீதான் நன்றாகக் கதை சொல்வாயே! எனக்கு ஒரு கதை சொல்கிறாயா?'

'சரி!' என்றபடி ஒரு மரத்தடியில் அமர்ந்து ராகுல் கதை சொல்லத் துவங்கினான்.

'ஒரு ஊர்ல ஒரு குட்டிப்பையனும் அவனோட தங்கையும் இருந்தாங்க. அவங்க தன்னோட அப்பா அம்மாவோட வசித்து வந்தாங்க.'

'அவங்க பேரு என்ன ராகுல்.'

'பேர பத்தியெல்லாம் கேட்காதே. நான் அதைக் கடைசி யில்தான் சொல்வேன்.'

'சரி'

'அவங்க சந்தோஷமா வாழ்ந்து வந்தாங்க. அப்ப ஒருநாள் அவங்க அப்பா காணாமல் போயிட்டாரு. எல்லோரும் ரொம்பக் கவலைப்பட்டாங்க. அவங்க அம்மாவுக்குத்தான் ரொம்பக் கவலையா போச்சு. அப்புறமாத்தான் அவங்க அப்பாவை ஒரு ராட்சசன் கடத்திட்டுப் போயிட்டான்னு கண்டுபிடிச்சாங்க. அவரை அந்தப் பூதம் ஒரு குகைக்குள்ள வச்சு தண்டனை கொடுத்துக்கிட்டு இருந்தது. அப்படிப் பண்ணினாதான் அந்தப் பூதத்துக்கு இருந்த ஒரு சாபம் தீருமாம். அப்ப அந்தக் குழந்தைங்க

ரெண்டுபேரும் யாருக்கும் தெரியாம தன்னோட அப்பாவைக் காப்பாத்தலாம்னு முடிவுபண்ணி யாருக்கும் தெரியாம அந்தக் குகைகிட்ட போயிட்டாங்களாம்..'

'ராகுல்... ராகுல்... நீங்க ரெண்டு பேரும் எங்க இருக்கீங்க..?' ராகுலின் அம்மா சத்தமாக அழைத்தாள்.

'கதை சூடு பிடிக்கும்போதுதான் உங்க அம்மா கூப்பிடுவாங்க' என்று சலித்துக்கொண்டு முறுவலித்தாள் சரிகா.

'நாங்க தோட்டத்துல இருக்கோம் அம்மா.. கதை சொல்லி விளையாடறோம்.'

'கதையவிட ஒரு முக்கியமான விஷயம் சொல்லப்போறேன்.. இங்க வா..'

'அப்படித்தான் எப்பவும் சொல்லுவீங்க' என்று குறை சொன்னான் ராகுல்.

'சரி ரெண்டுபேரும் வீட்டுக்குள்ள வாங்க' என்றாள் யசோதரா. 'சரிகா உன் வண்டி தயாரா இருக்கு.. நீ உன் வீட்டிற்கு கிளம்பு. ராகுல் நீ இப்படி உட்கார். உன்னிடம் நான் ஒரு சேதி சொல்லணும்'.

ராகுல் என்றழைக்கப்பட்ட ராகுல் சித்தார்த் கௌதமனுக்கு அப்போது ஏழு வயதாகிக் கொண்டிருந்தது. சித்தார்த் பிம்பா என்று அழைத்த யசோதரா அவனது தாய். அந்நாட்கள் இப்பொழுது போய்விட்டன. இப்பொழுது யசோதரா என்று மரியாதையாகத்தான் அவளை அழைக்கவேண்டும். கடந்த ஏழுவருடங்களாக மற்றவர்களால் ஏளனமாக 'வாழாவெட்டி' என்று அழைக்கப்படும் ஒரு வாழ்க்கையை வாழ்ந்து வருகிறாள். அவளுக்கு ஒரே ஆறுதல் ராகுல் மட்டும்தான். இப்பொழுது அவள் தன் மொத்த அன்பையும் பொழிவது அவன் மீதுதான். அவனுக்காகத்தான் அவள் வாழ்ந்தாள். அவன் இல்லாவிடில் என்ன செய்திருப்பாள் என்றே சொல்ல இயலாது. அந்தளவிற்குத் தனிமையிலும் உளச்சிக்கலிலும் அவள் ஆழ்ந்திருந்தாள்.

சரிகா ஒன்பது வயதுப் பெண். அருகில் வசிக்கும் ஒரு தனவந்தரின் மகள். ராகுலும் சரிகாவும் நல்ல விளையாட்டுத் தோழர்களாக இருந்து வந்தனர்.

தங்களைச் சூழ நின்றிருந்த சேவகர்களை விலகிப் போகச் சொன்னாள் யசோதரா. ராகுல் ஒருவித எதிர்பார்ப்புடன் காத்திருந் தான். யசோதரா அவனிடம் மெல்லிய குரலில் உரையாடத் துவங்கினாள்.

'உன்னிடம் ஒரு செய்தியைச் சொல்ல வேண்டும் ராகுல். அது நல்லதா அல்லது தீயதா என்று என்னால் சொல்ல முடியவில்லை'.

‘என்ன செய்தி அம்மா?’ ஆர்வம் தாங்கமாட்டாமல் கேட்டான் ராகுல்.

‘செய்தியாகவும் இருக்கலாம் அல்லது வதந்தியாகவும் இருக்கலாம் ராகுல்.. உன் அப்பா திரும்ப வந்துவிட்டாராம்.’

‘அப்பாவா...’ ‘நிஜமாத்தான் சொல்றியா..’ ‘ஆனா நல்ல விஷயம்தானே.’

‘இல்லை ராகுல். அது வெறும் வருகை மட்டுமே. ஆனால் அவர் நம்முடன் வசிக்கவெல்லாம் வரவில்லை. மீண்டும் சென்று விடுவார்’ என்றவள் மீண்டும் தொடர்ந்தாள். ‘உனக்கு ஒரு விஷயம் தெரியுமா? உன் தந்தை ஞானமடைந்துவிட்டார். அவரது தம்மத்தை இப்பொழுது பலர் பின்பற்றுகின்றனர். அவரும் பலரை அங்கனம் இணைக்கும் முனைப்பில்தான் இருக்கிறார். அவர் இப்பொழுது ராஜகிருஹத்தில் இருப்பதாகச் செய்தி வந்திருக்கிறது. நான் உன் பாட்டனாரைச் சந்தித்து அவரை இங்கே அழைக்கும்படி வேண்டு கிறேன்.’

‘ஆமாம்மா.. தயவுசெய்து அதை முதலில் செய்.’

‘நான் கேட்டுக்கொண்டபிறகு நீயும் உன் பாட்டனாரிடம் இதை வலியுறுத்திக் கேட்பாயா?’

‘நானும் கேட்கிறேன்.. நீ எப்போது தாத்தாவிடம் பேசப் போகிறாய்?’

‘‘உடனே முடியாது. அவரின் மனநிலையைப் பொறுத்து நல்ல நேரமாகப் பார்த்துக் கேட்கிறேன்’.

‘சீக்கிரம் கேட்டுட்டு.. என்னாச்சின்னு எனக்கும் சொல்லு’.

‘சரிடா செல்லக்குட்டி.. நீ போய் விளையாடு..’

ராகுல் முற்றத்திலிருந்த தனக்குப் பிடித்த அந்த மரத்தினடியில் சென்று அமர்ந்துகொண்டான். அவனது சிறிய இதயம் பொங்கி வருவது போல அவனுக்குத் தோன்றியது. அவனது முதல் நினைப்பே அவனது தந்தை பார்க்க எப்படியிருப்பார் என்பதுதான். அவனோ தன் தந்தையைக் கண்டதேயில்லை. அவர் மிக உயரமாக இருப்பார் என்றும் மிக அழகாக இருப்பார் என்றும் அனைவரும் சொல்லக் கேட்டிருக்கிறான்.

ராகுல் இயல்பாகவே கனவு காண்கிற, கற்பனையில் திளைக்கும் இயல்புடையவன். அவன் வெகு விரைவிலேயே தன் தந்தை குறித்த கனவுகளில் தொலைந்து போனான்.

யசோதராவும் தன் மாமனாரிடம் இதை எப்படிக் கேட்பது என்ற யோசனையில் ஆழ்ந்திருந்தாள். அவளது கணவன் சென்றபிறகு அவள் வெள்ளையுடையோ அல்லது பழுப்புநிறக்

காவி வஸ்திரமோ தான் அணிந்திருந்தாள். ராகுலுக்கு நினைவு தெரியும் வரை அவள் மாமிச உணவு உட்கொள்ளாமலும் இருந்தாள். இப்போது தன்னைப் பார்த்து ராகுலும் அவ்வாறு உண்ணாமலிருந்து விடுவானோ என்று அவனுக்காகச் சிறிதளவு உண்கிறாள்.

சுத்தோதனர், காலை வேளையில் அரசவைச் செயல்களில் மும்முரமாக இருக்கலாம் அல்லது அமைச்சர்களோடு கலந்தாலோசித்துக் கொண்டிருக்கலாம். முக்கியமான குடிகள் அவரைச் சந்திக்க வந்திருக்கலாம். எப்படியும் மதிய உணவிற்குப்பின் சற்று ஓய்வெடுப்பார். ஆகையால் பின்மதியம்தான் அவரைச் சந்திக்க ஏதுவான நேரமாக இருக்கும்.

யசோதரா அவளது தாதியிடம் தான் அவரைக் காணவேண்டி காத்திருப்பதாகச் சொல்லி அனுப்பினாள். தாதி திரும்பி வந்து அவர் சம்மதத்தை உரைத்ததும் யசோதரை சுத்தோதனரின் அறைக்குச் சென்றாள். அவரை விழுந்து வணங்கினாள்.

'நீயும் ராகுலும் எங்கனம் உள்ளீர்கள் மகளே?'

'தங்கள் ஆசியில் நலமாகவே உள்ளோம் அரசே!'

'ராகுல் தனக்கான கல்வியைத் துவங்கிவிட்டானா?'

'ஆம் அரசே! அவனுக்குக் கல்வியளிக்க ஒரு ஆசிரியர் வந்து செல்கிறார்'

'நீ அறிவாய் மகளே! என் மொத்த நம்பிக்கையும் தற்போது ராகுலைச் சுற்றித்தான் கட்டப்பட்டிருக்கிறது. என் மைந்தன்தான் ஷத்ரிய தர்மத்துக்கு இழுக்கு நேரும் வண்ணம் தனக்கான கடமையை ஆற்றாமல் சென்றுவிட்டான். என்ன செய்வது? போனது போகட்டும்'

'நான் உங்களிடம் ஒன்று யாசித்து வந்தேன் தந்தையே!'

'சொல் மகளே!'

'தங்கள் மைந்தர் ராஜகிருஹத்தில் இருப்பதாகவும் தம்மத்தினைப் பரப்பிவருவதாகவும் கேள்வியுறுகிறேன். அவரை நாம் இங்கு அழைக்கலாமா தந்தையே?'

'என் மகன் என்று நீ சொன்ன போதெல்லாம் என் புருவங்கள் ஆச்சரியத்தில் உயர்ந்தன மகளே! அதைக்கூட விடு.. அவன் இனி உன் கணவன் இல்லையே! அவனை நீ எங்கனம் பொருள் கொள்கிறாய்?'

தன் தலையைக் கவிழ்த்தபடி ஆழ்ந்த குரலில் பேசத் துவங்கினாள் யசோதரா, 'உண்மைதான் தந்தையே! ஆனால் உறவுகள் அவ்வளவு விரைவாக மறக்கப்படக்கூடியதாக இருப்பதில்லை. மேலும் ராகுலும் தன் தந்தையைக் கண்டால் பெரு மகிழ்ச்சி கொள்வான். அவன் தன் தந்தையைக் காணப்போகும் பேராவலுடன்

இருக்கின்றான். அந்தக் குழந்தைமீது சற்றுக் கருணை காட்டுங்கள், தந்தையே!'

சிறிது நேரத்திற்குத் தரையை உற்றுப்பார்த்துக் கொண்டிருந்த சுத்தோதனர் தன் தலையை நிமிர்த்தி, 'அவ்வண்ணமே நிகழட்டும். இந்தப் பணிக்கு யாரை அனுப்புவது? அவன் புத்திசாலியாகவும் இருக்கவேண்டும் திறமைசாலியாகவும் இருக்கவேண்டும்.'

'உங்களுக்கு நினைவிருக்கிறதா தந்தையே! தங்கள் மைந்தரிடம் பேசி இணங்கவைக்க கலாஉதயனைத்தான் நீங்கள் முன்பெல்லாம் அனுப்புவீர்கள். அவர் தங்கள் மைந்தரின் பால்ய கால சிநேகித ராகவும் இருப்பதால் இம்முறையும் அவர்தான் சரியானவராக இருப்பார் என்று தோன்றுகிறது.'

'ஆம். நான் கலாஉதயனிடம் பேசுகிறேன்'

கலாஉதயனை யசோதராவும் அறிவாள். அவளின் நம்பிக்கைக் கும் உரியவன். அவனை அழைத்துவரச் சொல்லி தன் தோழியை அனுப்பினாள்.

'எப்படியிருக்கிறாய் உதயன்?'

'நலமாக இருக்கிறேன் அரசி, தாங்கள் நலமாக உள்ளீர்களா?'

'உண்மையைச் சொல்லவேண்டுமெனில், நலமாக இல்லை. ஆனால் இப்பொழுது ஒரு தத்தளிப்பு உள்ளது'

'ஆம் பிம்பா நான் அறிவேன். அரசர் சித்தார்த்தரை அழைத்துவர ஆணையிட்டிருக்கிறார்'

'பிம்பா, சித்தார்த்தன் போன்ற பெயர்களை நீ உச்சரிக்கையில் நான் கடந்தகால நினைவுகளுக்குள் சென்றுவிடுகிறேன். இந்தப் பெயர்கள்தான் எவ்வளவு இனிமையாக இருக்கின்றன!'

உதயன் பரிவுடன் அவளைப் பார்த்து புன்னகைத்தான்.

'சித்தார்த்தன் ஒப்புக்கொள்ளாமல்கூடப் போகலாம். அங்கு என்ன நிகழ்ந்தாலும் தளராமல், நீ உன் முழுத்திறமையையும் உபயோகித்துப் பார் உதயன். இதைச் சொல்லத்தான் உன்னை அழைத்தேன். உனக்கு ஒன்று தெரியுமா? நான் சமயவிதிகளை நம்புகிறவள். ஒருமுறை கணவன் என்றாகிவிட்டால் அதன்பின் அவன் வெறும் கணவனாக மட்டுமே எனக்குள் எஞ்சுகிறான். மேலும் ராகுலும் தன் தந்தையை எதிர்கொள்ளப்போகும் கனவுகளுக்குள் ஆழ்ந்துவிட்டான்.'

'இதெல்லாம் எனக்குத் தெரிந்ததுதானே யசோதரா.. நான் வாக்களிக்கிறேன். என்ன நிகழ்ந்தாலும் சரி. அவன் இல்லாமல் இங்கு திரும்பமாட்டேன்.'

'நன்றி உதயன். கடவுள் உனக்குத் துணையிருக்கட்டும்.'

ராஜகிருஹம் சற்றுத் தொலைவில் இருந்தது. இன்றைய அளவில் அறுநூறு கிலோமீட்டர்கள். கலாஉதயன் ராஜகிருஹத்தை அடைந்து அங்கு நிகழ்வனவற்றை அறிந்துகொண்டான். புத்தரின் சீடரெனப் பல துறவிகளும் அவரைப் பின்பற்றும் பல மக்களும் அங்கு நிறைந்திருந்தனர். அவர் எப்பொழுதும் உரையாற்றிக்கொண்டோ துறவிகளுக்கு நற்கதியினை உரைத்துக்கொண்டோதான் இருந்தார். அவரை அணுகுவதே அவனுக்குக் கடினமாக இருந்தது.

கலாஉதயன் ஒருவழியைத் தேர்ந்தெடுத்தான். புத்தரின் பள்ளி யாகவும் நிறுவனமாகவும் விளங்கும் பௌத்த சங்கத்தில் இணைந்து அவனும் ஒரு பௌத்தத் துறவியானான். இனி அவனால் அவருடன் உரையாட முடியும். அவன் கபிலவஸ்துவிலிருந்து வருகிறான் என்பதும் புத்தரின் பால்யகால நண்பன் என்பதும் அவனுக்கு உதவியாகவே இருந்தன. துறவு மேற்கொண்ட கலாஉதயன் இரண்டு மூன்று பயிற்சிகளையும் எடுத்துக்கொண்டு சங்கப் பணிகளில் இணைத்துக் கொண்டிருந்தான். பின்னொருநாள் அவன் புத்தரைக் காணச் சென்றான்.

புத்தர் அவ்வளவாகச் சிரிக்கமாட்டார் என்று அறிந்திருந்தாலும் அவரை நெருங்கியதும், 'ஞானம் பெற்றவரை வணங்குகிறேன்' என்றான் பலமாகச் சிரித்தபடி. 'நான் கபிலவஸ்துவிலிருந்து வருகிறேன் ஞானியே.. என்னை உங்களுக்குத் தெரியுமா?' என்று கேட்டான்.

'கலா உதயனை நன்றாகத் தெரியுமே! பால்யகால நண்பனை யாரால்தான் மறக்க முடியும்?' என்றார் புத்தர். புத்தர் சிரிக்கவில்லை என்பதையும் அவர் உடல்மொழியில் தெரிந்த மாற்றத்தையும் கலாஉதயன் கவனித்தான்.

'உங்கள் பிறந்தகம் நினைவில் உள்ளதா ஞானியே?'

'வீட்டைவிட்டு வெளியேறியவுடனே நான் வேறுபணிகளில் மும்முரமாக ஈடுபட்டேன். முதலில் ஞானத்திற்காக அலைந்தேன். இப்பொழுது என் தம்மத்தைப் பரப்புவதற்காக அலைகிறேன். ஆகையால் நான் கபிலவஸ்துவை நினைக்கவில்லை. ஆனால் உன்னைக் கண்ட பிறகு கபிலவஸ்துவின் நினைவுகள் எழத்தான் செய்கின்றன.'

'இதுதான், நீ கபிலவஸ்துவிற்கு வருவதற்கான சரியான தருண மாக இருக்கும். இப்பொழுது நீ வந்தால் ஒரு வெற்றிவீரனாக வருவாயேதவிர, தோல்வியடைந்தவனாக இல்லை என்பதையும் நீ அறிவாய்'

'ஆம். கலாஉதயன். அந்தக் காரணமே போதும்தான். ஆனால் அது இங்கிருந்து வெகுதொலைவில் உள்ளது. சென்றுவர நாட்களாகும்.'

'ஞானியே! மனது இசைந்துகொண்டால் எதுவுமே தூரமில்லை. இது பருவமழைக்காலம். இது முடிந்தபின் நீ கிளம்பலாமே..'

'நீ சொன்னால் சரிதான் உதயன்.'

'ஆம். அந்த மழைக்குப் பின் கபிலவஸ்து எப்படியிருக்கும் என்று நினைத்துப்பார்.. இவ்வுலகிலேயே மிக அழகான இடமாக அது இருக்கும். மரங்கள் பூத்துக்குலுங்கும். நான் அதை உனக்கு நினைவூட்ட இப்பாடலைப் பாடுகிறேன்'

அங்கு மரங்கள் இருக்கின்றன,
அவர்கள் தேடும் பழங்கள் இலைகளின் மறைவில்
ஒதுங்கியிருக்கின்றன..
கடவுளே! அவை என்னமாய் சிவந்து பளபளக்கின்றன
ஆனால் அங்கிருக்கும் அந்த மலர்களும் அரும்புகளும்
அதைவிட இன்னும் சிவந்ததாய் மின்னுகின்றன,
என்னவொரு ரத்தச் சிவப்பு:
இதுவோ வசந்தகாலம்
சூடாகவும் இல்லை;
குளிர்ச்சியாகவும் இல்லை;
ஆண்டவா! இதைவிடத் தகுந்த காலம்தான் ஏது?
அவ்விடத்திற்குச் செல்ல..
ரோகினியின் கரையைக் கடந்து மேற்கு நோக்கி
நாங்கள் செல்லும்போது சாக்கியர்களும் கோலியர்களும்
உங்களைக் காணும் பேறு பெறட்டும்.

கலாஉதயன் அந்த நாட்டுப்புறப்பாடலை மிக அழகாகப் பாடினான். பாடல் முடிந்ததும் அதன் விளைவு எப்படியிருக்கிறது எனக் காண எண்ணி புத்தரை நோக்கினான். அவரை இது ஈர்த்திருந்தது. சற்று நேரம் பழைய நினைவுகளில் ஆழ்ந்தார். பின் தன் தலையை உயர்த்தி, 'அவ்வண்ணமே ஆகட்டும் உதயா.. நான் கபிலவஸ்துவிற்கு வருகிறேன்' என்றார்.

'எப்பொழுது புறப்படுவீர்கள்? மழைக்காலத்திற்குப் பிறகா?'

'ஆம். ஆனால் இந்த மழை அல்ல. அடுத்த பருவமழைக்குப் பிறகு வருகிறேன்.'

'மிக்க மகிழ்ச்சி.. நான் இதைத் தங்கள் தந்தையாருக்கு அறிவித்துவிடவா?'

'ஆம்'

‘நன்றி ஞானியே! நான் விடைபெற்றுச் செல்கிறேன்.’

கலாஉதயன் தான் எண்ணிவந்த செயல் ஈடேறிய மகிழ்ச்சியில் அங்கிருந்து கிளம்பினான். மற்ற துறவிகளிடம் அவன் விரைவில் கபிலவஸ்துவிற்கு செல்லவேண்டியிருப்பதையும் ததாகதர் தன் குடும்பத்திற்கு உரைத்த செய்தியைத் தெரிவிக்கவேண்டும் என்றும் சொல்லிக் கிளம்பினான். அந்தச் செய்தியை அரசரிடமும் குறிப்பாக யசோதரையிடமும் சொல்லியாக வேண்டும் என்ற ஆவலை அவனாலுமே கட்டுப்படுத்த இயலவில்லை. வெளியே மிதமான மழை பெய்துகொண்டிருந்தது, ஆனால் அவன் அதைப் பொருட் படுத்தாமல் புரவியைச் செலுத்திக்கொண்டிருந்தான்.

யசோதராவிற்கு, அச்செய்தி ஒரே நேரத்தில் மகிழ்ச்சியையும் சோர்வையும் ஒருசேர அளித்தது. பருவமழை விட்டதும் சித்தார்த் தன் இங்கு வந்துவிடுவார் என்றுதான் அவள் எண்ணியிருந்தாள். இருப்பினும் அவர் கண்டிப்பாக வருவார் என்ற எண்ணம் அவளுக்கு ஆறுதலை அளித்தது.

ராகுலும் மிக்க ஆவலுடன் இருந்தான்.

‘அப்பா எப்பம்மா வருவார்?’

‘இவ்வருடம் அவர் வரமாட்டார் மைந்தா.. வரும் வருடம் மழைவிட்டதும் வந்துவிடுவார்’

‘சரி!’ என்று மட்டும் சொல்லிவிட்டு முற்றத்தில் இருந்த அவனுக்குப் பிடித்த அம்மரத்தடியில் சென்று அமர்ந்துகொண்டான். அவன் தனக்குள் அழுதுகொண்டிருக்கிறான் என்பதை யசோதரை அறிவாள்.

அவள் மனமும் பாரமாகத்தான் இருந்தது. இந்த வேதனையை இன்னும் ஒருவருடத்திற்கு அவள் தாங்கியாக வேண்டும். பருவமழை இப்பொழுது அவர்கள் இருவரின் மீதுதான் பொழிந்து கொண்டி ருக்கிறது.

இந்தியாவின் பருவமழை என்பது மிகச் சிறப்பும் வரையறுத்து விட இயலாத இயல்பும் கொண்டது. இதுபற்றி ஒவ்வொருவருக்கும் ஒவ்வொரு நிலைப்பாடு உண்டு. சிலர் சாதகமாகக் கூறுவர். சிலர் பாதக மாகக் கூறுவர். ஆனால் இது பற்றிய ஒரு அபிப்ராயமும் இல்லாத ஒருவர் என யாரும் இல்லை. யசோதரா தனிமையில் உழன்ற இந்த ஏழு வருடங்களில் இந்த மழை மட்டுமே அவளைக் கவர்ந்திழுத்துக் கொண்டிருக்கிறது. அவள் பெரும்பாலும் சாளரத்தையே கவனம் பிசகாமல் நோக்கிக்கொண்டிருப்பாள். அந்தக் காட்சி மணிக்கொரு முறை மாறிக்கொண்டேயிருந்தது. அந்தக் கருமேகங்கள் அவளின் கற்பனையில் வெவ்வேறு வடிவங்களை அடைந்து கொண்டிருந்தன. மழை பொழிவதற்குச் சற்றுமுன்பு வரை கர்ப்பவதி போல

தோற்றமளிக்கும். சில நேரங்களில் ஏதோ ஒரு மன விசாரத்தில் ஆழ்ந்திருக்கும் உருவம் போல நிற்கும். பின் அப்படியே தேய்ந்து மறைந்துவிடும். சில நேரங்களில் ஏதோ ஒரு பெரிய தவறுக்குப் பழிவாங்குவது போல பொழிந்து தள்ளும். மேகங்களின் அலைதல்களை ஒருவிதக் குறியீடாக எண்ணிக்கொண்டு பொருத்திப் பார்ப்பது தவறு என்று அவளுக்குத் தெரிந்திருந்தாலும் வேறு ஆறுதல் எதுவும் அவளுக்கு இல்லை.

இரவுப் பொழுதுகளில் ராகுலன் அவளருகில்தான் உறங்குவான். பெரும் இடியொலி மற்றும் மின்னல்களுக்கெல்லாம் அஞ்சி அவளை இறுகக் கட்டிக்கொள்வான். அவனைச் சமாதானப்படுத்தி இழுத்துப் போர்த்திவிடுவாள்.

ஒவ்வொரு இரவிலும் சற்றே உறக்கம் கொள்ளும் பின்னிரவிலும் அவள் தொடர்ந்து ஒரே கனவை கண்டுவந்தாள். அவள் சமையற்காரர்களின் பணியை மேற்பார்வையிட்டுக் கொண்டிருக்கும் போது வாயிலருகே ஒரு சந்நியாசி பிட்சை கேட்டு கையில் திருவோடு ஏந்தி நின்றிருப்பார். ஒரு பெரிய பாத்திரத்தில் அரிசியும் பருப்பும் எடுத்துக்கொண்டு வந்து அவருக்குப் பிட்சையிடுவாள். திருவோடு நிறைந்ததும் நிமிர்ந்து அவரது முகத்தைப் பார்ப்பாள். அவள் கணவன்தான் அங்கு நின்றிருப்பான். பிட்சையைப் பெற்றுக் கொண்டு மௌனமாக முகத்தில் உணர்ச்சிகள் ஏதுமில்லாமல் மெல்ல அகன்று செல்வான்.

ஒவ்வொரு நாளும் அதே கனவுதான்.

~

அந்தப் பருவமழை கடந்து சென்றது
அந்த வருடமும் கடந்து சென்றது
அடுத்த பருவமழையும் கடந்து சென்றது

~

புத்தர் ஏன் தான் பிறந்த நாடான கபிலவஸ்துவிற்கு செல்வதைத் தவிர்த்து வந்தார்? அவருக்கு மனதில் அச்சமிருந்ததா என்ன? அவருக்கிருந்த ஒரே காரணம் தொலைவுதான். இன்றைய கணக்கில் அறுநூறு கிலோமீட்டர் தொலைவு அது. புத்தர் தன்னுடன் இருந்த துறவிகளுடன் சேர்ந்து அங்கு செல்ல பல மாதங்கள் பிடிக்கலாம். ஆனாலும் அந்த நீண்ட அலைச்சலைத் தரும் பயணத்தை புத்தர் மேற்கொள்ள ஆர்வமாக இருந்ததற்கும் காரணமிருந்தது. அவர் யாரைச் சந்திக்க விரும்பினார்? அவரது தந்தையையா? அதற்குக் குறைந்தபட்ச ஆர்வம் இருக்கலாம். தன் பூர்வாசிரம மனைவியையா? ஒருவேளை இருக்கலாம். அவரது

மகன் ராகுலையா? கண்டிப்பாக அந்தக் காரணமும் நியாயமானது. ஆனால் அனைத்தையும்விட முக்கியமாக அவர் இதன்மூலம் கபிலவஸ்து மக்களையும் பௌத்தத்தைப் பின்பற்றச் செய்யலாம்.

கலாஉதயன் ராஜகிருஹத்தில் இருந்த புத்தரின் கூடாரத்திற்குத் திரும்பினான். அவன் அங்கு சேர்ந்தபோது சங்கத்தின் செயல் பாடுகளில் ஈடுபடுவதாக உறுதிமொழி எடுத்திருந்தான் என்பது முதற்காரணம். இரண்டாவது காரணம் மிகவும் முக்கியத்துவம் வாய்ந் தது. புத்தர் அவனுக்கு வாக்குக் கொடுத்திருந்தபடி நடக்கிறாரா என்பதையும் உறுதி செய்துகொள்ள வேண்டும்.

பருவமழைக்காலம் ஓய்ந்தவுடனே புத்தர் கபிலவஸ்துவிற்கு கிளம்பினார். பருவமழைக்குப் பிறகான பயணம் என்பதால் அது மிகவும் பசுமையானதாகவும் மகிழ்ச்சியளிக்கக் கூடியதாகவும் அமைந்தது. ஒரு வரலாற்று ஆய்வாளர் புத்தரின் பயணம் குறித்து இங்கனம் வரையறுக்கிறார்,

'குருநாதர் பொதுவாகத் தனித்தே செல்வார். அரிதாகத் தன்னுடன் வருபவர்களிடம் உரையாடிக்கொண்டு செல்வார். அவருக்கு ஐந்தடிகள் முன்பு சில சீடர்கள் பாதையைச் சீர்படுத்தியபடியும் அவருக்கு வழிப்பறிக்காரர்களிடமிருந்து பாதுகாப்பாகவும் செல்வார் கள். மற்றவர்கள் பின்னால் செல்வார்கள். அவர்களில் சிலர் பக்தி யோடு அவரைக் கவனித்துக் கொண்டும் சிலர் மனம் ஒன்றிய நிலையிலும் இன்னும் சிலர் கூட்டத்திலிருந்து விடுபட்டு மெது வாகவும் தளர்வாகவும் வருவார்கள். புத்தர் வெறும் கால்களுடனே நடந்து வந்தார். கையில் தடி ஏதும் வைத்திருக்கவும் மாட்டார். பண்டைக்கால இந்தியாவில் தடி ஆயுதமாகவும் பயன்படுத்தப் பட்டதால் குருநாதர் அதைத் தவிர்த்துவந்தார்.'

கால்வாசி தூரம் நடந்தவுடன் அந்தக் குழு கங்கையைக் கடக்க வேண்டியிருந்தது. அந்தப் பரந்து விரிந்த கங்கையைக் கண்ட புத்தர் மிகவும் களிப்படைந்தார். அது அவர் மனதுக்கு அமைதி யையும் ஆறுதலையும் அளித்தது.

தன் பிறந்த ஊரான கபிலவஸ்துவை அடைந்தவுடன் சித்தார்த் தனின் உணர்வுகள் எங்கனம் இருந்தன? அது ஒரு ஆர்வமா? அச்சமா? பரவசமா? நிலையழிந்த உணர்வா? அல்லது இவை யனைத்தின் கலவையா?

உலகத்தைத் துறந்த ஒருவன், எப்பொழுதும் உணர்ச்சிகளுக்கு அப்பாற்பட்டே இருக்க வேண்டும். புத்தர் அவ்வண்ணம் உணர்ச்சி களுக்கு அப்பாற்பட்டு இருந்தாரா? அப்படி அவருக்கு உணர்ச்சிகள் ஏதுமில்லையென்றால் ஏன் இப்படி அறுநூறு கிலோமீட்டர் தூரம் நடந்து வரவேண்டும்? அது வெறும் கடமையைச் செய்யும் உணர்வு மட்டும்தானா? அவருக்கு உணர்ச்சி கலந்த எண்ணம் ஏது

மில்லையா? போதி மரத்தின் அடியில் அமர்ந்து கடுந்தவம் புரிந்து ஞானம் அடைந்தபின்னர் ஆற்றிய எண்ணற்ற உரைகளில், 'மறுபிறப்பு என்பது இனி எனக்குக் கிடையாது. எது நிகழ வேண்டுமோ அது நிகழ்ந்து விட்டது. இனி எனக்குப் பிறவி என்பதே இல்லை' என்றுதான் கூறிவந்தார். இவையெல்லாமே மகிழ்ச்சி மற்றும் உணர்வில் வெளிப்பட்ட வார்த்தைகள்தான். இவையும் உணர்ச்சிகள்தான்.. பேருணர்ச்சி!

சிலநேரங்களில் புத்தர் கோபப்படுவதுகூட உண்டு. ஒருமுறை துறவியொருவர் நெறிகளைத் தவறாக உபதேசித்துக் கொண்டிருந்தார். அதைக் கண்ட புத்தர், 'இதை யாரிடமிருந்து படித்தாய் மூடா... நான் தம்மத்தை இப்படித்தானா உனக்கு உபதேசித்தேன்? மூடா! நீ ஒரு மூடனேதான்..' என்றார். கோபமான அந்த வசவு வார்த்தையை மூன்றுமுறை உபயோகித்திருந்தார்.

புத்தர் வன்மம், வெறுப்பு ஆகியவற்றிலிருந்து எப்பொழுதும் விலகியே இருந்தார். முன்னர் குறிப்பிட்ட சில அபூர்வ தருணங்கள் தவிர, பெரும்பாலும் அவர் திடமான உணர்வுடனே சமநிலையுடன் தான் இருந்தார். சமநிலை என்பது ஒருவன் கடைப்பிடிக்க வேண்டிய நெறி. இது அன்பாலும் பரிவாலும் அளவிடமுடியா நல்லெண்ணத்தாலும் அளிக்கப்பட்டது.

புத்தர் ஒரு மனிதர். கல்லாலான தெய்வம் அல்ல.

குருநாதரும் அவரது குழுவினரும் கபிலவஸ்துவில் இருந்தனர். அலைந்து கொண்டிருக்கும் துறவி அரசரை நேரடியாகச் சென்று தரிசிக்க ஒரு தடை இருந்தது. அதன்படி புத்தரும் நகருக்கு வெளியே மற்ற துறவிகளும் முனிவர்களும் தங்கியிருந்த நிக்ரோதா வனத்தில் தங்கியிருந்தார். அப்பகுதி பசுமையான ஆலமரங்களால் நிரம்பி யிருந்ததால் நல்ல நிழலுடன் இருந்தது. சுத்தோதனருக்கு அவர் மைந்தர் வந்திருக்கும் செய்தி உடனடியாகச் சொல்லப்படவில்லை. இதற்கிடையே புத்தர் தன் அன்றாடச் செயலைச் செய்யத் துவங் கினார். அவரிடம் பரவச உணர்வு ஏதுமில்லை. அவரிடம் ஒரு அலட்சியமான சமநிலை இருந்தது. எட்டு வருடங்கள் விட்டு விலகி யிருந்த மைந்தனாக ஓடோடிச் சென்று தன் தந்தையைக் கட்டி யணைத்துக் கொள்ளவும் இல்லை. அவர் சாதாரண மனிதரும் இல்லை.

மறுநாள் காலை சித்தார்த்தன் தன் பிட்சைப் பாத்திரத்துடன் கபிலவஸ்து வீதிகளில் பிட்சை எடுத்துக் கொண்டிருப்பதைக் கண்ட அரண்மனைச் சேவகர்கள் அரசரிடம் தெரிவித்தனர்.

தன் மைந்தன் நகரில் உள்ளதை அறிந்த சுத்தோதனர், 'அந்தக் கடமை தவறியவனை என் முன்னே வரச் சொல்லுங்கள்' என்று கூக்குரலிட்டார்.

இந்தத் தகவலை சித்தார்த்தனுக்குத் தெரிவிக்க வேண்டி ஒருவன் வெளியே ஓடி வந்தான். புத்தர் தன் பாத்திரத்துடன் மௌனமாக நடந்து சென்று கொண்டிருந்தார்.

சுத்தோதனர் தன் அரசவை மண்டபத்தில் இங்கும் அங்குமாக நடந்துகொண்டிருந்தார். அவரது கோபம் ஒவ்வொரு நொடிக்கும் ஏறிக்கொண்டிருந்தது.

புத்தர் தன் பிட்சைப் பாத்திரத்துடன் எப்பொழுதும் போல வீதியை வலம் வருகையில் அவ்வழியே மாளிகையை நோக்கி நடந்து வந்தார்.

'வணக்கம் தந்தையே!' சித்தார்த்தன் தன் தந்தையின் பாதம் தொட்டு வணங்கினார்.

'அமர்க, மைந்தா!'

தந்தை சுட்டிய மெத்தையை விட்டுவிட்டு புத்தர் அதனருகே தரையில் அமர்ந்தார். பிட்சைப் பாத்திரத்தை அருகில் வைத்தார்.

'எட்டு வருடங்கள் கழிந்தபின் வந்திருக்கும் நீ முதலில் இங்கு வராமல் வீதியில் பிட்சையெடுத்துத் திரிந்து என்னை ஏளனம் செய்கிறாயா?'

'தந்தையே! நீங்கள் இதைத் தவறாக எடுத்துக்கொண்டீர்கள். பிட்சை எடுத்து உண்பதுதான் சந்நியாச தர்மம்.'

'எனக்கு அது பற்றிய அக்கறையில்லை. ஒரு இளவரசன் இவ்வண்ணம் செய்யலாமா என்பதுதான் என் கேள்வி?'

'தாங்கள் எதிர்பார்த்தபடி நான் நடந்துகொள்ளவில்லை. அதற்கு நான் வருந்துகிறேன்.'

'எப்படியோ இருந்துவிட்டுப் போகட்டும் விடு.. நீ உன் மைந்த னைக் காண விரும்புகிறாயா?'

'ஆம்'

'உன் மனைவியை?'

'அவள் விரும்பினால் நான் அதற்கு ஏதும் மறுப்பு தெரிவிக்க மாட்டேன்'

இத்தனை நேரமும் யசோதரையும் ராகுலும் உள் அறையி லிருந்து அனைத்தையும் கேட்டுக்கொண்டுதான் இருந்தனர். யசோதரையின் இதயத் துடிப்பு அதிகரித்துக்கொண்டே இருந்தது.

சுத்தோதனர் சேடியிடம் சொல்லியனுப்பினார்.

யசோதரை ராகுலை முன்னுக்குத் தள்ளினாள். ராகுலின் உள்ளுணர்வு ஓடிச்சென்று தந்தையைத் தழுவிக்கொள்ளச் சொன்னது. அவன் தந்தையிடம் சொல்வதற்குப் பல விஷயங்களைச் சிந்தித்து வைத்திருந்தான். அவையனைத்தும் ஆவியாகியிருந்தன.

உள்ளே வந்து தன் தந்தையின் பாதம் தொட்டு வணங்கினான்.

‘வணங்குகிறேன் தந்தையே’

‘என் ஆசிகள் மைந்தா’

சித்தார்த்தன் ராகுலிடம் அவன் கல்விகுறித்த சில கேள்விகளைக் கேட்டார்.

யசோதராவும் வெளியே வந்து அவரின் பாதம் தொட்டு வணங்கினாள்.

‘வணங்குகிறேன் அரசே!’

தன் கையை உயர்த்தி ஆசி வழங்கியவர் வேறு எதையும் சொல்லவில்லை.

தாயும் மைந்தனும் உள்ளே சென்றனர்.

‘நன்று! நீண்டநாட்கள் கழிந்து வந்திருக்கிறாய் மைந்தா.. நீ அரண்மனை விருந்திற்கு வரவேண்டும்.’

‘என்னுடன் உள்ள துறவிகளையும் அழைக்க வேண்டும் தந்தையே!’

‘நீ விரும்பினால் அவர்களையும் அழைக்கிறேன்.. உன்னால் எப்பொழுது வர இயலும்?’

‘அடுத்தவாரம் இதே தினத்தில் வருகிறேன்’

~

யசோதராவின் இதயம், துடித்துத் துடித்து வெளியே துள்ளி விழுந்துவிடுமோ என்று அஞ்சும் வண்ணம் படபடத்துக் கொண்டிருந்தது. அவள் நிதானத்திற்கு வரவே நேரம் பிடித்தது. கலாஉதயன் ஒரு துறவியாக சித்தார்த்தன் கூடவேதான் இருக்கிறான் என்பதால் ஒரு சேவகனை நிக்ரோதா வனத்தில் உள்ள அவர்களின் முகாமிற்குச் சென்றுவரப் பணித்தாள். ‘அங்கு கலாஉதயன் என்று ஒரு துறவி இருப்பார். அவரிடம் சென்று என்னைக் கொலு மண்டபத்தில் சந்திக்குமாறு கூறு’ என்றாள்.

கலாஉதயனுக்கு அந்தச் செய்தி சென்று சேர்ந்துவிட்டது. ஆனால் பௌத்தத் துறவிக்கு ஒரு தடை இருக்கிறது. ஒரு துறவியாக அவன் பெண்ணைத தனிமையில் சந்திக்கலாகாது. அந்நேரத்தில் அவனது பால்ய தோழர்களான சரிபுத்தா மற்றும் மொகல்லனா ஆகிய இருவருமே அந்தப் புத்த சங்கத்தோடு இணைந்து அங்கேயேதான் இருந்தனர். கலாஉதயன் இந்தச் சங்கட நிலையை மொகல்லனாவிடம் எடுத்து உரைக்க அவரும் அவனுடன் வரச் சம்மதித்தார்.

அவர்கள் இருவரும் யசோதராவை அவளது கொலு மண்டபத்தில் சந்தித்தனர்.

அவனைக் கண்டதும், 'வருக' என்று அழைத்த யசோதரை மொகல்லனாவைக் கண்டதும், ஒரு முக்கியமான வேலை என்பதால்தான் உன்னைத் தனியாக வரச் சொல்லி அழைத்தேன்' என்று தயங்கினாள்.

'யசோதரா! மொகல்லனா என் நம்பிக்கைக்குரிய பழைய தோழர். ஆகவே என்ன பணி என்று என்னிடம் உரைக்கவும்' என்றான்.

'நான் சித்தார்த்தனைத் தனியாகச் சந்திக்க வேண்டும். நீ அவரிடம் சென்று நாளை மதியம் நான் அவரைத் தனியாகச் சந்திக்க விரும்புவதைத் தெரிவிக்க வேண்டும்'

'நன்று. நான் முயற்சிக்கிறேன். இது சற்றுக் கடினமானதுதான். மேலும் நாங்கள் இருவரும் அங்கு துணையிருப்போம். ஒரு குருநாதர் எப்பொழுதுமே இரு துறவிகளுடன் உடனிருக்க வேண்டும்'

'ஓ.. அப்படியா..'என்றாள் யசோதரா.

யசோதரா எப்பொழுதும் காவி உடையே அணிவாள். அதுதான் அவள் தன் கணவனைப் பிரிந்திருக்கிறாள் என்பதன் குறியீடு. ஆனால் அன்றைய பொழுதில் அவள் வெண்ணிறப் பட்டாடை உடுத்தி முத்து மாலைகள் அணிந்துகொண்டு காத்திருந்தாள். ராகுலை ஏற்கனவே சரிகாவுடன் விளையாட அனுப்பியிருந்தாள்.

உதயன் சித்தார்த்தனின் வரவை உறுதிப்படுத்தி செய்தி அனுப்பியிருந்தான்.

மூவரும் கொலு மண்டபத்திற்கு வந்தனர்.

'வணங்குகிறேன் அரசே!' என்று அவரது பாதத்தைத் தொட்டு வணங்கியவள் 'நான் தங்களுடன் தனியாக உரையாட விரும்பு கிறேன்' என்றாள்.

புத்தர் பதிலுரைக்கும் முன்னரே, 'நாங்கள் இடைநாழியில் காத்திருப்போம்' என்று கூறியபடி உதயன் மொகல்லனாவை அழைத்துக்கொண்டு வெளியேறினான்.

இப்பொழுது சித்தார்த்தனுடன் யசோதரா தனித்திருக்கிறாள்.

'என்னுடன் பேச அஞ்சுகிறீர்களா அரசே!'

'பெண்ணுடன் உரையாடுவது எப்பொழுதுமே அபாயமானது தான்'

'சித்தார்த்... என்னைப் பற்றி யோசித்துப் பாருங்கள்.. நான் எட்டு வருடங்கள் என்னைக் கட்டுப்படுத்திக்கொண்டுதான் இருக்கிறேன்.'

அமைதியாக இருந்தார்.

'உங்கள் விருப்பப்படி விலகிச் சென்ற நீங்கள் என்னுடைய சிறு விருப்பம் குறித்து ஏதாவது நினைத்துப் பார்த்தீர்களா?'

இப்பொழுதும் அமைதியாக இருந்தார்.

'நான் உங்களைத் தொட்டுப் பார்க்கலாமா சித்தார்த்..'

'உடல் நிலையானது அன்று... சில காலங்களே வாழ்வது.. அதற்கு ஏன் இத்தனை முக்கியத்துவம்?'

'உங்கள் தத்துவங்கள் குறித்து எனக்கு ஏதும் அக்கறையில்லை.. நான் உங்களைத் தழுவிக்கொள்ள மட்டுமே விரும்புகிறேன்.'

பெரும் பாய்ச்சலுடன் அவரை அணுகிய யசோதரா, அவரைக் கீழே சாய்த்தாள். இறுகத் தழுவிக் கொண்டாள். அவன் உடல் முழுதும் முத்தமிடத் துவங்கினாள்.

சித்தார்த்தன் அப்படியே இருந்தார். இணங்கவும் இல்லாத மறுக்கவும் இல்லாத ஒரு நிலையில் நின்றார்.

யசோதராவோ தன்னை இன்னும் விடுவித்துக்கொள்ளவில்லை.

அடுத்த சில நிமிடங்கள் அவளைப் பொறுத்தவரை மணிக் கணக்காக நீடித்தது. பிறகு அவள் மெல்ல எழுந்தாள். தன் உடையையும் சித்தார்த்தனின் அங்க வஸ்திரத்தையும் சரி செய்தாள். அந்தச் சிறு செய்கை, ஒரு காலத்தில் தன் கணவனாக இருந்த அம்மனிதனின் தன்மை குறித்து ஒரு மகத்தான அறிதலை அவள் அடைந்து விட்டதைப் போலத் தோன்றியது.

'சித்தார்த்.. என் அன்பே!'

அவர் எழுந்து நிற்க அவள் உதவி புரிந்தாள்.

'நான் ஞானத்திற்கும் அஞ்ஞானத்திற்கும் இடைப்பட்டதொரு நிலையில் இருந்தேன். நீ என் புறத்தோலைத் தவிர வேறு எதையும் தீண்டிவிடவில்லை.'

'அந்தத் தோலுமே நிலையானது அல்ல என்பதை நான் அறிவேன் சித்தார்த். ஆனால் நமக்கு விதிக்கப்பட்டது அது மட்டுந்தான் என்பதையும் நான் அறிவேன்.'

'நீ பேசுவதற்குப் பெயர் நாத்திகம்.'

'நான் உங்கள் தத்துவ விசாரத்துக்குள் வர விரும்பவில்லை. ஆனாலும் நான் உங்களை வணங்குகிறேன், சித்தார்த்தரே! இனி நானும் உங்களைப் போலவே தவ வாழ்க்கையை மேற்கொள்கிறேன்.'

'நன்று'

சித்தார்த்தன் வெளியேறினார்.

இரு நாட்கள் கழிந்தபின்னர் சுத்தோதனர் யசோதரையை அழைத்தார்.

சித்தார்த்தனின் வருகையினால் அவர் ஒருவித பதட்டத்திலும் அமைதியின்மையிலும் இருந்தார்.

'மகளே! என் மகனை எப்படி அணுகுவது என எனக்கு விளங்கவில்லை. அவன் ஞானமோ அல்லது ஏதோ ஒன்றோ.. அதை அடைந்தவுடன் மீண்டும் வந்து அரசை ஏற்றுக் கொள்வான் என்று நினைத்தால் நிகழ்வது வேறொன்றாக இருக்கிறது. மகளே! நாளை சித்தார்த்தனும் அவனது குழுவினரும் விருந்துண்ண வருகிறார்கள். அந்த நேரத்தில் நீ ராகுலனைச் சித்தார்த்தனிடம் தன் வாரிசு உரிமை பற்றி கேட்கச் செய். அதன் மூலம் ராகுலன் இளவரசன் ஆவதற்கான தடை நீங்கிவிடும்.'

'அவ்வண்ணமே கேட்கச் செய்கிறேன் அரசே!'

துறவிகள் அனைவரும் விருந்திற்குத் தன் குருநாதருடன் வந்தபோது சுத்தோதனர் அவர்களை அமைதியாக வரவேற்றார். விருந்து முடிந்ததும் அவர்கள் வாழ்த்தி விடைபெற்றனர். சுத்தோ தனர் சித்தார்த்தனிடம் தனக்கு வயதாகி வருவதையும் தன்னால் அரசு பேண இயலவில்லை என்பதையும் தெரிவித்தார். சித்தார்த்தன் அமைதியாகக் கேட்டுக் கொண்டிருந்தார்.

சரியாக அந்நேரத்தில் யசோதரை ராகுலை மண்டபத்திற்குள் தள்ளிவிட்டாள்.

தான் சொல்ல வந்த விஷயத்தின் பொருள் புரியாத ராகுல், 'தந்தையே என் வாரிசு உரிமை பற்றி என்ன முடிவு செய்துள்ளீர்கள்? அதை எனக்கே தந்து அருள் புரியுங்கள்' என்று வேண்டினான்.

'ஆம். அதைக் கண்டிப்பாகச் செய்கிறேன்' என்று உறுதி யளித்தார்.

தன்னுடைய மூத்த மாணவரான சரிபுத்தாவை அழைத்தவர், ராகுலை இளந்துறவியாக அறிவித்து அந்தச் சிறுவனுக்கு அவரை ஆசிரியராக நியமித்தார். ராகுலையும் தன் கூடாரத்திற்கு இட்டுச் சென்றார்.

அனைத்தும் சடுதியில் நடந்து முடிந்ததால் அனைவரும் அதிர்ச்சியில் உறைந்து நின்றிருந்தனர்.

ராகுலன் பேச்சற்றுப் போயிருந்தான். அவன் தன் தாயுடனும் தாத்தாவுடனும்தான் இருப்பேன் என்று சொல்லிக் கதற விரும்பி னான். சுத்தோதனருமே அதிர்ச்சியில்தான் நின்றிருந்தார். ஆனால் புத்தர் விடைபெறும்போது 'சற்றுப் பொறு சித்தார்த்தா! இதெல்லாம் என்ன? நீ அறத்தை உன் கையிலேயே எடுத்துக் கொள்வதா? எட்டு

வயது பாலகனுக்கு சந்நியாசம் எப்படி அளிக்கத் துணிந்தாய்? அவனது அன்னையிடமோ தந்தையிடமோ ஒப்புதல் பெறவேண்டும் என்பதைக் கூட நீ அறியவில்லையா?'

சித்தார்த்தன் சற்று நின்று, 'நீங்கள் உரைத்ததும் கருத்தில் கொள்ளத்தக்கதே! வருங்காலங்களில் அவ்வாறே செய்வோம்' என்று கூறி நகர்ந்தார்.

அதற்குப் பொருள் ராகுலை அவர் விடுவதாக இல்லை என்பதுதான்.

ராகுலின் கரங்களைப் பற்றியபடி வெளியேறினார். ராகுல் தன் முகத்தைத் தொங்கப் போட்டுக்கொண்டு அவருடன் நடந்தான். தன் அன்னையை ஒருமுறை நிமிர்ந்து நோக்கினான். அவளும் அவனைப் பார்த்தாள். செயலற்றுப் போய் அழுதுகொண்டு நின்றாள்.

அவர்கள் சென்றபிறகும்கூட அம்மாளிகை அமைதியாக இருந்தது. இடி விழுந்தபின்னான ஒரு அமைதி!

முற்றிலும் தளர்ந்துபோன சுத்தோதனரால் நகரவும் இயல வில்லை. அரச மருத்துவர்கள் அவரைக் கவனித்துவந்தனர். முழு ஓய்வை அறிவுறுத்தினர்.

ஒருவாரம் கழிந்து சற்றுத் தெளிவடைந்த பின்னர் அவர் யசோதரையை அழைத்தார்.

தன் காவி உடையில் வந்த யசோதரா அவர் காலில் விழுந்து வணங்கினாள். குனிந்த தலையுடன் கதவருகே நின்றாள்.

அவளை அமைதியாகப் பார்த்தபடி, 'மகளே! இவ்வண்ணம் ஏன் நிகழ்கின்றன?' என வெற்றுக் குரலில் கேட்டார். 'என் மகனின் பிறப்பே எனக்குத் துயரமாகிவிட்டதே!'

'அவ்வண்ணம் உரைக்கலாகாது அரசே!'

'சித்தார்த்தன் பிறந்ததும் எனக்கு ஒரு வாரிசு வந்துவிட்டான் என்று நினைத்தேன். ஆனால் அவனோ வீட்டைவிட்டு விலகிச் செல்ல எண்ணினான். அதற்கு நான் ஒரு நிபந்தனை விதித்ததால் அதன்படி ஒரு மைந்தனைப் பெற்றபின் வெளியேறினான். ராகுல் வளர்ந்து என் சுமையைத் தன் தோளில் தாங்குவான் என்று எண்ணினேன். நான் சித்தார்த்தனை இங்கு அழைத்தபோது தெளிவான உளச்சான்றோடு தான் அழைத்தேன். ஆனால் அவனோ வேறோர் திட்டத்துடன் வந்திருக்கிறான். ராகுலை என் கண்காணா தூரத்திற்கு இட்டுச் சென்றுவிட்டான்.'

சுத்தோதனர் தன்னுடைய புலம்பல்களைச் சற்று நிறுத்தினார். யசோதரா இன்னும் குனிந்த தலையாகவே நின்றிருந்தாள். சுத்தோதனர் மீண்டும் தொடர்ந்தார். 'இப்பொழுதுதான் அவன் திட்டம் தெளிவாகப் புரிகிறது. அவன் ராகுலை இட்டுச் செல்லவே வந்திருக்கிறான். ஆனால் அவன் அதை வெளிக்காட்டிக் கொள்ள வில்லை. உண்மையில் அவன் சென்றவருடமே இதை முடிவு செய்திருந்ததாக யாராவது கூறினாலுமே ஆச்சரியப்படமாட்டேன்.'

'போகட்டும் விடுங்கள், அரசே! கடந்தவை கடந்தவையாகவே இருக்கட்டும். உங்கள் மைந்தரை நீங்களே சபிக்க வேண்டாம். அவர் ஒரு மாமனிதர் என்று அனைவருமே ஒப்புக்கொண்டிருக்கிறார்கள்.'

'ஆம். அவன் ஒரு மாமனிதன்தான்' என்று கூறியபடி அவர் படுக்கையில் வீழ்ந்தார். யசோதரா சேவகர்களை அழைத்தாள்.

இதில் முற்றிலுமாகத் தனித்து விடப்பட்டிருப்பவள் யசோதரை தான். எட்டு வருடங்களாக ராகுல்தான் அவளுக்கு எல்லாமுமாக இருந்தான். கடந்த நான்கைந்து வருடங்களாக அவன் அவளருகில் தான் உறங்குகிறான். ஆனால் இப்பொழுதெல்லாம் நித்திரையில்லா இரவு என்பதே அவளின் விதியாகிப்போனது. ராகுலைத் தன்னுடன் அழைத்துச் செல்வதைப் பற்றி ஒரு வார்த்தைகூட அவளிடம் அவன் கேட்கவில்லை. ராகுலிடமும் அவன் கேட்கவில்லை.

இன்றைய காலமாக இருந்திருந்தால் ஒருவேளை நீதிமன்றத்தை அணுகலாம். நீதிபதிகளும் தாய்க்குச் சாதகமான தீர்ப்பையே வழங்கியிருப்பார்கள். ஆனால் இரண்டாயிரத்து ஐநூறு வருடங் களுக்கு முன் கணவரும் தந்தையும்தானே கடவுளைவிடவும் உயர்ந்த வர்களாக இருந்திருக்கின்றனர்?

மீண்டும் ராஜகிருஹத்தை நோக்கிக் கிளம்பிய அந்தப் பயணத்தில் ராகுலன் மிகவும் மகிழ்வாக இருந்தான். அனைத்துக் குழந்தைகள் போலவே அவனுக்கும் பயணம் என்பது ஈர்ப்பாகவே இருந்தது. அவன் ஒரு புரவியில் பயணம் செய்தான். ஒரு துறவி அதைச் செலுத்தியபடி வந்தார். அவன் இத்தகையதொரு பயணத்தை இதற்கு முன் மேற்கொண்டதில்லை. ஆகையால் அவன் வீடுகளையும், கிராமங்களையும் மாறிக்கொண்டே வரும் நிலப்பகுதிகளையும் கண்டு மயங்கி வந்தான்.

ஆனால் ராஜகிருஹத்தில் கடுமையான கல்விமுறை விதிக்கப் பட்டபோது அவன் தன் அன்னையையும் அரண்மனையையும் எண்ணி ஏங்கியபடி இருந்தான். அவ்வளவு துரிதமாக முற்றிலும் மாறிப்போன வாழ்க்கையை அவனால் ஏற்றுக்கொள்ள இயல வில்லை. தான் தன் தாயாருடன்தான் செல்ல விரும்புகிறேன் என்று தன் தந்தையிடம் அவனால் சொல்லவும் இயலாது. புத்தர்

மற்ற மனிதர்களின் உணர்ச்சிகளையும் கருத்துக்களையும் எளிதாக திணறடித்து சிதறச்செய்யும் கலையில் ஒரு விற்பன்னர். அந்த அறிஞருக்கு இச்சிறுவன்தான் எம்மாத்திரம்!

சில நேரங்களில் ராகுலனுக்குத் தன் தோழி சரிகாவின் நினைவுகள் வரும். அவனுக்கு அது இனம்புரியாத ஒரு வலியை ஏற்படுத்தியது. அனைத்திற்கும் மேலாக, அவன் தன் கதை சொல்லும் திறனையுமே கைவிட்டிருந்தான். கடந்த ஒரு வருடமாகத்தான் அவன் கதைகள் சொல்வதில் தேர்ச்சிகொண்டவனாக ஆகியிருந்தான். தன் அன்னைக்கும் அந்தக் கதைகளைச் சொல்லி அவளைப் பிரமிக்க வைத்திருக்கிறான். புத்தர் இதில் மட்டுமாவது சற்றுக் கருணை காட்டியிருந்தால் ராகுலன் ஒரு பிரசித்தி பெற்ற கவிஞனாகவோ, காவிய ஆசிரியனாகவோ ஆகியிருந்திருக்கக் கூடும்.

இப்படி ஆகியிருக்கலாம் அப்படி ஆகியிருக்கலாம் என்ற அனைத்து ஊகங்களையும் புத்தர் துவக்கத்திலேயே கிள்ளி எறிந்துவிட்டார். கற்பனை இன்பத்தை அளிக்கும் அத்தனை கலைகளுக்குமே புத்தர் எதிரானவராகவே இருந்திருக்கிறார். கலைகளை உயர்ந்த ஒன்றாகத்தான் கருதினார் என்றாலும் அவை அற வாழ்க்கைக்கோ தவ வாழ்க்கைக்கோ ஏற்றவையல்ல என்று அவர் உரைத்தார். அதன்படியே தன் மைந்தனின் கற்பனைத் திறனின் குரல்வளையை நெறித்துப் போட்டார். மிக நம்பிக்கைக்கு உரிய ஒருவரிடமிருந்து கீழ்க்கண்ட உரையாடலை எடுத்துத் தருகிறேன். மனிதர்களின் குணநலன்களை அதுவே விளக்கிவிடும்..

'நீ என்ன நினைக்கிறாய் ராகுல்? கண்கள் விழிப்புலனை அளிக்கின்றன. அந்தக் கண்கள் நிரந்தரமானவையா அல்லது நிரந்தரமற்றவையா?'

'நிரந்தரமற்றவை தேவா.'

'செவி, நாசி, நாவு, உடல், கற்பனைப்புலன் அனைத்தும் நிரந்தரமானவையா அல்லது நிரந்தரமற்றவையா?'

'நிரந்தரமற்றவை தேவா.'

'அவ்வாறு நிலையற்று இருப்பவையெல்லாம் துன்பத்தை அளிப்பவையா அல்லது மலாச்சியையா?'

'துன்பத்தைத்தான் தேவா.'

'இங்கனம் சூழ்நிலைக்கேற்றார்போல மாறுகின்றதாகவும் துன்பமளிக்கின்றதாகவும் இருக்கின்ற ஒன்றைப் பற்றிக்கொண்டு, இது நான்தான், நானேதான் இது, இதுவே நான்' எனக்கூறுவது ஒரு நல்ல சிந்தனையா?'

'இல்லை தேவா.'

'ராகுல், ஒரு மாணவன் எப்பொழுது தன் ஆறு புலன்களையும் அதன் பொருளையும் அது சார்ந்த உணர்வுகளையும் கடந்ததாக உணர்கிறானோ, அதன்பின் அவன் பற்றற்றவனாகி விடுகிறான். அவனுக்கான பிறவிச் சுழற்சியை அது நிறுத்திவிடுகிறது.'

மிக எளிதான ஒன்றுதான். வெளிப்பார்வைக்கு இது மாணவனே தேர்ந்தெடுத்த ஒரு வழியாகத் தோன்றும். ஆனால், அவன் ஆசிரியர் அவனுக்குத் தெரியாமலேயே அவன் பாதையை வகுத்துவிட்டார். மாணவனும் அதுதான் தான் தேர்ந்தெடுத்த பாதை என்று நம்பவும் துவங்கிவிட்டான்.

கிரேக்க தத்துவ ஞானியான பிளேட்டோ, தூரத்தின் வழியே நோக்கினால் புத்தரிடமிருந்து வெகுதொலைவு தள்ளி வசித்தவர். ஆனால் காலத்தின் வழியே நோக்கினால் புத்தருக்கு அண்மையில் தான் இருந்தார். புத்தர் கி.மு.483இல் இறந்தார். பிளேட்டோ கி.மு. 428இல் பிறந்தார். பிளேட்டோவிற்கும் பல சீடர்கள் இருந்தனர். அவரது பொன்மொழிகளும் பிரபலமானவையே. அவரும் இங்ஙனம் பல தருணங்களில் தான் விரும்பிய தீர்மானத்திற்குத் தன் மாணவர்களை இட்டுச்செல்லும் நுட்பத்தை உபயோகித்திருக்கிறார்.

இவ்விரு சிந்தனையாளர்களுக்குமே பொதுவானவை நிறைய இருக்கின்றன. பிளேட்டோவிற்குக் கவிதைகள் மிகவும் விருப்பமானவை என்றாலும் சமூக அறம் மற்றும் சமூகவியல் சார்ந்து கவிதைகள் சமூகத்திற்குத் தீங்கு விளைவிக்கக்கூடியவை என்னும் முடிவிற்கே வந்தார். ஆகவே அவருடைய 'மாதிரி குடியரசில்' அவர் கவிஞர்களைத் தடை செய்திருந்தார். புத்தரும் அவ்வண்ணமே சிந்தித்திருக்கிறார். அவர் கவிதைகளில் உள்ள உணர்ச்சியூட்டும் வரிகளைக் கண்டிக்கிறார். அது கட்டுக்கடங்காத உணர்ச்சித் தூண்டலில்தான் சென்று நிற்கும் என்றும் அவர் கூறுகிறார். கவிதைகள் குறித்து மட்டும் அவர் அவ்வாறு கூற வில்லை. அனைத்துக் கலைகள் குறித்தும் அதையே கூறுகிறார். சித்தார்த் தனாக விதம்விதமான இசைகளை ரசித்து அனைத்துக் கலை களையும் அனுபவித்தவரே புத்தரானபின் அனைத்துக் கலைகளையும் புறந்தள்ளிவிட்டார். அவருடைய தம்மம் நிதர்சனத்தை மட்டுமே ஊடுருவுகிறது. ஆகையால் தன் மாணாக்கர்கள் கற்பனையால் கவர்ந் திழுக்கப்படுவதை அவர் விரும்பவில்லை. இத்தகைய கலைகள் மறுபிறவியற்ற வாழ்விற்கும் இரட்சிப்பிற்கும் ஊறுவிளைவிப்பவை மட்டுமே என அவர் உரைத்தார்.

ராகுலனிடம் இயல்பாகவே இருந்த காதலுணர்வையும் கற்பனைத்திறனையும் அவர் தந்தை பொய் எனக்கூறி அகற்றி விட்டார். இது கவிஞர் பி.எச். ஆடனின், 'ஒரு உண்மையான கவிஞனே பெரும் போலியானவனாக இருப்பான்' என்ற வரிகளை

நினைவூட்டுகிறது. நான் இங்கு சற்று எச்சரிக்க விரும்புகிறேன். புத்தர் தன்னுடைய தத்துவங்களை முன் வைத்தபோது, 'உலகின் பன்முக நோக்கை'த்தான் வலியுறுத்துகிறார். உபநிடதங்கள் கூறிய ஒற்றைத் தன்மையை அவர் நிராகரிக்கிறார். அவர் மீண்டும் மீண்டும் 'உலகின் பல்வகைப்பாடு' பற்றித்தான் அழுத்தமாகப் பதிவு செய்கிறார். மிகவும் மெச்சத்தக்க வகையில் இருக்கின்ற இந்த வேதம் வெகு சுலபமாகவே புத்தரின் ஆன்மீகத்தையும் அவர் மைந்தன் ராகுலின் கலைத்திறனையும் ஒன்றாகச் சேர்த்தே அரவணைத்துக் கொண்டிருக்க வேண்டும். ஆனால் புத்தர் ஏன்தான் ராகுலின் திறமையை நசுக்கிவிட்டாரோ?

~

ராஜகிருஹத்திலிருந்து கபிலவஸ்துவிற்குச் சென்ற புத்தரின் நீண்ட பயணத்தை மகாத்மா காந்தி உப்பு சத்தியாகிரகத்திற்காக நிகழ்த்திய நீண்ட தண்டி யாத்திரையுடன் ஒப்பிட்டு ஒரு சித்திரத்தை எழுப்பிக்கொள்ளலாம். காந்திஜியைப் புத்தருடன் ஒப்பிட்டுக்கொள்ள பல விஷயங்கள் பொருந்தி வருகின்றன. இருவருமே அகிம்சையைக் கடைப்பிடித்தனர், அதையே வலியுறுத்தினர். அவர்களின் தனிப்பட்ட வாழ்விலும் இணையான தருணங்கள் இருக்கவே செய்கின்றன. புத்தர் யசோதராவை நடத்திய விதமும் காந்திஜி தன் மனைவி கஸ்தூரிபாவை நடத்திய விதமும் ஒரு உதாரணம். இவ்விரு நிகழ்வுகளிலும் மனைவிகள் மானுடர்களாகவும் கணவர்கள் அதிமானுடர்களாகவும் இருக்கின்றனர். காந்தியும் தன் மைந்தர்களைத் தன் இரும்புக்கரங்களால் அடக்கியாண்டு அவர்களின் இயல்பான வாழ்க்கையைச் சூம்பிப் போகச் செய் திருக்கிறார். அவரின் மைந்தர்களில் ஒருவரான ஹரிலால் மட்டும் கலகக்காரராக இருந்தாலும் அவருடைய வாழ்வுமே ஏறு மாறாகச் சென்று இறுதியில் துன்பகரமானதாகவே முடிந்தது. தனது தந்தையின் உன்னதமான அரவணைப்பில் ராகுலன் பாதுகாப் பாகவே இருந்தான். ஆழ்ந்த வேர்களும் பரந்து விரிந்த கிளைகளும் கொண்ட ஆலமரம் காண்பதற்குப் பிரம்மாண்டமானதாக இருந்தாலும் அதனடியில் வேறு மரங்கள் துளிர்ப்பதில்லை. சிறந்த மனிதர் களும் அவ்வண்ணமே தன் கொள்கைகளுக்கு முன்னர் மற்ற உயிர் களைத் துச்சமாக நினைக்கும் கொடுங்கோன்மையாளராகவே இருக் கின்றனர்.

12

மீண்டும் நாம் பிம்பிசாராரின் கதைக்கு வருவோம். அவரை சித்தார்த்தன் ஏற்கனவே தன் ஆன்மீகத்தேடலின் ஆரம்ப காலங்களில் சந்தித்திருக்கிறான். ஆகவே, புத்தரானபிறகு போதிசத்துவர் மகத அரசை இலக்காகக் கொண்டிருந்ததில் வியப்பதற்கு ஒன்றுமில்லை. புத்தர் மகதத்தின் தலைநகராக விளங்கிய ராஜகிருஹத்திற்குத் தன் சீடர்களுடன் பயணித்தார். சித்தார்த்தனைக் காண முதன் முதலில் சென்றதுபோலவே இம்முறையும் பிம்பிசாரர் அவரை வரவேற்கச் சென்றார். புத்தர் தன் சீடர்களுடனும் ஏனைய துறவிகளுடனும் அங்கு குழுமியிருந்தார். அவரைக் கண்ட பிம்பிசாரரின் குரலில் புத்தர் ஞானமடைந்ததைக் கொண்டாடும் மகிழ்ச்சியும் நிறைவும் வெளிப்பட்டது. அவர், புத்தரையும் அவர்தம் சீடர்களையும் விருந்திற்கு அழைத்து உபசரித்தார். புத்தருக்கு மரியாதையளிக்கும் விதமாக அவருக்கு மன்னரே விருந்து பரிமாறினார்.

ராஜகிருஹத்திலிருந்து புத்தர் புறப்படுவதற்குள் அவரைப் பின்பற்றி பிம்பிசாரரும் பௌத்தத்தைத் தழுவினார். அந்நிகழ்வு பௌத்தத்திற்கு ஒரு மாபெரும் எழுச்சியை அளித்தது. புத்தர் தன் ஞானத்தேடலின் ஆரம்பக் கட்டங்களில் இருக்கும்போதே அவரின் சிறப்பியல்புகளை மன்னர் அறிந்திருந்தார். அவையெல்லாம் தற்போது முழுமூச்சோடு வெளிப்பட்டதையும் அவர் உணர்ந்தார். அவை பூரணத்துவத்தை எட்டியிருக்கின்றன. இருபத்து ஒன்றாம் வயதில் அதிகம் பேசாதவராக இருந்தவர், தற்பொழுது தீவிரமாக உரையாற்றுபவராகவும் அசைக்கமுடியாத தன்னம்பிக்கை கொண்டவராகவும் மாறியிருந்தார். தன் இருபத்திநான்காம் வயதில் அவரைச் சந்தித்த பிம்பிசாரர் இதைக் கவனிக்கவில்லை.

புத்தரின் தரிசனங்களையும் அவரின் அறநிலைகளையும் பற்றி மிக நன்றாகவே அறிந்திருந்ததால் அவர் அவற்றை எடைபோடுவதையோ தரம்பார்ப்பதையோ குறித்து ஏதும் அக்கறை கொள்ளவில்லை. புத்தரிடம் கூடியிருந்த காந்தசக்தியே அவரை ஈர்த்தது. புத்தரைக் கண்ட நூற்றுக்கணக்கான மக்களுமே அதைத்தானே விரும்பினார்கள்.

‘தாங்கள் பல ஆண்டுகளுக்கு முன்னர் மானுட துக்கம் பற்றிக் குறிப்பிட்டதை நினைவுகூர்கிறேன்’ என்று புத்தரிடம் ஒரு தனிப்பட்ட உரையாடலில் குறிப்பிட்டவர் மேலும் தொடர்ந்தார், ‘இப்பொழுது உங்களிடமிருந்து அதற்கான முழுமையான தத்துவமே கிடைத்துவிட்டது.’

அத்தகைய பொழுதுகளில் எப்பொழுதும் இருப்பதுபோல புத்தர் அமைதியாகவே இருந்தார்.

‘நான் இதற்கு முன்னரும் ஞானிகள் பலரைச் சந்தித்திருக்கிறேன். அவர்கள் அனைவரும் தன்னலம் பார்க்காத உழைப்பையும் அதனூடாகப் பெறும் மகிழ்ச்சியையும் மட்டுமே உபதேசித்தார்கள். மூடர்கள். ஆண்டாண்டு காலமாக அரசராக இருப்பது என்றால் என்னவென்று அறியாதவர்களாகத்தான் அவர்கள் இருந்தனர்.’ அநேகமாக பிம்பிசாரரும் தன் செங்கோலைக் கம்பீரமாக உயர்த்திப் பிடித்து அமர்ந்திருப்பதைவிட வாழ்க்கையையும் மனித மனங் களையும் எண்ணி அழும் மாறுபட்ட ஒரு அரசராக இருந்திருக்கக் கூடும். அரசர் பௌத்தத்தைத் தழுவித் தன் நெறியை மாற்றிக் கொண்டது பல வியப்பலைகளை உருவாக்கியது. அந்நாட்களில் இங்கனம் படைபலம் மிக்க மன்னர்கள் நெறி மாறுவதெல்லாம் வழக் கத்தில் இல்லாத ஒன்றாகத்தான் இருந்தது. இது ஒரு புதிய செய்தியாக இருந்தது. அதன்பின்னர் அரசவையினரும் அதிகாரி களும் பௌத்தத்தைப் பின்பற்ற ஒருவரையொருவர் முந்திக் கொண்டனர். குடிகளும் அரசருக்கு உகந்த தம்மம் தங்களுக்கும் உகந்ததாக இருக்கும் என்று கருதினர். அதன்பின், புத்தரின் ‘நடுமம்’ சமூகத்தின் பலதரப்பு மக்களும் ஏற்றுக்கொள்ளும் வகையில் தொகுத்தளிக்கப்பட்டது.

அரசர் பிம்பிசாரரின் முடிவு கடினமான ஒன்றாகவே இருந்தது. ‘சிரம் மீது சஞ்சலம் கிரீடமணிந்து வீற்றிருந்தது’ என்கிற ஷேக்ஸ்பியரின் புகழ்மிக்க வரி இம்மன்னருக்குத்தான் பொருந்தி வரும். கி.மு. ஆறாம் நூற்றாண்டைச் சேர்ந்த மாணபத்திரன் எனப்படும் ஒரு காவிய ஆசிரியர், ‘காதம்பரி’ என்னும் தன் புகழ்பெற்ற காவியத்தில் அரசனின் தனிமையை இங்கனம் வெளிப்படுத்துகிறார்,

‘கணக்கற்ற களிறுகளும் புரவிகளும் அவனது படையில் இருந்தன. இருப்பினும் அவன் தனது வாளையே மிகவும் நம்பி யிருந்தான். அவன் மொத்தப் புவியையும் தன் ஆளுமைக்குள் கொண்டு வந்திருந்தான் எனினும் சிறு நிலத்தில்தான் நின்று கொண்டிருந்தான். பெருவிழிகளைக் கொண்டிருந்தாலும் அவன் சிறுமைகளையே கண்டுவந்தான்.’

ஒரு அரசரின் உடனடி பகையாளியாக வேறு யார்தான் திகழக் கூடும்? அவரது மைந்தனா.. பங்காளிகளா.. ஆம்! நாம் பெரும்பாலும் அறிந்திருக்கும் நாடகங்களில் நிகழ்ந்ததேதான் நம் அரசருக்கும் நிகழ்ந்தது. அவரது மைந்தன் அஜாதசத்ரு அவரை அப்புறப் படுத்துவதற்கான காரியங்களில் இறங்கினான். இவ் விஷயத்தில் தேவதத்தனும் அவனுடன் இணைந்துகொண்டான். தேவதத்தனுக்கு அவனுக்கான குறிக்கோள்கள் இருந்தன. அவன் பௌத்த சங்கத்தைச் சேர்ந்தவன். புத்தரின் மாமன் மகனும்கூட. புத்தர் எங்கனம் படிப் படியாக வளர்ச்சியடைந்து வருகிறார் என்பதை அவன் நெருக்கமாக அவதானித்து வந்திருந்தான். தானும் இவ்வண்ணமே ஒரு அரசாங் கத்தில் செல்வாக்கான இடத்தில் அமர்ந்தால் தனக்கும் அதிகாரம் கிட்டும் என்று அவன் கணக்கிட்டான். இவ்வாறாக அந்த மத குருவும் இளவரசனும் மந்திராலோசனையை நிகழ்த்திக் கொண்டிருந் தனர்.

ஒருநாள் இரவில் அஜாதசத்ரு அரசரின் அறைக்குள் ஒரு குறுவாளுடன் நுழைய முற்பட்டபோது காவலர்களால் பிடித்து விசாரிக்கப்பட்டான்.

‘யாரது?’

‘நான் இளவரசன்.. தந்தையோடு உரையாட விரும்புகிறேன்’

‘இந்நேரத்தில் என்ன உரையாடல் இளவரசே! ஏதேனும் வேண்டுதலா?’

அஜாதசத்ரு முன்னுக்குப்பின் முரணாகப் பேசியதால் சந்தேக மடைந்த காவலர்கள் அவனைத் தீவிர விசாரணைக்குப் பலவந்தப் படுத்தியதில் அவன் தான் செய்ய வந்த காரியத்தை உளறிவிட்டான்.

தன் மஞ்சத்தில் அமர்ந்தபடி இவையனைத்தையும் கவனித்து வந்த பிம்பிசாரர் மிகவும் மனவேதனையடைந்தார். வழக்கம் போல அன்றும் அவருக்கு உறக்கமில்லா இரவே வாய்த்தது.

அரசரைக் கொல்ல இளவரசன் முயற்சித்த செய்தி அரசவையை எட்டி பின் சந்தைக்கடை வரை காட்டுத்தீயாகப் பரவியது. இந்தத் துயரளிக்கும் சம்பவம் குறித்து ஆலோசிக்கவே விருப்பமில்லாமல் இருந்த பிம்பிசாரர் இதைத் தவிர்த்தபடியே வந்தார். பட்டத்து அரசியும் அஜாதசத்ருவின் தாயாருமான கோசலாதேவியிடம் மேற்கொண்டு என்ன செய்யலாம் என அவர் ஆலோசித்தார்.

‘அவனைக் கழுவிலேற்றாதீர்கள் அரசே! வேண்டுமெனில் வீட்டுச் சிறையிலடையுங்கள். வேண்டுமானால், அவனுக்கு நற்புத்திவந்து தனக்கான வழியைத் தேர்ந்தெடுக்கும் வரை அவன் அப்படியே இருக்கட்டும்.’

'எனக்கு இந்த நடவடிக்கைகள் இதில் உள்ள ஆர்வம் என அனைத்துமே அயர்ச்சியாக உள்ளன.'

'ஆம் அரசே! ஆனால் நீங்கள் ஒரு அரசர். தங்கள் கடமை யிலிருந்து தாங்கள் விலகியிருக்கலாகாது.'

அடுத்து பிம்பிசாரர் செய்ததுதான் அவர் எந்தளவிற்குத் தன் இல்வாழ்க்கையிலிருந்து விலகிச்செல்ல விரும்புகிறார் என்பதையும் எந்தளவிற்கு அவர் புத்தரின் போதனைகளை உள்வாங்கினார் என்பதையும் சுட்டுவதாக அமைந்தது. 'அவன் இந்நாட்டை ஆள்வதற்காக எந்தளவிற்கும் துணிந்துவிட்டான் என்றால் அவனே ஆண்டுவிட்டுப் போகட்டும்' என்றார் அவர்.

கோசலாதேவி மிக்க எச்சரிக்கையுடன், 'அரசே! அஜாதசத்ருவை அந்தளவிற்கு நம்ப இயலவில்லை. அவனிடம் ஒப்படைப்பது அறிவார்ந்த செயலாக இருக்கும் என்று எண்ணுகிறீர்களா?'

'அவன் விரும்புவதுபோல வாழட்டும். நான் இனி அமைதியாக வாழ விரும்புகிறேன்'

ஆனால் அதன்பின் நிகழ்ந்தவற்றை பிம்பிசாரரும் நினைத்துப் பார்த்திருக்கவில்லை. அஜாதசத்ரு உடனடியாகத் தன் தந்தையைச் சிறை யிலடைத்தான். அதற்கும் மேலாக, அவருக்கு இனி உணவு வழங்கப் படலாகாது என்றும் ஆணை பிறப்பித்தான். மலமூத்திர வாடை களால் நிரம்பியிருந்த ஒரு அறையில் பிம்பிசாரர் அடைக்கப்பட்டார். அவர் உணவு உண்ணாமல் இந்நாற்றத்தில் எத்தனை நாட்கள் உயிர் வாழ்வார் என்று அறிவதே அஜாதசத்ருவின் விருப்பமாக இருந்தது.

கோசலாதேவிக்கு மட்டும் தன் கணவரைக் கண்டுவர அனுமதி யிருந்தது. அரசரின் நிலையைக் கண்ட கோசலாதேவி கதறி அழத் துவங்கினார். 'அவன் உங்களை இந்நிலையிலா வைத்திருக்கிறான்?' என்று சொல்லிக்கதறி அழத்துவங்கினாள்.

மயக்கநிலையில் இருந்த பிம்பிசாரர் மெல்ல புன்னகை புரிந்தார்.

கோசலாதேவி கோசலதேசத்து மன்னனான பசேநதியின் தங்கையாவாள். அந்நாடு மகதத்தை அடுத்து இருந்தது.

'நான் என் தமையனாருக்கு இது குறித்து செய்தியனுப்பவா?' என்று கேட்டாள்.

சற்று ஆலோசித்த பிம்பிசாரர், 'வேண்டாம். அவர் சீற்றம் கொள்ளக்கூடும். அதன்பொருட்டு இருநாடுகளுக்குமிடையே போர் நிகழக்கூடும். இப்போதைக்கு இது நன்மையானதல்ல' என்றார்.

விலாஸ் சாரங்

கோசலாதேவி, அரசரின் அருகில் ஆறுதலாக அமர்ந்து கொண்டிருந்தாள். மறுமுறை வரும்போது அவருக்கு உணவுப் பொருட்களைக் கொண்டுவருவதாகக் கூறிச் சென்றாள்.

இருநாட்கள் கழித்து மீண்டும் வந்த கோசலாதேவி, காவலர்கள் காணாதபொழுதில் தன் சேலை மடிப்புக்குள்ளிருந்து உலர் அரிசியையும் பருப்பையும் அவருக்கு உண்ண அளித்தாள்.

ஆனால் இவ்வணுகுமுறை நெடுநாட்களுக்கு நீடிக்கவில்லை. காவலர்கள் இதைக் கண்டறிந்து அரசரின் கவனத்திற்கு இட்டுச் சென்றனர். அஜாதசத்ரு அதைக்கேட்டதும், இனி தன் தாயார் என்று தனியாக எவ்விதபாரபட்சமும் இல்லாமல் அவரைக் கடும் சோதனைக்கு உள்ளாக்கி அனுப்புமாறு காவலர்களுக்கு ஆணையிட்டான்.

கோசலாதேவி தன் கணவரின் மரணத்தைக் கண்முன் கண்டு கொண்டு என்ன செய்வதென்று அறியாமல் கவலையில் ஆழ்ந்தாள்.

அவளுக்கு மிகவும் நம்பிக்கைக்குரியவளாக விளங்கிய சேடி ஒரு யோசனை கூறினாள். அதன்படி, மகாராணி குளித்தவுடன் தன் இரு கால்களிலும் தேனும் பாலும் தோய்ந்த சோற்றைப் பூசிக்கொண்டால், அது விரைவில் உலர்ந்துவிடும். அவள் உள்ளே செல்கையில் ஏதும் எடுத்துச் செல்லத் தேவையில்லை என்று உரைத்தாள்.

கோசலாதேவி செயலில் இறங்கினாள். சிறைக்காவலர்களால் ஏதும் கண்டறிய இயலவில்லை. அரசரின் உடலோ மிகவும் வற்றிப் போயிருந்தது. அவரைச் சிறையின் ஒரு மூலைக்கு வரச்செய்தவள் அவர்முன் தன் கால்களை காட்ட, அரசர் அங்கு பூசியிருந்த உணவை நக்கி உண்ணத்துவங்கினார். அவருக்குச் சற்று மயக்கமும் தெளிந்தது.

அவள் மூன்று அல்லது நான்கு நாட்களுக்கு ஒருமுறை அங்கனம் சென்று வந்தாள். ஒருநாள் ஒரு காவலன் இதில் ஐயம்கொண்டான். பிம்பிசாரரின் சிறையறையைத் திருட்டுத்தனமாக எட்டிப்பார்த்தவன், ராணி தன் சேலையை உயர்த்திப் பிடித் திருப்பதையும் அரசர் அவள் காலை நாய் போல நக்கி அங்கிருந்த உணவை உண்டுகொண்டிருப்பதையும் கண்டான்.

அதோடு அந்தத் திட்டமும் முடிவிற்கு வந்தது. அஜாதசத்ரு கோசலாதேவி சிறைக்குச் செல்லத் தடை விதித்தான். அதனால் கோசலாதேவி மிகவும் மனம் உடைந்தாள். பிம்பிசாரரைப் பொறுத்தமட்டில் அவர் புத்தரையும் அவரது போதனைகளையும் மட்டுமே சிந்தித்து வந்தார். அதிலும் குறிப்பாக அவர் சித்தார்த் தனைக் கண்டபோது அவர் உரைத்த 'துக்கம்' பற்றிய சொற்களையே

அதிகம் சிந்தித்தார். உத்திரத்தைப் பார்த்தபடி மல்லாந்து படுத்துக் கொண்டார். அவர் பல்லாண்டுகள் ஒரு மன்னனாக ஆட்சி செய்திருக்கிறார். அதுவே அவருக்குப் போதுமானது. ஆனால், பல நேரங்களில் புத்தரின் உரையைக் கேட்கச் செல்லவேண்டும் என்று அவர் எண்ணுவார். ஆனால் அது அவருக்குச் சாத்தியப்படவே இல்லை.

வெறும் கழிவுகளால் மட்டுமே நிரம்பியிருந்த அறை விரைவில் அதுவுமே இல்லாமல் ஆனது. அவர் வயிற்றில் ஏதாவது இருந்தால் தானே? நாளுக்குநாள் அவர் மெலிந்துகொண்டே வந்தார். காய்ந்த கழிவுகளுக்கிடையே தலைகுப்புற விழுந்து கிடந்தார். ஓரிருமுறை அந்தத் திடக்கழிவுகளை உண்ணவும் செய்தார். நாள்பட்ட கழிவு உலர்ந்து நாற்றமில்லாமல் இருந்தது. ஒரு அரிசி உருண்டை போல வறண்டு கிடந்தது. புத்தரும் ஞானமடைகையில் இதையே செய்து வந்தார் என்பதை அவர் அறிந்திருக்கவில்லை. பெரும்பான்மை நேரங்களில் அந்த அரசர் வெகுதூரத்தில் இருந்த சாளரம் ஒன்றைப் பார்த்தபடி அமர்ந்திருப்பார். பகலுக்கும் இரவுக்கும் தக்கவாறு அங்கு ஒளி குறைந்தும் கூடியும் இருந்துவந்தது. நாளாக நாளாக அவருக்கு அது இரவா அல்லது பகலா என்பதெல்லாம் முக்கியத்துவம் அற்றதாக ஆகியது.

அவர் மயக்கமுறாத நிலையிலும் சற்று நனவில் இருந்தபோதும் புத்தரை மட்டுமே எண்ணிக்கொண்டிருந்தார். அவருக்கான ஆற்றலை அதுவே அளித்தது.

இப்பொழுது கோசலாதேவியும் வருவது அற்றுப்போய் வேறுயாருமே வராத நிலையில் அவர் ஒரு விடுதலையை உணர்ந்தார். இப்பொழுது அவரும் அவர் கண்ட புத்தரின் உருவமும் மட்டுமே அவ்வறையில் தனியாக இருக்கின்றன. அந்த உருவம் ஒருநாள் அவருடன் உரையாடத் துவங்கியது. பிம்பிசாரரும் இயல்பாக அதனுடன் உரையாடத் துவங்கினார்.

'குருதேவரே! ஞானம் பெற்றவரே! வணங்குகிறேன்.'

'ஆசிகள் இளையோனே! உன் ஆற்றலைச் சேமித்து வை. சாவை அமைதியாக எதிர்கொள்.'

'உங்கள் ஆசிப்படியே செய்கிறேன் குருதேவா.'

'நீ மிகவும் திறமையாகவும், அறவழியிலும் ஆட்சிபுரிந்தாய். மக்கள் உன்னை அன்புக்குரிய மன்னனாகவே நினைவுகூர்வார்கள். அரக்கனாக இல்லை.'

'என் இறையே! என் வாழ்க்கை முடிந்துகொண்டிருக்கிறது. எனக்கு வாழ்க்கை குறித்தும் என் நிலையைக் கடப்பது குறித்தும் போதியுங்கள்.'

‘ஆம் அரசே! நான் என் போதனைகளிலிருந்து சிலவற்றை உனக்கு உரைக்கிறேன்.’

‘அது மட்டுமே எனக்கு உதவியளிக்கும் ஆசிரியரே!’

புத்தரின் உருவம் பேசியது,

‘அரசே! எப்பொழுது மக்கள் நெறியற்றவர்களாக ஆகின்றனரோ, அப்பொழுது என்ன நிகழும் என உரைக்கிறேன் கேள்! அப்பொழுது தம்மத்தை அவர்கள் பொருட்படுத்துவதே இல்லை. சகோதரா! அத்தகைய மனிதர்களின் எண்ணங்கள் தன்னுடைய தாயையோ தாயின் சகோதரியையோ தாயின் உறவினரையோ அல்லது ஆசிரியரின் மனைவியையோ அல்லது தந்தையின் உறவுப் பெண்களையோ கவர நினைப்பதற்குக் கூட அஞ்சுவதில்லை. அவ்வுலகம் ஒழுக்கமின்மையால் நிரம்பியிருக்கிறது. அவர்கள் வெள்ளாடும் செம்மறியாடும், கோழியும் அன்னமும், நரிகளும் நாய்களும் எனக் கலந்திருக்கின்றனர். சகோதரனே! அத்தகைய மனிதர்களைப் பரஸ்பர பகை மட்டுமே ஆள்கிறது. ஒரு பெருந்தீமையை வெறுப்பை அல்லது தன்னுடைய முறைகேடான விருப்பத்தை மற்றவர் மீது ஏவுவதற்கு அவர்கள் கரங்கள் பரபரக்கின்றன. அங்கு ஒரு தாய் தன் குழந்தையைக் கொல்லவோ குழந்தை தன் தாயைக் கொல்லவோ ஒருவன் தன் சகோதர சகோதரி களையோ அல்லது ஒருத்தி தன் சகோதர சகோதரிகளையோ கொல்லக்கூடத் துணிகிறார்கள். ஒரு விளையாட்டு வீரன் எப்படி மற்றவர் களைப் பற்றிக் கவலையில்லாமல் தன் குறிக்கோளைப் பற்றி மட்டுமே முன்னேறுவானோ அதுபோலவே அவர்களும் உணர் கிறார்கள்.’

‘கேள் சகோதரா! அத்தகைய மனிதர்களுக்கிடையே ஏழு நாட்கள் நிகழக்கூடிய வாட்காலம் ஒன்று எழுந்துவரும். அந்நாட்களில் ஒவ்வொரு வரும் மற்றவரைக் காட்டுவிலங்காக மட்டுமே காண்பார்கள். உடனே தன் கைகளில் தயாராக வைத்திருக்கும் வாளை உருவிக்கொண்டு ‘இது ஒரு காட்டு மிருகம்.. இதுவும் ஒரு காட்டு மிருகம்..’ என்று ஒருவரையொருவர் வாளால் வெட்டி வீழ்த்தத் துவங்குவர்.’

‘ஐயகோ! இது நரகத்தின் காட்சியல்லவா என் இறையே!’

‘ஆம் அரசே! அதே நேரத்தில் தர்மசக்கரம் தோன்றும்போது என்ன நிகழும் என்பதையும் நான் உரைக்கிறேன் கேள்! அந்தச் சக்கரம் கிழக்கு நோக்கிச் சுழன்று செல்லும். அது செல்லும் வழிதோறும் உள்ள தேசங்களின் அரசன் தன் படைகள் குதிரைகள் ரதங்கள் மற்றும் தன் மக்களுடன் அதைப் பின்தொடருவான். சகோதரா.. அந்த வெற்றித் தலைவனானவன், எங்கெங்கெல்லாம் தன் சக்கரம் நிற்கிறதோ அங்கங்கு இருக்கும் அரசர்களையும் அவர்களின் நாற்படைகளையும்

தன்னைப் பின்தொடரச்செய்வான். அதன்பின் கீழ்த்திசையில் இருக்கும் அத்தனை பகையரசர்களும் அந்தச் சுவர்ண அரசனை அணுகி தஞ்சமடைந்து ‘எல்லாம் வல்ல அரசே! எழுந்தருளுங்கள்... இவையெல்லாம் இனி உம்முடையவை எங்கள் அரசே! எங்களுக்கு உங்கள் உபதேசங்களை அருளுங்கள் அரசே!’ என்று இறைஞ்சுவர்.’

அப்பொழுது அந்தப் பொன்னுலகின் வெற்றித்தலைவனான வன் உரையாற்றத் துவங்குவான், ‘ஆம்! இனி நீங்கள் யாரும் எந்த உயிரினங்களையும் துன்புறுத்தாது இருப்பீர்களாக! உங்களுக்கு அருளப்படாத ஒன்றை அடையத் துடிக்காது இருப்பீர்களாக! உங்கள் உடலின்பத்தைத் தொட்டுத் தொடராது இருப்பீர்களாக! பொய் உரைக்காது இருப்பீர்களாக! மது குடிக்காது இருப்பீர்களாக!’

பிம்பிசாரர் கூறினார், ‘என் இறையே! ஒரு நல்லரசனுக்கு அதுவே நல்லுபதேசமாக விளங்கக் கூடும். அதுவே குற்றங்களையும் பெரும் அச்சங்களையும் வென்று மறையச் செய்யும் வழிமுறையாகத் திகழக்கூடும். வீரத்திருமகனாக முன்செல்பவன் அந்தச் சக்கரத்தின் பிரகாசத்தையும் நற்கதியையும் பின்பற்றிச் செல்வான். அவனைப் பின்தொடர்ந்து செல்லும் மற்றவர்கள் முழு மகிழ்ச்சியுடனும் நம்பிக்கையுடனும் அவனிடமிருந்து தங்களுக்கான உபதேசங்களை மட்டுமே பெறுகிறார்கள்.’

‘ஆம் அரசே! இறுதியாக நான் வருங்காலத்தின் தரிசனத்தை உங்களுக்கு உரைக்கப்போகிறேன். தற்பொழுது வாரணாசி என்று அழைக்கப்படும் மாநகரத்தில் கேதுமதி என்று பெயர்கொண்ட புதிய நகரம் ஒன்று எழுந்துவரும். ஒரு வளமான நகரமாக, வல்லமையும் பிரகாசமும் உடைய நகரமாக முழுவதும் நன்மக்களால் சூழப்பட்ட நகரமாக விளங்கும். அத்தகைய மனிதர்கள் நிறைந்ததாக இந்தியாவில் மட்டும் 84000 நகரங்கள் விளங்கும். அவற்றின் தலைநகராக ஸ்வர்ணபூமியான கேதுமதி திகழும்.’

‘அப்பொழுது மைத்ரேயரின் அவதாரம் இவ்வுலகில் நிகழும். தீவிரமானவராக, முழுவிழிப்படைந்து தன் ஞானத்தாலும் நற்குணத் தாலும் மனிதர்களுக்கு வாழ்க்கையைப் பற்றிய அறிதலை விளக்கி வழிநடத்தும் ஒரு வழிகாட்டியாகவும் மனிதர்களுக்கும் கடவுள் களுக்கும் ஒரு ஆசிரியராகவும் இப்பொழுது நான விளங்குவது போன்றதொரு புத்தநிலையை அடைந்தவராகவும் மைத்ரேயர் விளங்குவார். அவர் தன்னளவில் இந்தப் பிரபஞ்சத்தை முற்றுணர்ந்து காணக்கூடியவராகத் திகழ்வார். ஆழ்மனதின் உலகை, பிரம்மாக்களின் மாரன்களின் உலகை, மன்னரின் மக்களின் உலகை, முழுமையாக முகத்தோடு முகமாக இப்பொழுது நான் காண்பது போலக் காண்பார். தன் தோற்றத்தில் மிக அழகானதாகவும் தன் பயன்பாட்டில் மிக அழகானதாகவும் அந்தத் தம்மம் விளங்கும்.

அந்த வாழ்க்கையே முழுத் தூய்மையும் பூரணமும் கொண்ட ஒன்று என ஒவ்வொருவரின் மனதிலும் பொறிக்கப்பட்டு இப்பொழுது என் காலத்தில் நான் நிகழ்த்தும் ஒன்று அன்றும் நிகழும்.'

'என் இறையே! கேதுமதி நகரின் பொன்னொளி தரிசனத்தை மைத்ரேயபுத்தரின் வருகை குறித்த செய்தியை எனக்கு உரைத்தீர்கள். நான் எத்தகையதொரு பேறு கொண்டவனானேன் என் இறையே! இருப்பினும் எனக்குச் சில குழப்பங்கள் இன்னும் இருக்கின்றன.'

'என்ன அரசே!'

'என் மகன் பகிரங்கமாக என்னை எதிர்த்துவிட்டான். என் மனைவிகள் என்னைக் காண்பதற்குத் தடை விதித்து விட்டான். ஒரு அரசனாக இருந்தாலும் நான் தனியாகத்தான் இறக்கப்போகிறேன். நான் முற்றிலும் தனியனாகிவிட்டேன் இறைவா.'

'இங்கு வாழும் எந்தவொரு ஆணுக்கும் பெண்ணுக்கும் இதுவே விதிக்கப்பட்டுள்ளது அரசே! அனைவருமே தனியாகத்தான் மரணிக்கின்றனர். நான் என் போதனைகளில் கூறியது போல, 'சகோதரா! நீ உனக்குள்ளே ஒரு தீவை உருவாக்கிக்கொண்டு அங்கேயே இருப்பாயாக! உனக்கு உன்னைத் தவிர வேறு யாரிடமும் அடைக்கலம் கோராதே! யாருக்கும் உன்னுள் புகலிடமும் அளிக்காதே! உன் தீவாகத் தம்மத்தை எண்ணிக்கொண்டு அதற்குள் மட்டுமே வாழ்ந்து வா! தம்மத்திற்கு மட்டும் உனக்குள் புகலிடம் அளி! வேறு யார்க்கும் அளிக்காதிருப்பாயாக!' சகோதரா! ஒருவன் எப்படித் தனக்குள் ஒரு தீவாகத் தனித்திருக்க இயலும்? அவனின்றி வேறு யாரிடமும் அடைக்கலம் கொள்ளாதிருக்க இயலும்? வேறு யார்க்கும் தனக்குள் இடமளிக்காமல் இருக்க இயலும்? எப்படித் தம்மத்தில் தீவாக வசிக்க இயலும்? எப்படித் தம்மத்திற்கு மட்டும் புகலிடம் அளித்து வேறு யார்க்கும் புகலிடம் அளிக்காதிருக்க இயலும்? என்றுதானே கேட்கிறாய்... சகோதரா! இங்கே ஒருவன் தன் உடலின்பத்தைப் பொறுத்தவரை உடலுறவைப் பொறுத்தவரை சிந்தனைகளைப் பொறுத்தவரை உணர்ச்சிகளைப் பொறுத்தவரை தன்னிறைவுடனும் அதைப்பற்றி அறிந்தவனாகவும் அதில் தீவிரமானவனாகவும் இருக்கிறான் என்றால் அது போலவே அவன் புறவுலகின் பொதுவான ஆற்றலையும் உளச்சோர்வுகளையும்கூட வெல்லமுடியும் என்ற நம்பிக்கையை அடைகிறான். அப்பொழுது அந்தச் சகோதரன் தனக்குள் ஒரு தீவாகவும் தனக்குள் அடைக்கலம் கொண்டவனாகவும் விளங்குகிறான். அப்பொழுது அவன் தம்மத்தை மட்டுமே தனக்கான தீவாகவும் புகலிடமாகவும் கொண்டு வேறு யார்க்கும் அங்கு புகலிடம் அளிக்காதவராகவும் திகழ்கிறான்.'

அமைதியும் தனிமையும் கூடிய தீவாக இருந்து பிறப்பின் இறப்பின் பெரும் தரிசனத்தைக் கண்டுணர்ந்த பிம்பிசாரர் மனநிறைவுடன் இறந்தார்.

கோசலாதேவி, தன் அறைக்குள்ளேயே முடங்கிக் கொண்டாள். எதுவும் உண்ணவும் இல்லை. அதன் விளைவாகச் சில மாதங்களில் கண்ணும் காதும் அடைத்து அவள் மரணத்தை அவளே நாடிக் கொண்டாள்.

~

இந்தப் பயங்கரமான கதை பாதிதான் முடிந்திருக்கிறது. அஜாதசத்ருவிற்குத் தான் விரும்பியது கிடைத்துவிட்டது என்றாலும் தேவதத்தன் தன் லட்சியத்தை இன்னும் வென்றடையவில்லை. புத்தர் 'ராஜினாமா' செய்ய வேண்டும் என்னும் முறையீட்டை அவன் பகிரங்கமாகவே வைக்கத் துவங்கினான். ஆனால், புத்தருக்கு முன்னால் அவனது பகீரத பிரயத்தனங்கள் எதுவும் எடுபடவில்லை. தேவதத்தன் புத்தரைக் கொல்வதற்கான ஏற்பாடுகளையும் செய்து வந்தான். கழுகு மலை என்னும் சினிமாத்தனமான பெயர்கொண்ட ஒரு இடம் அங்கு இருந்தது. அதில் ஏறுவது புத்தருக்கு விருப்பமான ஒன்று. அங்கேயே வைத்து அவரைக் கொல்லும் திட்டத்தை தேவதத்தன் தீட்டியிருந்தான் என்று சொல்லப்படுகிறது. இதற்கு வரலாற்று நம்பகத்தன்மை இல்லை எனினும் இந்த நாடகம் நம் கோலிவுட் பாலிவுட் திரைப்படங்களை மிஞ்சிவிடும்.

புத்தரைக் கொல்ல ஒரு படைவீரன் ஏற்பாடு செய்யப் பட்டிருந்தான். கொன்றுவிட்டுத் திரும்பிவரும் வழியில் அவனைக் கொன்றுவிட இரு வீரர்கள் வழியில் நின்றிருந்தனர். அவ்வண்ணமே அவ்விருவரைக் கொல்ல நால்வரும் அந்நால்வரைக் கொல்ல எண்மரும் அவ்வெண்மரைக் கொல்ல பதினாறு வீரர்களும் நிறுத்தப்பட்டிருந்தனர்.

சீட்டுக்கட்டுகளைப் பிரமிடு போல அடுக்கி வைப்பதுபோல தீட்டப்பட்டிருந்த அத்திட்டம் அந்தச் சீட்டுக்கட்டு சரிந்து விழுவதுபோலவே சரிந்தும் விட்டது. புத்தரைக் கொல்லக் காத்திருந்த முதன்மை வீரன் தன்னிலை உணர்ந்து தயங்கிவிட, நுண்ணறிவு கொண்ட புத்தர் அவனை வேறு பாதை வழியாகக் கீழே அனுப்பி வைத்தார்.

இவ்வகையான இழி செயல்களால் மாரன் மிகவும் பரவச மடைந்தான்.

புத்தரை இன்னும் கோபப்படுத்தலாம் என்ற நோக்கில் அவர்முன் வந்து நின்றான். 'ஐயா, முக்தியடைந்தவரே! ஆசையை அடக்கும் பயிற்சி என்னவாயிற்று ஐயா? உங்கள் மதிப்பிற்குரிய நண்பர் பிம்பிசாரர் தன் மகனின் பேராசையால் கொடுமையாக இறந்தார். இப்பொழுது பதவி ஆசையில் உங்கள் உறவினனான

தேவதத்தனே உங்களைக் கொன்றுவிடத் துடியாய்த் துடிக்கிறான். நீங்களும்தான் பலமாக முயற்சிக்கிறீர்கள். ஆனால் மனிதர்களின் இயல்பான விருப்பங்கள் உங்கள் முன்னால் வந்து பல்லிளித்து நடனமாடுகின்றனவே! இப்பொழுதாவது நான் முன்புகூறியதுதான் உண்மை என்று ஒப்புக்கொள்கிறீர்களா?'

புத்தர் கூறினார், 'மாரனே! இயல்பான விருப்பங்கள், ஆசைகள் என்றெல்லாம் உங்களால் கருதப்படுபவை எல்லாம் எப்பொழுதுமே நான் போரிட்டுக்கொண்டே இருக்கக்கூடியவை. சில போர்களில் நாம் வெல்வோம். பல சமயங்களில் நாம் தோல்வியை ஏற்றுக் கொள்ளத்தான் வேண்டும். ஒரே மூச்சில் இதை அடித்து நொறுக்கி விடுவேன் என்ற கற்பனையில் திளைத்து நான் இதைத் துவக்க வில்லை.'

'மனிதனில் உறைகின்ற மனிதத் தன்மையைத்தான் பாதுகாக்க வேண்டும். அவ்வழியில் பெருந்தடைக்கல்லாக அவனுக்குள் உறையும் விலங்குத்தன்மை வந்து எப்பொழுதுமே முன் நிற்கும். முன்பொரு முறை இதேபாதையில் என்மீது பெரும்பாறையை உருட்டிவிட்டு என்னைக் கொல்லப்பார்த்தனர். ஒருவன் சில நேரங்களில் அதிர்ஷ்டசாலியாக இருக்கிறான். ஆனால் சிலநேரங் களில் அதிர்ஷ்டம் கைகூடுவதில்லை. அவ்வகையில் நான் இந்தக் கழுகுமலையை மனிதனின் பெருவிருப்பத்தின் ஒரு குறியீடாக மட்டுமே காண்கிறேன்.'

'எங்கும் பிணந்தின்னிக் கழுகுகள்தான் சுற்றியலைகின்றன'

'நீங்கள் உரைப்பதிலும் உண்மை இருக்கலாம் மாரனே! மலை உச்சிக்குச் சென்றதும் நீங்கள் சொல்லும் கழுகுகள் இருப்பதில்லை. அங்கு தன் முட்டைகளைக் கவனமாக அடைகாக்கும் ஒரு கழுகுக் குடும்பத்தை மட்டுமே நான் காண்கிறேன். அங்கிருந்து அந்தத் தூயமனநிலையுடன் நான் இறங்கி வருகிறேன்.'

எரிச்சலடைந்த மாரன், 'இதையே உங்களின் இறுதி வார்த்தை யாக எடுத்துக் கொள்கிறேன்' என்று கூறியபடி மறைந்து சென்றான்.

13

மழை தொடர்ந்து பெய்யத் துவங்கியது. கி.மு. 485ஆம் ஆண்டின் மழைக்காலம்.

புத்தரைப் பொருத்தமட்டில் பருவமழை என்பது ஒருவகை வீட்டுச்சிறைதான். அவரது முடிவுறாத பயணத்தின் இடையே ஒரு தற்காலிக நிறுத்தம்தான் அந்த மழை. அவர் தம்மத்தைப் பரப்பிக் கொண்டிருந்தார். ஒருவேளை அதைத் தேடிக்கொண்டு இருந்திருக் கலாம். ஞானமடைந்து இத்தனை வருடங்கள் கழிந்தபின்பும் அவர் என்னதான் இன்னும் எதிர்பார்த்துக்கொண்டிருக்கிறார்? அவரது மனம் இன்னும் ஓய்வடையவில்லை. தொடுவானத்திற்கும் அப்பால் ஏதோ ஒன்று இன்னும் கண்டறிய எஞ்சியிருப்பதாகவே கருதிக் கொண்டிருப்பதில் அவருக்கு ஒரு அலாதியான திருப்தியிருந்ததோ என்னவோ. அவர் தரிசனத்துக்கு மேலும் ஒளிசேர்க்கும் ஒன்றோ அவர் சிந்தனையை இன்னும் நுட்பமாக்கும் ஏதோ ஒன்றோ இன்னும் கண்டறியப்படாமலே இருப்பதுபோலவே தேடுவார். அப்படியான ஒருவருக்கு இந்தக் கட்டாய வீட்டுச்சிறையென்பது தீவிர தியானத்திற்கும் தீவிர சிந்தனைக்குமான ஒன்று. ஆகவே மழைக்காலம் முடிந்தபிறகு அவர் தன் பயணத்தைப் புதுப்பிக்கப் பட்ட வலிமையுடனும் புத்துணர்வூட்டும் சிந்தனையுடனும் துவங்குவார்.

மேலும் புத்தர் பெரும்பாலும் தனிமையை அடைகாப்பவ ராகவே இருந்தார். தன் இளவயதிலுமே அவர் இங்கனம்தான் இருந்தார் என்றாலும் இப்பொழுது எண்பது வயதை நெருங்கிக் கொண்டிருப்பவருக்கு அந்த நீண்ட பருவமழைக்காலம் அடைகாக்க ஏற்ற ஒன்றாகவே இருந்தது.

மழைபொழிந்து மங்கலாக இருந்த அந்தப் பகல் பொழுதில் அவர் தியானத்திலோ பகற்கனவிலோ கற்பனையிலோ சஞ்சாரித்த படியிருக்கும் பட்சத்தில் அவர் தேவதத்தன் செய்த மாற்றத்திற்கான கலகம் குறித்தும் தலைமையைக் கேள்விக்குள்ளாக்கியது குறித்தும் தான் யோசித்துக்கொண்டிருப்பாராக இருக்கும். தேவதத்தனின்

கலகம் கொள்கைத்தளத்தில் நிகழ்ந்த ஒன்று என்பதை ஒப்புக் கொள்ளத்தான் வேண்டும். அவன் புத்தரிடம் பலவீனமாக உணர்ந்தவற்றை நோக்கி மட்டுமே அறைகூவல் விடுத்தான். அவன் கோரியவையெல்லாம்,

1. துறவிகள் காட்டில் மட்டுமே வசிக்க வேண்டும்.
2. அவர்கள் தங்கள் பிட்சைப் பாத்திரத்தில் யாசித்துப் பெற்றவை களை மட்டுமே புசிக்கவேண்டுமேயன்றி விருந்து உபச்சாரங் களை ஏற்கலாகாது.
3. அவர்கள் இரந்து பெற்ற கந்தல் துணிகளிலிருந்து ஓரிழை கச்சைகளைக் கிழித்தெடுத்து அதை மட்டுமே அணிய வேண்டும்.
4. அவர்கள் மழைக்காலங்களில்கூட கூரையினடியில் ஒதுங்க லாகாது. அதிகபட்சமாக மரத்தடியில் ஒதுங்கிக் கொள்ளலாம்.
5. அவர்கள் சைவ உணவு மட்டுமே உண்ணவேண்டும்.

இந்தக் கடுமையான விதிமுறைகள் ஒரு ஆர்வம் மிக்க இளைஞனின் இயல்பான வைராக்கியம் போலத்தான் தோற்றமளிக்கின்றன. ஆனால், புத்தர் தன்னுடைய இத்தனை வருட உலக அறிவில் இத்தகைய லட்சியவாத புனிதப்படுத்தல்கள் நடைமுறைக்கு உதவாது என்பதை உணர்ந்திருந்தார். முதல் விதிமுறையைப் பொறுத்தமட்டில் அதைச் செயல்படுத்தினால் மதத் துறவிகள் பொதுமக்களின் அன்றாட வாழ்விலிருந்து அந்நியப்பட்டுப் போவார்கள். மக்களுக்கும் பௌத்த சங்கங்களுக்கும் இடையில் நிகழும் உரையாடல் ஒரு பண்டமாற்று முறை போல நிகழ்ந்துவருவது புத்தரின் கண்களுக்கு முக்கியமானதாகப் பட்டது. அதை நிறுத்துவது பௌத்தர்களின் தொப்புள் கொடியை அறுப்பது போன்றது என அவர் எண்ணினார். இரண்டாம் மற்றும் மூன்றாம் விதிமுறைகள் சற்றுப் பொருத்தமானதாக நீங்கள் கருதலாம். இவ்வாறு அழைப்புகளை ஏற்று விருந்துண்ணச் செல்வது படிப்படியாகச் சீர்குலைந்து ஒருவருக்கொருவர் அனுகூலமாகக்கூட செயல்பட வாய்ப்பிருக்கிறது. (எங்ஙனம் புத்தருக்குப் பிறகு தம்மம் குலைந்து தளர்ந்து போனதோ அது போலவே) நான்காவது விதிமுறை வெறும் அலங்காரம் மட்டுமே என்பதில் ஐயமில்லை. பலத்த மழையிலும் கடுங்குளிரிலும் பல துறவிகள் உடல்நலங் கெட்டுப் போவார்கள். சிலர் இறக்கவும் கூடும். ஐந்தாவது விதிமுறை புத்தரின் பலவீனமான இடத்தை ஒருவேளை தட்டி யிருக்கலாம். சத்ரியராகப் பிறந்ததால் புத்தர் மாமிசத்தின் சுவையை அறிந்தே இருந்தார். (அவர் காட்டுப் பன்றியின் இறைச்சியை மிகவும் அனுபவித்து உண்டதாகச் சொல்லப்படுகிறது. இறுதியில்

அதன் கெட்டுப்போன இறைச்சியை உண்டதால்தான் அவர் மரணித்தார்). எப்படியிருந்தாலும் தீவிர சைவம் என்பது காற்றோடு போய்த்தான் விட்டது. இதில் முதன்மையானவர்களாக விளங்குவது சமணர்கள் மட்டுமே. இந்துக்களில் பிராமணர்கள் ஏதோ காரணங்களுக்காக புலால் மறுப்பைக் கொஞ்சம் கொஞ்சமாக பழகிக் கொண்டிருக்கிறார்கள். கி.மு. ஒன்று அல்லது இரண்டாம் ஆண்டுகளில் விஷ்ணு ஒரு பெருந்தெய்வமாக நிலைபெற்றபிறகு வைணவர்கள் புலால் மறுப்பைக் கட்டாயமாக்கினார்கள் என்றும் சொல்லப்படுவதுண்டு. புத்தர் காலத்துக்குப்பின் வெகு விரைவாகவே அசோக சக்கரவர்த்தி சைவ உணவுப்பழக்கத்தை மேற்கொண்டு, அகிம்சையை வலியுறுத்தினார். ஆகையால் ஒருவேளை புத்தர் இந்த விதிமுறையை மட்டும் ஏற்றுக்கொண்டிருந்தால் அது அந்தக் காலத்தோடு இயைந்திருந்த ஒன்றாகவே இருந்திருக்கும்.

புத்தரின் சொந்த விதிமுறைகள் தளர்வானவை என்று சொல்வதைவிட உண்மையானவை என்று சொல்லலாம். அவர் தன் துறவிகள் விருந்து அழைப்புகளை ஏற்க அனுமதித்தார். அங்கு புலால் உணவை அனுமதித்த அதேநேரத்தில், 'அவ்விலங்குகள் இத்துறவிகளுக்காகக் கொல்லப்பட்டிருக்கக்கூடாது' என்றும் உரைத்தார். இவ்வாறு இவர் விதிமுறையைத் தளர்த்தியது ஒருவகையில் பௌத்தத்தின் அடிப்படைக்கே எதிராகிவிட்டதில் வியப்பதற்கு ஒன்றுமில்லை. புலால் உண்பது என்பது அகிம்சை யுடன் நேரடியாகவே முரண்கொள்கிறது. நாம் அவற்றை ஒதுக்கி வைத்துப் பார்த்தால் கூட, எப்பொழுது புத்தர் விருந்துணவிற்கு சம்மதிக்கிறாரோ, அப்போது அவ்வுணவே அவருக்காகத்தான் சமைக்கப்படும். அப்பொழுது அந்த விருந்தளிப்பவர், 'அவ்விலங்குகள் இத்துறவிகளுக்காகக் கொல்லப்பட்டிருக்கலாகாது' என்னும் விதிமுறையை அனுசரிப்பார். ஆனால் எழுந்தருளியிருக்கும் இந்தச் சிறப்புமிக்க விருந்தினருக்காக அவர் கசாப்புக் கடைக்குச் சென்று இறைச்சி வாங்கி வருவார். அவ்வகையில் நுட்பமாகப் பார்த்தால் விருந்துண்பவரோ விருந்தளிப்பவரோ யாருமே விலங்கைக் கொல்வதற்கான குற்றவுணர்ச்சி கொள்ளத் தேவை யில்லை.

புத்த பெருமானின் இறப்பிற்குக் காரணமாக இருந்த அந்த உணவைச் சமைத்தவர் 'சுந்தா' என்றழைக்கப்பட்ட ஒரு கரிய மனிதர். முன்பே கூறியபடி தன் தலைவரின் சுவையறிந்த சுந்தா அவருக்கு மிகவும் பிடித்த 'சுக்கிரமடவா' எனப்படும் இறைச்சி உணவைத் தயார் செய்தார். அறிஞர்கள் பலர் அது எவ்வகை உணவு என்பது குறித்து பல விவாதங்களை எழுப்பியுள்ளனர். ஆனால் அந்தச் சிறப்பு உணவு காட்டுப்பன்றிதான் என்பது ஏறக்குறைய நிரூபிக்கப்பட்டுவிட்டது.

புத்தரையும் 'பன்றி'யையும் சார்ந்து எழுப்பப்பட்ட விவாதங் களைப் பற்றிய விளக்கங்களைக்கூட அளிக்கலாம். வட இந்தியர் கள் இறைச்சியாக உட்கொள்ளும் பன்றி இறைச்சி என்பது மேற்கத்திய விரிவுரையாளர்களால் கருதப்படும் 'பன்றி' அல்ல. மேற்குலகில் பன்றிகள் வீட்டு விலங்காக வளர்க்கப்பட்டு இறைச்சிக் காக உண்ணப்படுகின்றன. ஆனால் புத்தரின் காலத்தில் பன்றிகள் வீட்டு விலங்காக வளர்க்கப்பட்டிருப்பதற்கு வாய்ப்புகள் இல்லை. இன்றுமேகூட இந்துக்களில் சத்ரியர் மற்றும் அது சார்ந்த சாதிகள் வீட்டுவிலங்கான பன்றியைக்கூட உண்பதில்லை. (அதிலும் மாட்டிறைச்சியென்றால் கண்டிப்பாக இல்லை). ஆனால் கி.பி. 950ஆம் வருடம் வரை அவர்கள் காட்டுப்பன்றியை மிகவும் அனுபவித்து உண்டு வந்திருக்கிறார்கள். (தற்காலத்தில் காட்டுப் பன்றிகள் அருகிவரும் உயிரினம் என்று கருதிப் பாதுகாக் கப்படுகின்றன) ஆகவே புத்தர் உண்டது கண்டிப்பாகக் காட்டுப் பன்றிதான். காட்டுப்பன்றி வேட்டையாடி வீழ்த்தப்பட்டதால் அதன் இறைச்சி ஏற்கப்பட்ட ஒன்றாக இருந்தது. வளர்ப்புப் பன்றிகள் சுகாதாரமற்றவையாகக் கருதப்படுகின்றன. மேலும் இந்துக்கள் அதை உண்பதும் இல்லை.

தேவதத்தனின் அத்தனை ஆட்சேபணைகளும் அப்படி யொன்றும் தொந்தரவுபடுத்துவதாக இல்லைதான். ஒருவர் புத்தரின் ஆகிருதியிலும் தலைமைப் பண்பிலும் ஈர்க்கப்பட்டு இயல்பாகக் கீழ்ப்படிந்து விளங்குவார். அப்படியிருக்க கடினமான விதிமுறைகள் ஏதும் தேவையில்லைதான். ஆனால் உண்மையான அபாயமே, புத்தருக்குப் பிறகு தம்மமே தளர்வானபிறகு பௌத்தமடாலயங்கள் சீர்குலைந்து போகும் என்பதுதான். 'தாங்களே பிட்சையெடுத்து வாங்கிய கந்தல் துணிகள்' என்பதற்கு மாறாக ஒரு பிட்சு பட்டுத் துணியாலோ ஆடம்பர விருந்தாலோ ஈர்க்கப்படலாம். இங்கனம் இன்று நிகழ வாய்ப்பு இருப்பதைத்தான் தேவதத்தன் குறிப்பிட எண்ணினான். எதிர்பார்த்தபடியே புத்தரால் எள்ளி நகையாடவும் பட்டான். ஆனாலும் தேவதத்தன் தன் கோரிக்கைகளில் விடாப் பிடியாக இருந்ததால் அது சங்கத்துக்குள் பிரிவினையை உண்டாக் கியது. பிரிவினைவாதம் கடும் தண்டனைக்கு உரியது என புத்தர் தேவதத்தனை எச்சரித்தார்.

சொல்லப்போனால் பிரிவினைவாதம் அத்தனை மதங்களுக்கும் பொதுவான தீமைகளில் ஒன்று. புத்தரைப் பௌத்தத்தின் போப் பாண்டவர் என்று எடுத்துக் கொண்டால் தேவதத்தனின் தூய்மை வாதம் புரோட்டஸ்டண்ட்களைக் குறிப்பிடுவதாக எடுத்துக்கொள்ள லாம். இஸ்லாமும் சன்னி மற்றும் ஷியா என இரு பிரிவுகளாகப் பிரிந்தது. அங்ஙனமே, மஹாராஜா அஜாதசத்ருவின் ஆதரவினால் பௌத்தத்தில் உண்டான பிளவு பல காலங்களுக்கு உயிர்ப்புடன்

விளங்கியது. ஆனால் தேவதத்தன் நீண்ட காலத்திற்கு உயிருடன் இருக்கவில்லை. அவர் 'பூமியினால் விழுங்கப்பட்டு விட்டார்'. இதை எப்படி வேண்டுமானாலும் எடுத்துக்கொள்ளுங்கள்.

ஆனால், பல மாணவர்களுக்குள்ளும் பௌத்தர்களுக்குள்ளும் அவரின் கருத்துக்கள் பலத்த அதிர்வலையை உண்டாக்கின என்பது மிகத் தெளிவான ஒன்று. வியப்பூட்டுகின்ற வகையில் தேவதத்தனின் சங்கமும் பல வருடங்களுக்கு நீடித்திருந்தது. ஆயிரம் வருடங்கள் கழித்து இந்தியாவிற்கு வந்த சீனப்பயணி ஃபாஹியான், தான் தேவதத்தரின் அடியாராக விளங்கிய ஒரு துறவியைக் கண்டதாகக் குறிப்பிட்டுள்ளார்.

ஒருவர் புத்தர் மீது எந்தளவிற்கு அபிமானம் கொண்டிருந் தாலும் வயதாக ஆக புத்தர் மிகவும் பிடிவாதக்காரராகவும் குரூரமானவராகவும் ஆகிவிட்டாரோ என்று எண்ணக்கூடும். அவர் தேவதத்தனுடன் விட்டுக்கொடுத்துப்போய் ஒரு ஒப்பந்தத்திற்கு வந்து அந்தப் பிரிவினையைச் சமாளித்திருந்திருக்கலாம். அதுபோலவே அவரின் தொடர்ச்சியையும் அவர் முடிவு செய்திருக்கலாம். குருநாதர் மிகவும் தளர்ந்திருப்பதையும் அவருக்கு வயதாகி விட்டதையும் கண்டு, ஒரு இளம் துறவியைச் சங்கத்தின் தலைவராக நியமிக்கவேண்டும் என்று தேவதத்தன் இறைஞ்சினான். இதே முறையீட்டை மூன்றுமுறை சங்கக் கூடுகையின்போது அவன் எழுப்பினான். அதற்கு புத்தர் உரைத்த மறுமொழி இங்கு முக்கிய மானது, 'சங்கப் பொறுப்புக்களை நான் சரிபுத்தாவிற்கோ அல்லது மொகல்லனாவிற்கோகூட அளிக்கமாட்டேன். அத்தகைய நிலையில் பொதுவாகவே இழிவான குணமுள்ள உனக்கு அவ்வாய்ப்பு வர சிறிதும் வாய்ப்பும் இல்லை' என்றார். இவையனைத்துமே மிகவும் உணர்ச்சிவசப்பட்ட கோபமான வார்த்தைகள். இங்கு குருநாதரிடம் நாம் பொதுவாக எதிர்பார்க்கிற சமநிலையை நம்மால் காண முடிவதில்லை.

தேவதத்தன் பௌத்தத்தைப் பிரித்து புதிய பிரிவை உண்டாக்கு வேன் என்று கூறியதுபோல அவரால் அதைச் செயல்படுத்த முடியவில்லை. ஆனால், தம்மத்தில் ஒரு பிரிவினை என்பது பிற்காலத்தில் நிகழவே செய்தது. அது மஹாயானத்திற்கும் ஹீனயானத்திற்கும் ஊடாக நிகழ்ந்தது. ஏனைய மதங்களில் உள்ளதுபோல இவை ஒன்றன்மீதொன்று பகை கொண்டவையல்ல. அதற்கான காரணங்களும் புரிந்துகொள்ளக் கடினமானவையல்ல. ஆனால் ஒன்றைக் குறிப்பிட்டேயாக வேண்டும். தன் தாய்நாடான இந்தியாவிலிருந்து பௌத்தம் நடைமுறையில் தேய்ந்து மறைந்து விட்டது. மற்றபடி அது பிற தேசங்களை நோக்கி விரவியது. அதேநேரத்தில் இப்பிரிவினை மற்றநாடுகளில் எல்லாம் தம்மத்தைப்

பாதிக்கவில்லை. மஹாயான கல்விமுறை சீனா, ஜப்பான், திபெத் ஆகிய நாடுகளிலும் ஹீனயானம் ஸ்ரீலங்கா, மியான்மர், கம்போடியா மற்றும் தாய்லாந்து ஆகிய நாடுகளிலும் வெகுவாகப் பரவின.

இதில் மிகவும் வியப்பிற்குரியது என்னவென்றால், ஏறக்குறைய பௌத்தம் மட்டுமே உலகில் உள்ள மற்ற மதங்களுடன் ஒப்பிடு கையில் கடவுள், இறைவன், இறைவி பற்றிப் பேசாத ஒரே மதமாக விளங்குகிறது. நாம் கடவுள் இல்லாமலேயே செயல்படமுடியும் என்பதைப் புத்தர் நிரூபித்துக்காட்டி விட்டார். முதலில் அந்த ஒன்றுக்காகவே அவருக்கு நாம் நன்றி செலுத்தவேண்டும். இருப்பினும் பௌத்தத்தை நாத்திகவாதம் என்று கூறுவதுமே தவறான முடிவாக ஆகிவிடக்கூடும். ஒருவன் நல்வாழ்க்கை வாழத் தேவையான அனைத்துமே அவரது போதனைகளில் உள்ளன. ஒரு வேறுபாடு என்னவெனில் புத்தர் தன் சிந்தனையில் மிகவும் சிக்கனமானவராக இருந்திருக்கிறார். கடவுளை நிறுவனப்படுத்தாத ஒரு ஆன்மீக வாழ்வை, கடவுள் பற்றிய ஒரு பொதுச் சிந்தனையை உருவாக்காமல் முன்னெடுக்கப்படும் பட்சத்தில், புத்தர் மகிழ்ச்சி யுடன் ஆதரித்து இருந்திருப்பார்.

உலகின் சரிபாதிக்கும் மேற்பட்ட நிலப்பகுதிகளை ஆள்கின்ற ஆபிரஹாமிய மதங்கள் நமக்குப் பயிற்றுவித்திருக்கும் சிந்தனையின் விளைவாகத்தான் நம் மனம் மதத்தையும் கடவுளையும் சமமாகப் பாவிக்கப் பழகியிருக்கிறது. இந்துமதம் பலதெய்வ வழிபாட்டை முன்னிறுத்துகிறது. ஆனால் அதில் ஒருவர் எந்தக் கடவுளையும் தேர்ந் தெடுத்து வணங்க இயலும். பௌத்தம் இன்னும் ஒருஅடி முன்னால் செல்கிறது. இது ஒருதெய்வம் பலதெய்வங்கள் போன்ற கருத்துக் கள் அனைத்திலும் இருந்தும் விலகியே நிற்கிறது. இது பகுத்தறி வானதாகவும் தனித்து நிற்கும் ஒன்றாகவும் விளங்குகிறது. இதில் பெரும் அனுகூலமும் இருக்கிறது. பௌத்த அறிஞரான எட்வர்ட் கான்ஸ் உய்த்துணர்ந்து கூறுவது போல, 'கிறிஸ்துவர்கள் போலில்லாமல், பல நெருடலான இறையியல் சார்ந்த புதிர்களைப் பௌத்தர்கள் தவிர்த்திருக்கின்றனர். மேலும் அவற்றை இணைத்துக் கொள்ள வேண்டிய ஒரு கட்டாயத்தையும் அவர்கள் உண்டாக்கிக் கொள்ளவில்லை.'

உலகம் முழுதும் நிறைந்திருக்கும் ஒன்று அனைத்து உயிர்களின் மீதும் அன்பு பாராட்டும் ஒன்று என்னும் இடத்தில் அனைத்து மதங்களும் கடவுள் என்னும் ஒரு கற்பனையை முன்வைக்கின்றன. ஆனால் அதே இடத்தில், நாம் நிதர்சனமாக உணரும் துக்கம் மற்றும் மனக்கிலேசம் ஆகியவற்றைப் பௌத்தம் முன்வைக்கிறது. அடிப் படையில் புத்தர், துக்கம் என்னும் ஒன்றை ஒப்புக்கொண்டு தான்

துவங்கவே செய்கிறார். அதை மட்டும்தான். அதன் பிறகு அதிலிருந்து வெளியேறும் வழி என்ன என்கிற பகுத்தறிவுக் கேள்விக்குள் நுழைகிறார். அவருக்குத் தெளிவற்ற சிந்தனையான கடவுள் மற்றும் அன்பு ஆகியவை தேவைப்படவில்லை. பௌத்தம் அன்பு குறித்தும் எங்கும் உரையாடவே இல்லை. இங்கே கான்ஸ் கூறுவது பொருத்தமாக இருக்கும், 'புத்தரின் மனம் 'துல்லியமான ஞானம்' என்னும் ஒன்றின் மீதே குவிந்திருந்தது. மேலும் அவருக்கு அதிகம் அதிருப்தி அளிக்கக்கூடிய பதம் எதுவென்று நோக்கினால் அது 'அன்பு' என்னும் பதமாக இருக்கவே சாத்தியங்கள் அதிகம் இருக்கின்றன. இதைக் கண்டு, பௌத்தம் மிகவும் வறண்ட, தரிசான, ஈரமே இல்லாத ஒன்று என பொருள் கொள்ளலாகாது. பௌத்தத்தின் ஆதாரமான சிந்தனைகளில் ஒன்று கருணை அல்லது பிற உயிர்கள் மீது கொள்ளும் இரக்கம். ஹெச்.டபிள்யூ.ஷூமன் சொல்வதுபோல, 'அவர் (புத்தர்) தயை நிறைந்த அன்பினால் முழு மனதையும் ஒளிரூட்டுகிறார்.'

~

அரசர் பிம்பிசாரரின் கொடூரமான மரணம் மட்டும்தான் புத்தருக்கு எதிராக ஏவப்பட்ட நிகழ்வு என்று சொல்லிவிட இயலாது. இன்னொரு பழைய நண்பரின் மரணமுமே அதேயளவிற்குப் பரிதாபமான ஒன்றாகத்தான் இருந்தது. கோசலா தேவியின் சகோதரரும் கோசலநாட்டு மன்னருமான பசேநதி, தன் சகோதரியின் மறைவினாலும் அதற்குச் சில காலங்கள் முன்பு நிகழ்ந்த பிம்பிசாரரின் கொடூர மரணத்தினாலும் மிகவும் துயர் கொண்டிருந்தார். ஒருவருடம் அவர் தன் ஆளுகைக்கு உட்பட்ட சாக்கிய குடியரசிற்கு வருகை புரிந்தார். அப்பொழுது அவர் வருகை புரிந்த இடத்திற்கு அருகாமையில் இருந்த மேடலும்பாவில்தான் புத்தரும் இருந்தார். அதை அறிந்த பசேநதி, புத்தரைத் தரிசிக்க தமக்கு வாய்த்த ஒரு அரும் வாய்ப்பாக அதைக் கருதி புத்தரின் இடம் நோக்கித் தன் புரவியில் சென்றார். அவருடன் மற்றொரு புரவியில் அவரது மெய்க்காப்பாளனும் உடன் வந்தான். அந்த மெய்க்காப்பான் காரயான் என்பவருக்குக் கட்டுப்பட்டவனாக இருந்தான். காரயான் ஏற்கனவே நிகழ்ந்த பல சிக்கல்களால் அரசர் மீது உள்ளார்ந்த வன்மம் கொண்டிருந்தான். பசேநதி தன் பரிவாரங்களுடன் புத்தர் தங்கியிருந்த இடத்தை வந்தடைந்தார். புத்தர் மீதிருந்த மரியாதை காரணமாக, பசேநதி தன் அரசமுத்திரைகளுடன் உடைவாள் மற்றும் மகுடத்தைக் கழற்றி காரயானிடம் அளித்துவிட்டு அதைக் கவனித்துக் கொள்ளச் சொன்னார்.

புத்தரே வந்து வாயிலைத் திறந்து அவரை வரவேற்றார். பெரும் புகழுடன் விளங்கிய அவ்விரு முதியவர்களும் ஒருவரை ஒருவர் தழுவிக்கொண்டு நட்பு பாராட்டினர். வாயில் சாத்தப்பட்டது.

அரசரும் குருநாதரும் நீண்டதொரு உரையாடலில் இருந்தனர். உடைவாளையும் மகுடத்தையும் கண்ட காரயான் மூடப்பட்டிருந்த வாயிலையும் ஒருமுறை கண்டான். அவன் கைவசம் இருக்கும் அரசாங்க முத்திரைகளையும் உடைவாளையும் மகுடத்தையும் பயன்படுத்தி ஒரு காரியம் சாதிக்கலாம் என்று அவன் மனம் கணக்கிட்டது. இளவரசர் விதூதபர் அப்பொழுது பட்டத்து இளவரசராக இருந்தான். அரசருடன் வந்த குழுவினருடன் தாதி ஒருவளும் இருந்தாள். அவளிடம் பசேநதியின் புரவியைக் கவனித்துக் கொள்ளுமாறு கூறினான் காரயான். பிறகு தன் புரவியை விரைவாகச் செலுத்தி விதூதபரை அடைந்தவன், 'வணக்கம் இளவரசே! கோசலதேசத்தின் அரசு முத்திரையும், உடைவாளும் மகுடமும் இதோ இருக்கின்றன. இந்தாருங்கள். இனி உங்களை நீங்களே கோசலத்தின் அரசராக அறிவித்துக் கொள்ளவியலும். நானும் என் வீரர்களும் உங்களுடன்தான் இருக்கிறோம்.'

'நற்காரியம் செய்தீர்கள் காரயான்' என்று கூறி அகலமாகப் புன்னகைத்தான் விதூதபர். அந்தப் பெரு மதிப்புடைய பொருட்களை ஏற்றுக் கொண்ட அவன், காரயானுடன் சிராவஸ்திக்குள் நுழைந்து தன்னைக் கோசல நாட்டின் புதிய அரசனாக அறிவித்துக் கொண்டான்.

எழுபத்தியாறு அகவை நிறைந்திருந்த பசேநதியும் அவருக்கு இணையாகவே வயதடைந்திருந்த புத்தரும் தாங்கள் விடைபெற்றுக் கொள்வதற்கான வேளை வந்துவிட்டதை உணர்ந்தனர். நீண்டகால நண்பர்களான இருவரும் பிரியத்துடன் மீண்டும் ஒருமுறை தழுவிக் கொண்டனர். பிறிதொருமுறை சந்திக்கக் கூடிய வாய்ப்பு கிட்டுமா என்று அறியாதவர்களில்லை. புத்தர் தானே வந்து வாயிலைத் திறந்தார். பசேநதி வெளியே வந்தார்.

இயல்பாகவே காரயானைத் தேடிய அரசர் அவன் தென் படாதது குறித்துக் குழப்பமடைந்தார். அவரது வீரர்களும் அவர்களின் புரவிகளும் அங்கில்லை என்பதையும் உணர்ந்தார். பசேநதியின் புரவியைக் காத்தபடி முற்றிலும் தளர்ந்த நிலையில் அந்தத் தாதி மட்டும் அங்கு நிற்பதைக் கண்டார்.

எரிச்சலும் ஆத்திரமும் ஒன்றுசேர, 'ஏ பெண்ணே! காரயான் எங்கே? வீரர்கள் எங்கு சென்றனர்?' என வினவினார்.

அந்தத் தாதி சற்றுத் தயங்கியபடி,'அரசே! காரயான் கிளம்பிச் சென்றுவிட்டார். அவர்... அவர்.. உங்களுடைய உடைவாளையும்... அதனுடன் உங்கள் அரச மகுடத்தையும்.. உடன் எடுத்துச் சென்று விட்டார்'

'என் படைவீரர்கள் எங்கே?'

'அரசே! காரயான் அவர்களையும் உடனழைத்துக் கொண்டு தான் சென்றார்.'

மொத்தச் சூழலையும் ஒருகணத்தில் உணர்ந்துகொண்டார் பசேநதி. மானக்கேடான நம்பிக்கைத் துரோகம் நடந்தேறியிருக்கிறது.

'இதை ஏன் என்னிடம் உடனே தெரியப்படுத்தவில்லை பெண்ணே?' அதிர்ச்சியுடன் கோபமும் வேகமும் கலந்து அவர் குரல் வெளிப்பட்டது.

அந்தப்பெண் தன் இருகரங்களையும் கூப்பி தொழுதபடி, 'அரசே! எங்களின் தலைவரான காரயான் நான் யாருடனும் உரையாடலாகாது என்று எனக்கு ஆணையிட்டார். அவ்வண்ணம் உரையாடினால் அவர் என்னைக் கொன்றுவிடுவாரென்றும் எச்சரித்தார். தாங்களும் என்னிடம் எதுவும் கூறிச் செல்லவில்லை. அப்படியிருக்கையில் நான் என்னதான் செய்திருக்க இயலும் அரசே!'

அந்தப்பெண் விசும்பினாள். பசேநதி சற்று நிதானமடைந்தார். மேற்கொண்டு அவளை விசாரிப்பதில் பலனேதும் இருக்கப்போவ தில்லை என்று அவருக்கு விளங்கிவிட்டிருந்தது. இருப்பினும், 'காரயான் செல்லும்போது யாரிடமாவது ஏதேனும் உரையாடிக் கொண்டிருந்தானா?' என்று வினவினார்.

'வீரர்களிடம் அவர் இளவரசர் விதுதபர் பெயரைச் சொல்லி உரையாடிக்கொண்டிருந்தார் அரசே! அதை நான் கேட்டேன்.'

'சரி பெண்ணே! நீ இங்கேயே எங்காவது தங்கிக்கொள். நான் ராஜகிருஹம் செல்கிறேன்.'

பசேநதி புத்தருடன் உரையாடிய நேரம் அவர் கருதிவந்த நேரத்தைவிடவும் அதிக நேரத்தை எடுத்துக்கொண்டுவிட்டது. விரைவில் அந்தி சாய்ந்துவிடும்.

பசேநதி அங்கே தன் உடைவாளும் கிரீடமும் இன்றி தனித்து நின்றிருந்தார். வேறு துணையேதும் இன்றி அவர் புரவியும்கூட தனித்து நின்றிருந்தது. தன் மருமகன் அஜாதசத்ருவிடம் சென்று அடைக்கலம் கோரலாம் என்று பசேநதி தீர்மானித்தார். அவனுடன் உரையாடி அவனை இணங்கச் செய்தால் ஒருவேளை

விதூதபர் மீது படையெடுக்கவும் செய்யலாம் என்று எண்ணினார். ராஜகிருஹம் அங்கிருந்து வெகு தொலைவில் இருந்தாலும் அவருக்கு மாற்றுவழி என ஏதும் அப்பொழுது இல்லை. மனத்திடம் மிகுந்த அந்த வயோதிகர் ராஜகிருஹம் நோக்கித் தன் புரவியைச் செலுத்தினார். மணிமகுடம் இல்லாத சிரத்தில் தலைமுடிகள் பறந்தாடின. உடைவாள் இல்லாமலிருப்பதை ஒருவித நிர்வாணமாகவே எண்ணிக் கொண்டிருந்தார். அதனுடன் ஒரு தனிமையும் உடனிருக்கிறது. அதுநாள்வரை அவர் உணர்ந்திராத தனிமை. ராஜகிருஹம் நோக்கிச் செல்லும்போது மெல்ல மெல்ல அவரை இருள் சூழ்ந்து கொண்டது.

ராஜகிருஹத்தின் நுழைவாயிலை அவர் அடையும் முன்னரே இருள் அவரைச் சூழ்ந்துகொண்டது. அவர் எண்ணியது போலவே வாயிற்கதவுகள் அடைக்கப்பட்டிருந்தன. அவற்றைத் திறக்கச்சொல்லி தட்டுவது ஒன்றும் பலனளிக்கப்போவதில்லை. அவை திடமான மரத்தினால் ஆனவை. என்ன ஓசையெழுப்பினாலும் உள்ளே கேட்கப்போவதில்லை. இருள் சூழ்ந்தபின் மூடிய வாயிற்கதவுகளை ஒருக்காலும் மீண்டும் திறக்கலாகாது என்பதே உள்ளிருக்கும் காவலர்களுக்கான உத்தரவு.

பசேநதி அவ்விரவை வாயிற்கதவுகளுக்கு வெளியே வெட்ட வெளியில்தான் கழித்தாக வேண்டும். அந்த நீண்ட கடினமான பயணத்தாலும் வெற்றுத்தலையில் பலமாக வீசியடித்த எதிர்க் காற்றினாலும் அவர் மிகவும் தளர்ந்துவிட்டிருந்தார். பகற்பொழுது முழுவதும் சூரியன் கருணையற்று அவர் மேனியைச் சுட்டெரித்தது என்றால் இப்பொழுது இந்தக் கடுங்குளிர் பாதுகாப்புக் கவசங்கள் ஏதுமற்ற அவர் உடலை வாட்டி வதைக்கிறது. நள்ளிரவில் இந்தக் காற்றும் குளிரும் இன்னும் மோசமானதாக இருக்கும் என்பதும் அவர் அறிந்த ஒன்றுதான். பசேநதி காலைமுதல் உணவு ஏதும் உட்கொள்ளவும் இல்லை. அவருடைய சோர்வுடன் பசியும் இணைந்து கொண்டது. இனி காலைவரை அவர் பட்டினியாகத் தான் இருந்தாக வேண்டியிருக்கும்.

மதில்சுவற்றுக்கு வெளியே இடிந்தநிலையில் ஒரு கூடாரம் இருந்ததை அவர் கண்டார். பகல்பொழுதுகளில் சூரிய வெப்பத்தி லிருந்து தன்னைக் காத்துக்கொள்ள அந்தப் படைவீரர்கள் அதை உபயோகித்திருக்கக்கூடும். அது ஒன்றும் அந்தளவிற்குப் பாதுகாப் பானதாக இல்லை என்றாலும் அதைவிடவும் சிறந்த வேறொன்று அங்கே அச்சமயத்தில் இல்லை.

காற்றினாலும் வெப்பத்தினாலும் அடித்துத் துவைக்கப்பட்டு முற்றிலும் வற்றிப் போயிருந்த அந்த வயோதிகர் அந்தக் கூடாரத்திற்குள் வெறும் கட்டாந்தரையில் படுத்துக்கொண்டார். அவரது உடலின்

ஒவ்வொரு அணுவும் ஓய்வை நாடியதால் அவருக்கு இதமானதாக இருந்தது. அசைவில்லாமல் கிடந்தார். ஓய்வும் மிகவும் நல்லதுதான். ஆனால் அதுவுமே துரோகமிழைக்கக்கூடும். சிறிது நேரத்திலேயே அந்த வயோதிகர் அந்நிலையின் தீயவிளைவுகளுக்கு ஆளானார். அசைவை இழந்த அவர் உடல் வெம்மையையும் இழந்தது. சிறிது சிறிதாகக் குளுமையடையத் துவங்கியது. ஓரிரு மணித்துளிகளில் விறைத்துவிட்டது. அந்தக் காற்றோட்டமான பகுதியில் இங்கனம் குளிர்ந்துகொண்டே செல்வது மிகவும் ஆபத்தானது. ஆனால் பசேநதியோ இந்த உடலியல் கவலைகளுக்கெல்லாம் அப்பால் இருந்தார். அவர் பெரிதாக அலட்டிக்கொள்ளவில்லை.

அவருக்கிருந்த ஒரே ஆறுதல் புத்தருடனான சந்திப்பும் உரையாடலும்தான். அவ்வனுபவத்தை அவர் போற்றிப் பாதுகாத்து வந்தார். அந்தக் கட்டாந்தரையில் படுத்தகணம் முதற்கொண்டே அச்சந்திப்பின் ஒவ்வொரு கணங்களையும் மனதிற்குள் இனிமையாக மீட்டியபடி வந்தார். புத்தர் உரைத்த ஒவ்வொரு சொல்லையும் நினைவுகூர்ந்தார். ஒவ்வொரு பதத்தையும் சிந்தித்தார். புத்தர் அவருக்குத் தன் போதனைகளை உரைத்திருந்தார், 'தம்மத்தையே ஒளிவிளக்காக எண்ணி பற்றிக் கொள்க! ஒரு அகதி போல தம்மத்திற்குள் தஞ்சமடைக!' பசேநதி அரைத்துயிலில் இருந்து ஆழ்துயிலுக்குள் செல்லும் வரை அவ்வார்த்தைகளே அவர் செவிகளில் இனிமையாக ஒலித்துக்கொண்டிருந்தன. துயிலுக்குள் மீண்டும் புத்தரைக் கண்டார். தேஜஸான முகத்துடனும் ஒளிவீசும் உடலுடனும் நின்றிருந்தார் புத்தர். அதுவே பசேநதிக்கான இறுதி தரிசனமாக நிகழ்ந்தது. அதிகாலையில் காவலர்கள் வாயிலைத் திறந்ததும் அங்கு கூடாரத்தில் ஒரு உயரமான மனிதர் படுத்திருப் பதைக் கண்டனர். யாரோ ஒரு யாசகர் இறந்துகிடப்பதாக எண்ணியபடி அருகில் சென்ற அவர்கள், அவரது உடைகளைக் கண்டு அவர் யாசகர் அல்ல என்று தெளிவடைந்தனர்.

விதூதபர்தான் இப்பொழுது கோசலநாட்டின் மன்னராக விளங்குகிறான். சாக்கியக் குடியரசின் மீது அவன் நீண்டநாட்களாக வஞ்சம் கொண்டிருந்தான். அந்த இளைஞன் தற்போது அதிகாரம் பெற்றவனாகி விட்டதால் அவன் கபிலவஸ்துவை நோக்கித் தன் படை நகர்வை நிகழ்த்தினான். அந்தப் புதிய அரசரின் நோக்கம் புத்தருக்குத் தெரிய வந்ததும் அவர் கபிலவஸ்துவை அழிக்கவேண்டாம் என்று அவனிடம் வேண்டினார். குருநாதரின் வயதுகருதி அவன் அதிலிருந்து பின்வாங்கினான். இவ்வாறு மேலும் இருமுறை நிகழ்ந்தது. நுழைவாயிலருகே விதூதபர் தன் படைகளுடன் வந்து நிற்பதும் புத்தர் அவனிடம் வந்து அந்நகரை விட்டுச் செல்லும்படி வேண்டி இணங்கச் செய்வதும்

மீண்டும் மீண்டும் நிகழ்ந்தபடியே இருந்தன. ஒவ்வொருமுறையும் திரும்பிச் சென்றதும் விதூதபர் முன்னை விடவும் மிகவும் உக்கிரம் கொண்டவனானான். நான்காம் முறை விதூதபரின் படை கபிலவஸ்துவைச் சூறையாடுவதை யாராலும் தடுக்க இயலவில்லை. அவனை எதிர்த்து நின்ற அனைவரையும் அவன் படை கொன்றழித்தது. பின் மொத்த நகருக்கும் அவன் எரியூட்டினான். கி.மு. 484–485 ஆண்டுகளில் இது நிகழ்ந்தது. அத்தருணத்தில் புத்தர் சிராவஸ்தியில் இருந்தார். இருப்பினும் அந்நகரத்தைப் பற்றி அவர் எண்ணிப்பார்த்திருப்பார் என்று உறுதியாகச் சொல்ல முடியும். எந்த நகரத்தில் அவர் தன் இளமையைக் கழித்தாரோ அது எரிந்துகொண்டிருக்கிறது. அவரது மனம் இரும்புபோல வலிமையுடையது என்றாலும் அது எத்தகையதொரு வேதனையில் ஆழ்ந்திருக்கும் என்பதையும் எண்ணிப்பார்க்க இயலும். அந்தக் கடுந்துயரளிக்கும் இழப்புகளினால் அவரது சமநிலை சற்று வெறுமைகொண்டிருக்கும்.

வயோதிகம் என்பது முற்றான அழிவு என்றுதான் பொருள் படுமா என்ன?

மரணத்தின் கோரநடனம் அந்நிகழ்வுகளுக்குப் பிறகும் நின்ற பாடில்லை. கி.மு. 485ஆம் ஆண்டின் பருவமழை முடிந்த சிறிது காலத்திற்குள்ளாகவே குருநாதரின் தலைமை மாணாக்கர்களாக விளங்கிய சரிபுத்தா இறந்த செய்தி வந்தடைந்தது. ராஜகிருஹத்திற்கு அருகாமையில் இருந்த நளகாமத்தில் அவர் உடல்நலம் குன்றி மரணித்ததாக அச்செய்தி உரைத்தது. அதன்பின் மற்றொரு முதன்மை மாணாக்கரான மொகல்லனாவும் இறந்தார். அவரது மரணம் மிகவும் அதிர்ச்சிகரமானதாக இருந்தது. மொகல்லனா கொலை செய்யப்பட்டிருந்தார். ஒரு பிட்சு.. அதிலும் ஒரு குருநாதர்.. கொலை செய்யப்பட்டாரா? எனில் யார் அந்தக் கொடுமையை இழைத்தது? மொகல்லனா தன் சிறந்த உபதேசங்களினால் அநேக மக்களைத் தன் பின்னால் திரட்டியதால் மற்ற பாடசாலைகள் அவர்மீது பகை கொண்டிருந்தன. அவர்கள் ஒரு கள்வனை ஏவி அவரை வெட்டி வீழ்த்தினர். ஒரு குருநாதருக்கான உச்சபட்ச மரியாதைதான் எங்கனம் வழங்கப்பட்டிருக்கிறது! தொடர்ந்து நிகழ்ந்த தன் அடியார்களின் மரணங்கள் குருநாதரைச் சற்று வருத்தமடையச் செய்தது.

இதோ! இன்று மழை விட்டுவிட்டது. புத்தர் அவ்வயதிலும் பயணம் மேற்கொண்டபடிதான் இருந்தார். குருநாதரின் வயோதிக காலத்தில் அவருடன் அவர்மீது மிகவும் நம்பிக்கைகொண்டிருந்த ஆனந்தா மட்டும்தான் உடனிருந்தார். ஒவ்வோர் இடமாக அவர் கள் சுற்றியலைந்தனர். 'வா! ஆனந்தா! அம்பாலத்திகா செல்வோம்'

‘வா ஆனந்தா! நாளந்தா செல்வோம்’

‘அவ்வண்ணமே தேவா’

‘வா ஆனந்தா கோடிலிகம் செல்வோம்’

‘அவ்வண்ணமே தேவா’

‘வா ஆனந்தா! வைசாலி செல்வோம்’

‘அவ்வண்ணமே தேவா’ (ஆனால் நாம் வைசாலி பற்றி பிறகு ஆராய்வோம்)

ஒவ்வொரு இடத்திலும் குருதேவர் தன் ஆசிகளை வழங்கினார். ஒவ்வொரு இடத்திலும் அவர் தன் போதனைகளை விரிவாக உரைத்தார். ‘அத்தகையதானதொரு நேர்மையான ஒழுக்கம் இருக்கிறது. அத்தகையதானதொரு ஆழ்ந்த சிந்தனை இருக்கிறது. அத்தகைய அளவில் ஞானமும் இருக்கிறது.’ அவர் எங்குமே நம்பிக்கையைக் கோரவில்லை. ஞானத்தைத்தான் கோரினார். அறிவார்ந்த மனமே உகந்தது என்றார். என்றுமே உணர்ச்சிவசப் படுவதைவிட, பற்று அல்லது தீவிர நம்பிக்கை வசப்படுவதைவிட, அறிவுவசப்படுவதே சிறந்தது என்று அவர் வாதிட்டார். இவ்வாறு தான் 2500 ஆண்டுகளுக்கு முன் அவர் நவீன உலகிற்கான போத னையைப் போதித்தார்.

இவற்றிற்கிடையே, அம்பாபாலியின் கதை ஒன்றையும் நான் சொல்லவேண்டும். விபச்சாரி என்று நேற்றைய உலகாலும் பாலியல் தொழிலாளி என்று இன்றைய உலகாலும் அழைக்கப்படும் விலைமாது அம்பாபாலியின் மகிழ்ச்சியான கதை. அவள் மிகவும் மேம்பட்டவளாகவும் சமூகத்தில் மிகவும் மதிக்கப்பட்டவளாகவும் தான் விளங்கினாள். அம்பாபாலி தான் பிரபலமாக இருந்த காலத்தில் ஓரிரவு இன்பத்திற்கு ஐம்பது பொற்காசுகள் வாங்கிவந்தாள். அந்தப்பணம் ஐந்து காராம்பசுக்களுக்கு இணையானது. அவளுக்கு அரசர் பிம்பிசாரர் மூலமாகப் பிறந்த ஒரு மைந்தனும் இருந்தார். அவர் பிற்காலத்தில் ஒரு புத்த பிட்சுவாக மாறினார். அம்பாபாலி இன்றுமே நல்ல பொலிவுடன் கவர்ச்சியாகத்தான் இருந்தாள். அதனால் பெரு மதிப்புள்ள பரிசுகள் அவளுக்கு இயல்பாகவே கிடைத்தவண்ணம் இருந்தன. அவள் குருதேவருக்கும் சங்கத்திற்கும் அவளுடைய தோட்டமான அம்பாபாலி வனத்தைக் காணிக்கையாக அளித்தாள். அம்பாபாலி வனம் (அம்பாபாலியின் தோட்டம்)... பௌத்த மடாலயங்களின் உச்சமாக அதன் தலைநகராகப் பெருமையுடன் வைஷாலி விளங்கியது’ என்று வைஷாலி பற்றிய குறிப்பு ஒன்று தெரிவிக்கிறது.

அனைத்துப் பிட்சுகளும் அம்பாபாலியின் தோட்டத்திற்கு வருகை தந்திருந்தபோது, அம்பாபாலி புத்தரிடம் ஒரு கோரிக்கையை முன்வைத்தாள். 'குருநாதருடன் ஏனைய சகோதரர்களும் எனது இல்லத்திற்கு எழுந்தருளி விருந்து உபச்சாரத்தை ஏற்றுக்கொண்டு சிறப்பிக்க வேண்டுகிறேன்'

புத்தர் மௌனமாக அதை அங்கீகரித்தார்

இவ்வாறாக, தனக்கான அணிவகுப்பை அம்பாபாலி கவர்ந்து விட்டதாக அவள்மீது வைஷாலியில் வாழும் லிச்சாவியினர் சினம் கொண்டனர். ஆகவே அவர்கள் ஒரு திட்டம் தீட்டினர். ஒரு பந்தயம் வைத்து அதன்மூலம் வெற்றியாளரைத் தேர்ந்தெடுக்கலாம் என்று முடிவு செய்தனர். போட்டியில் பங்கேற்ற அனைவரும் இளைஞராக இருந்ததால் அந்த வயதான பெண்மணியை எளிதில் வெற்றி கொண்டுவிடலாம் என்று அவர்கள் எண்ணியிருந்தனர். ஆனால் நிகழ்ந்ததென்னவோ வேறு.

'மேலும் அம்பாபாலி அச்சுக்கு அச்சு, சக்கரத்திற்குச் சக்கரம், நுகத்தடிக்கு நுகத்தடி இளம் லிச்சாவிகளுக்கு இணையாகவே ஓட்டிவந்தாள். அப்பொழுது அந்த லிச்சாவியினர் விலைமாதான அம்பாபாலியிடம், 'அம்பாபாலி உன்னால் எங்கனம் எங்களுக்கு இணையாக வண்டி ஓட்ட முடிகிறது?' என்று வினவினர்.

'பெருமக்களே! இங்கனம்தான் நான் அந்த மகானையும் அவர்தம் சீடர்களையும் என் இல்லத்திற்கு வரவழைக்கமுடியும்?'

'அம்பாபாலியே... அந்த விருந்தை எங்களுக்கு விட்டுத் தந்துவிடு! மாறாக நாங்கள் ஒரு லட்சம் பணம் தருகிறோம்'

'பெருமக்களே! மொத்த வைஷாலியையும் அதன் பெருமைக் குரிய பகுதிகளையும் எனக்கே எழுதிவைப்பதாகச் சொன்னாலும் கூட நான் இந்தப் பெருமைக்குரிய வாய்ப்பை விட்டுத்தரமாட்டேன்'

இதைக்கேட்ட லிச்சாவிகள் தங்கள் கரங்களை உயர்த்தி, 'இந்த மாந்தோப்பு மங்கை எங்களை வென்றுவிட்டாள்! இவளால் நாங்கள் தோற்கடிக்கப்பட்டோம்" என்று உற்சாகமாகக் கூவிச் சென்றனர்.

மறுநாள் காலை அந்த 'மாந்தோப்பு மங்கை' புத்தருக்கும் அவர்தம் உடன் வந்த பிட்சுகளுக்கும் அற்புதமான விருந்து பரிமாறினாள். சில வருடங்கள் கழிந்து அம்பாபாலி பௌத்தத்தில் சந்நியாசியாகத் தன்னை இணைத்துக் கொண்டாள். அவள் புனிதத்துவம் எய்தியிருக்கவும் வாய்ப்பு இருக்கிறது.

கி.மு. 484ஆம் ஆண்டின் பருவமழைக் காலத்தை புத்தர் தன் சீடர் ஆனந்தாவுடன் பெலுவாவில் தங்கிக் கழிக்க விரும்பினார்.

அவர்தம் மாணவர்களிடம் உரைத்தார், 'யாசகர்களே! இங்கு தான் நமது நண்பர்களும் உறவினர்களும் வசிக்கிறார்கள் என்று உணர்ந்து ஒவ்வொரு மழைக்கால இரவிற்கும் தங்குமிடமாக வைஷாலியைக் கருதிக்கொள்ளுங்கள். நான் இனி இந்த மழைக் காலத்தில் தங்க பெலுவா நோக்கிச் செல்கிறேன்'. பெலுவா வைஷாலியின் புறநகர்ப் பகுதியாக விளங்கியது.

இந்தத் தருணத்தில் தன் பிட்சுக்களிடம், 'தங்கள் நண்பர்கள், தங்களுக்கு நெருக்கமானவர்கள்' ஆகியோருடன் அவர்கள் தங்க வேண்டும்' என புத்தர் மனமுவந்து கூறியதை நாம் கருத்தில் கொள்ள வேண்டும். அவர்கள் தங்களுக்குள்ளே பரஸ்பர மானுட அரவணைப்பு கொண்டிருக்கவேண்டும் என அவர் விரும்பினார். ஆனால் புத்தர் தன்னைக் குறித்து அவ்வண்ணம் எண்ணினாரா? ஆம். அவர் மீது பெரும் ஈடுபாடு கொண்ட மாணவன் ஆனந்தா எப்பொழுதும் அவருடனேயே இருந்தார். ஆனால் அவர் யசோதரா குறித்தோ ராகுலன் குறித்தோ எப்போதாவது யோசித்துப் பார்த்ததுண்டா? குறிப்பாக பெலுவாவில் நோய்வாய்ப்பட்டு விழும் போதாவது எண்ணினாரா? அவர் உடல் முழுதும் பெருவலி கொண்டிருந்தது. அது மழைக்காலம் என்கிறபடியால் அது ஒருவகைக் காய்ச்சலாகவும் இருக்க வாய்ப்பு இருக்கவே செய்கிறது. படுக்கை யிலேயே பலநாட்கள் வீழ்ந்து கிடந்தார். அந்நாட்களிலாவது அவர் தன் மைந்தன் குறித்து ஏதாவது சிந்தித்தாரா? கண்டிப்பாக இல்லை. குருநாதருக்குத் தன் மனதைக் கட்டுப்படுத்தும் பேராற்றல் இருந்தது. யோகிகள் கூறும் 'பொருளின்மை' என்பது போல அவர் விரும்பினாலும் அந்தச் சிந்தனை அவர் மனதை அறிவைச் சீண்டாவண்ணம் அவரால் வாழ இயலும். புத்தர் தனது தூய்மை யான எண்ணத்தில், அவரது விருப்பத்திற்கேற்ப வளைந்து கொடுத்திருக்கவும் கூடும். அவர் செய்யாமல் விட்டிருப்பவையே இன்னும் ஏகப்பட்டவை உள்ளன. தன் மாணாக்கர்களுக்கு அவர் போதிக்கவேண்டியவையே இன்னும் ஏகப்பட்டவைகள் உள்ளன. ஆகவே நோய் தன்னை விட்டு அகல்வதற்கான அத்தனை முயற்சிகளையும் தன்னால் இயன்றவரை அவர் மேற்கொண்டார். அவர் மெல்ல அந்தக் குடிலின் நிழலில் அமரத் துவங்கினார். அவரை அணுகிய ஆனந்தா, குருதேவர் தன்னுடைய இறுதிக் கட்டளை பற்றியும் அமைப்பின் அடுத்த தலைமை குறித்தும் ஏதும் அறிவிக்காமல் இறந்து விடுவாரோ என்று தான் அச்சப்பட்டதை ஒப்புக்கொண்டார். ஆனால் இங்குதான் ஏனைய சீடர்கள் போலவே விளங்கிய ஆனந்தாவின் மனமும் புத்தரின் மனமும் வேறுபாட்டை அடைகின்றன. பின்வரும் உரையாடலில் ஒரு உணர்ச்சி வேகத்தையோ அல்லது ஒருவகை எரிச்சலையோ கண்டறியமுடிகிறது.

‘பிறகு எந்தக் கட்டளையை என்னிடமிருந்து எதிர்பார்க்கிறாய் ஆனந்தா? நான் என்னிடம் கொஞ்சமும் மிச்சம் வைத்துக் கொள்ளாமல் மொத்தத்தையும் போதித்துவிட்டேன். நிச்சயமாக யாராவது ஒருவர் ‘இனி நான்தான்!’ ‘நானே இனி இந்த மடாலயங் களை வழிநடத்தத் தகுதியானவன்!’ ‘இனி இந்த அமைப்பு என்னைச் சார்ந்துதான் இயங்கவேண்டும்’ என்றெல்லாம் நினைத்திருக்கக்கூடும். ஆனால் ததாகதர் இத்தகைய விதிகள் எதையும் விதிக்கவில்லை. பிறகு ஏன் இப்படியான சங்க, அமைப்பு குறித்த அறிவுரைகளை அளிக்கவேண்டும் என்று எதிர்பார்க்கிறாய்?’

இதைக் காண்கையில் யாருக்கும் பணிய மறுக்கும் ஒரு பிடிவாதம் போலவே தோன்றுகிறது. ஆனால் புத்தர் உடனே மிக்க உணர்ச்சியுடன் அந்தரங்கமாக உரையாடத் துவங்கினார்.

‘ஆனந்தா! நானுமே இப்பொழுது வயோதிகனாகி விட்டேன். எண்பது அகவையை அடைந்து விட்டேன். முழு ஆயுளையும் நான் வாழ்ந்து விட்டேன். என் வாழ்க்கைப் பயணம் அதன் முடிவை வரைந்து கொண்டிருக்கிறது. என்னுடைய காலம் நெருங்கி விட்டது. தேய்ந்து போன வண்டிபோல நிற்கிறேன். இனி நுகத்தடியின் உதவியாலேயே நான் நகர முடியும். ததாகதரின் உடல் அந்தக் கட்டுப்பாட்டில்தான் இயங்கும் என்று நான் நம்புகிறேன்.’

இங்கு குருதேவர் ஒரு பொருத்தமான உருவகத்தைக் கையாண் டிருக்கிறார் என்றபொழுதிலும் ஒரு முக்கியமான கேள்வி பதிலில் லாமல் காத்திருக்கிறது. புத்தர் ஏன் அவருக்கு அடுத்த பீடாதிபதியை நியமிக்க மறுத்தார்? ஏன் அவருக்கான அடுத்த தலைமை தேர்ந் தெடுக்கப்படவில்லை? நாம் அதைச் சற்று ஆராயலாம். ஒரு விஷயம்! புத்தர் தனக்குப் பிறகு மோசமானவர் யாராவது ஒருவர் வந்து தன் கொள்கைகளைத் திரித்துவிடலாம் என்று எண்ணி அஞ்சி இருந்திருக்கலாம். சமீபகால உதாரணமாக தேவதத்தன். அவன் இத்தகையதொரு அபாய எச்சரிக்கையை எழுப்பியிருக்கிறான். புத்தருமேகூட சங்கத்துக்குள் ஒருவித ஜனநாயகத் தன்மையை ஊக்குவித்து இருந்திருக்கலாம். சொல்லப்போனால் புத்தரின் மறைவிற்குப் பிறகு இதுதான் நிகழ்ந்தது. முதலில் ஒரு குழப்பம் இருந்தது. பின் ஒரு குழு அமைக்கப்பட்டது. புத்தர் தானாகவே முன்வந்து குழு எங்கனம் செயல்பட வேண்டும் என்கிற ஒரு உயர்நிலை விளக்கத்தை அளித்திருந்தார். அவர் சுந்தாவிடம், ‘சுந்தா! உங்களில் யார்யாருக்கெல்லாம் நான் உணர்ந்த அந்தப் பேருண்மையை உபதேசித்திருக்கிறேனோ, அவர்கள் அனைவரும் ஒன்றாக வந்து அதை ஒன்றாக மனனம் செய்யவேண்டும். ஒவ்வொருவரின் விளக்கத்தையும் ஒப்பிடவேண்டும். ஒவ்வொரு

வரிகளையும் ஒப்பிட்டு நோக்கவேண்டும். அப்படித் திகழும் பட்சத்தில் இந்தத் தம்மம் வெகு காலத்திற்கு நீடித்திருக்கும்.'

இரண்டாயிரத்து ஐநூறு வருடங்களுக்கு முன்பு முக்கியமான மூலவாக்கியங்களைப் பாதுகாக்க அவற்றை மனனம் செய்வதைத் தவிர வேறு உபாயங்கள் ஏதும் இருந்திருக்கவில்லை என்பதை நாம் கருத்தில் கொள்ளவேண்டும். மூலவாக்கியங்களில் ஏதேனும் மாறுதல்களோ கருத்து வேறுபாடுகளோ இருக்கும் பட்சத்தில் அவற்றை ஒரு விவாதத்தின் மூலம் இறுதி செய்யவேண்டும். புத்தர் காலத்திற்கும் பல்லாண்டுகள் முன்பிலிருந்தே வேதங்கள் இவ்வண் ணம்தான் பாதுகாக்கப்பட்டன. அதன் பிரகாரம் அத்தகையவர்கள் த்விவேதி, த்ரிவேதி, சதுர்வேதி என்று அழைக்கப்பட்டனர். இவை முறையே இரண்டு மூன்று மற்றும் நான்கு வேதங்களை மனனம் செய்தவர்கள் என்கிற பொருளைத் தருகின்றன. இதில் முக்கியக் குறைபாடாக உள்ளது என்னவெனில், மொத்த அறிவாற்றலும் அதை மனனம் செய்வதற்கே செலவழிந்து விடுவதால் அதிலிருந்து புதிய சிந்தனைகள் உருவாவதற்கான ஆற்றலை இது உறிஞ் சிவிடுகிறது.

புத்தர் பூரண நலத்துடன் மீண்டவுடன், 'வா ஆனந்தா! வைஷாலிக்குச் செல்லலாம்' என்று அழைத்தார்.

'அவ்வண்ணமே தேவா!'

வைஷாலியே புத்தருக்கு மிகவும் பிடித்த இடமாக விளங்கியது. அவர் தனது நோயிலிருந்து மீண்டெழுந்ததே ஒரு அதிசயம்தான். வேறொருவராக இருந்திருந்தால் அதற்குப் பலியாகி இருப்பார்கள். புத்தருக்குமே இது நன்றாகத் தெரியும். நலிந்த உடலுடன் அவர் சேபலர் ஆலயத்திற்குச் சென்றார். அவர் ஆனந்தாவிடம் நெகிழ்ச்சி யான குரலில் உரையாடினார். 'ஆனந்தா! ஒரு தருணத்தில் நான் இங்கு வைஷாலியில் சோமந்தகர் ஆலயத்தில் தங்கியிருந்தேன். ஒரு தருணத்தில் இங்கு வைஷாலியில் ஏழுமாங்கனிகளின் ஆலயத்தில் தங்கியிருந்தேன். ஒரு தருணத்தில் இங்கு வைஷாலியில் பாஹுபுத் ஆலயத்தில் தங்கியிருந்தேன். ஒரு தருணத்தில் இங்கு வைஷாலியில் ஷ்ரந்தாதர் ஆலயத்தில்...'

இங்கு அவரின் உணர்ச்சிகள் மறைக்க முடியாதபடிக்குத் தெளிவுடன் வெளிப்படுகின்றன. புத்தருமே இதை மறைக்க விரும்ப வில்லை. வைஷாலி வைஷாலி என்று மீண்டும் மீண்டும் அன்புடன் குறிப்பிடுகிறார். சோமந்தகர் உள்ளிட்ட மற்ற ஆலயங்களையும் அவ்வண்ணமே பற்றுதலுடன் குறிப்பிடுகிறார். ஒருதருணத்தில் என்பதும் அப்படித்தான் வெளிப்படுகிறது. அதுதான் இறுதித் தருணம் என்றொரு குறிப்பை அவர் இங்கு தருகிறாரோ! அதை

யொற்றியே இங்கு என்ற வார்த்தையும் மீண்டும் மீண்டும் வருகிறது. ஒருவேளை, அழிவின்மையை எப்பொழுதும் பழகிவந்த புத்தருக்கு அந்தக் கணத்தில் காலமும் இடமும் தன் இறுதி மரியாதையை அளித்தனவோ!

இந்த இடத்தில் காலமும் தூரமும் கொண்ட நிரந்தரமில்லாத வாழ்க்கையை அணுகுவதை உணர்ச்சிகரமானதாகவோ, பலவீன மானதாகவோ நீங்கள் கருதலாம். மனச் சமநிலை கூடிவந்த ஒருவர் தன் வாழ்வின் அத்தகைய தருணத்தில் அங்கனம் உணர்ச்சி வயப்பட்டுப் பேசியதையெல்லாம் நீங்கள் மன்னித்து விடுங்களேன்.

அவற்றை நன்றாக அறிந்தவர் அவற்றின் பெயர்களை அவர் மீண்டும் மீண்டும் சொல்லிக்கொண்டே இருக்கிறார். ஆகவே அவ்வாறு மறுபடி கூறியது அந்த உரையாடல்காரரின் பழக்கத் தினால்கூட இருந்திருக்கலாம். அவர் அனுபவத்தில் மகிழ்ந்தி ருக்கிறார். ‘ஆனந்தா! அதிலும் இன்று இந்த சேபலர் ஆலயத்தில் நான் உன்னிடம்...’ ‘வைஷாலி எத்தனை மகிழ்ச்சியான இடமாக இருக்கிறது பார்! உடேனா ஆலயம், ஏழு மாங்கனிகளின் ஆலயம் மற்றும் ஏனைய ஆலயங்கள் எவ்வளவு ரம்மியமாக இருக்கின்றன பார்!’ என்றெல்லாம் கூறினார்.

பெயருடன் இணைந்து மகிழ்ச்சியான, ரம்மியமான என்றெல்லாம் அவர் கூறுவது தெளிவான உணர்ச்சிகள்தான். புத்தர் தனக்குள் எதையும் வைத்துக்கொள்ள விரும்பவில்லை. வாக்கியங்கள் மிக உறுதியுடன், ‘முன்பொரு தருணத்தில்’ ‘மேலும் இன்று’ என கடந்த காலத்தையும் நிகழ்காலத்தையும் குறிப்பிடுகின்றன. ஒரு கேள்வி சிந்தனையில் எழுகிறது. ‘நாளை என்ற ஒன்று அங்கு இருக்க வாய்ப்பிருக்கிறதா?’

மொத்த வைஷாலியையும் கனிவுடன் பார்த்தபடி புத்தர் இறங்கி வந்தார். அதுதான் இறுதிப்பார்வை என்பதை அவர் அறிவார். நாளை என்ற ஒன்று அங்கில்லை என்பதையும் கூட!

புத்தரின் பயணம் தொடர்ந்தது. பண்டகம், ஹதிகம் மற்றும் அவ்வழியில் இருந்த ஏனைய இடங்களைக் கடந்து சென்றார். பின் அவர் பாவா என்ற இடத்தை வந்தடைந்தார். சமண மதத்தைத் தோற்றுவித்த மகாவீரர் அவ்விடத்தில்தான் கிமு 527இல் மரண மடைந்தார். புத்தரும் பாவாவில்தான் அவர் மரணிக்கக் காரணமாக இருந்த உணவை உட்கொண்டார். ஆனால் அங்கிருந்தும் தன் பயணத்தைத் தொடர்ந்தவர் குசிநாராவிற்கு அருகில்தான் இறுதியாக விழுந்தார். பாவா (ஃபஸீல்நகர் என்று இன்று பலரால் குறிப்பிடப் படும் நகரம்) இரு பிரபலமான மதங்களை நிறுவியவர்களின் நிரந்தர ஓய்வுத்தலமாக அறியப்படலாம். ஆனால் புத்தரின் வாழ்க்கைக் கதைகளுக்குள் மீண்டும் செல்வதற்கு முன் நாம் சில விஷயங்களைக்

கவனிக்க வேண்டும். 'சக்கரச் சுழற்சியில் சிம்மத்தின் கர்ஜனை' என்பது புத்தரின் அந்திமக் கால போதனைகளின் தொகுப்பாகும். இதில் புத்தர் தன் சீடர்களுக்கான உபதேசங்களை இங்கனம் துவங்குகிறார்.

'சகோதரா! நீ உனக்குள்ளே ஒரு தீவை உருவாக்கிக்கொண்டு அங்கேயே இருப்பாயாக! உனக்கு உன்னைத் தவிர வேறு யாரிடமும் அடைக்கலம் கோராதே! யாருக்கும் உன்னுள் புகலிடமும் அளிக்காதே! உன் தீவாகத் தம்மத்தை எண்ணிக்கொண்டு அதற்குள் மட்டுமே வாழ்ந்து வா! தம்மத்திற்கு மட்டும் உனக்குள் புகலிடம் அளி! வேறு யார்க்கும் அளிக்காதிருப்பாயாக!' சகோதரா! ஒருவன் எப்படித் தனக்குள் ஒரு தீவாகத் தனித்திருக்க இயலும்? அவனின்றி வேறு யாரிடமும் அடைக்கலம் கொள்ளாதிருக்க இயலும்? வேறு யார்க்கும் தனக்குள் இடமளிக்காமல் இருக்க இயலும்? எப்படி தம்மத்தில் தீவாக வசிக்க இயலும்? எப்படித் தம்மத்திற்கு மட்டும் புகலிடம் அளித்து வேறு யார்க்கும் புகலிடம் அளிக்காதிருக்க இயலும்?'

அடுத்த பத்தி அதை எங்கனம் ஆற்றுவது என்று விவரிக்கிறது. 'அங்கனம்தான் சகோதரா! ஒரு சகோதரன் தனக்குள் ஒரு தீவாக விளங்கலாம்'

இவ்வுரையின் துவக்க வார்த்தைகளில் உள்ளதொரு கருத்தைக் கவரும் அம்சம் அதில் மீண்டும் மீண்டும் வரும் 'தீவு' என்கிற உருவகம்தான். புத்தர் தொடர்ந்து உபயோகிக்கும் உவமைகள், உருவகங்கள் எல்லாம் அன்றாட வாழ்விலிருந்து தினசரிப்பணி களிலிருந்து எடுத்துக்காட்டப் படுபவையாகவே இருந்திருக்கின்றன. அவ்வண்ணம் நோக்கும்போது இந்தத் 'தீவு' என்கிற உவமை பல காரணங்களால் நம் கவனத்தைக் கவர்கிறது. முதலில், புத்தர் தன் வாழ்நாள் முழுவதும் நிலப்பகுதிகளால் சூழப்பட்ட பகுதிகளிலேயே வசித்து வந்தார். அவர் ஏதேனும் ஒரு தீவைக் கண்டிருக்க வாய்ப்பே யில்லை. இரண்டாவதாக, இந்தத் தீவு என்கிற உவமை புத்தருக்குப் பொருந்தாவண்ணம் இருக்கிறது. அவரே ஒரு பொதுவாழ்வில்தான் இருந்துவருகிறார். புறநோக்கு மிகுந்தவராகவும் வெளியே செல்பவ ராகவும்தான் விளங்கினார். பிறகெப்படித்தான் 'தீவு' என்னும் அடையாளத்துடன் புத்தர் தன்னைப் பொருத்திக் கொள்கிறார்? அவர் தன் வயோதிக காலத்தில்தான் 'தீவு' என்னும் பதத்தினால் ஆட்டுவிக்கப் பட்டிருக்கவேண்டும். புத்தரின் ஒட்டு மொத்த வாழ்க்கையையும் காணும்போது 'புத்தரே ஒரு தனித்தீவாகத் தான் விளங்கினார்' என்று தைரியமாகக் குறிப்பிடமுடியும். அடிப்படையில் புத்தர் ஒரு தனிமைவிரும்பியாகவும் தன்னுள்ளே ஒடுங்கிய ஒருவராகவும்தான் இருந்திருக்கிறார். பிறகு அவரே,

தான் காண விரும்பிய ஒன்றுக்காகவும், தன் போதனைகளை உரைப்பதற்காகவும், சங்கத்தை வளர்க்க வேண்டியும் தன்னை உக்கிரமாக வெளிக் கொணர்ந்தார். புத்தரின் அதிகாரப்பூர்வமான வாழ்க்கை வரலாற்று ஆசிரியரான, ஹெச். டபிள்யூ.ஷூமன், புத்தரின் குணம் பற்றிக் குறிப்பிடுகையில், 'அவருடைய நாற்பத்தைந்து ஆண்டுகால தொண்டு வாழ்க்கையில், கௌதமர் உள்நோக்கியும் புறமாகவும் மாறிக் கொண்டேயிருந்ததை நம்மால் உணரமுடிகிறது' என்று குறிப்பிடுகிறார். சிலநேரங்களில் சங்கத்தின் தலைவராக ஓய் வின்றிப் பேசிக்கொண்டேயிருப்பது; சில நேரங்களில் தனிமை யையும் அமைதியையும் நாடியிருப்பது என.

~

சிம்மத்தின் கர்ஜனை என்னும் போதனையையும் மற்றும் தீவு என்பதன் அலைக்கழிப்பையும் சேர்த்துப்பார்த்தால் இந்தத் தீவு மனிதன், பௌத்த சங்க மனிதனை வென்றெடுத்துவிட்டானோ என்ற முடிவிற்கு வர வாய்ப்பிருக்கிறது. அந்த உரையின் உணர்ச்சிப் பெருக்கான பகுதிகளோ அல்லது உணர்ச்சியின் விளிம்பில் நிற்கும் பகுதிகளோ அவற்றை எந்தக் கோணத்தில் பார்ப்பதையும் ஆமோதிக்கவே செய்கின்றன. ஆனாலும் ஒரு முரண் கண்டிப்பாக இருக்கவே செய்கிறது. புத்தர் இந்த உரையை ஒரு பொது இடத்தில் தான் ஆற்றுகிறார். தீவுமனிதனும் சங்கமனிதனும் கூடவேதான் இருந்திருக்கிறார்கள். ஆனால் அவர்கள் எந்தளவிற்குச் சுமுகமாக இருந்தார்கள் என்பதை அறிய முடியவில்லை.

தீவு என்னும் உவமை இல்லாத இன்னொரு போதனை பிரியா விடையளிக்கும் தொனியில் உள்ளது. அதில் புத்தர் மனப்பூர்வ மாகவும் வற்புறுத்தும் மொழியிலும் உரையாற்றுகிறார்.

'ஆகவே ஆனந்தா! தம்மத்தையே உனது ஒளிவிளக்காகக் கொள்க! உனக்குள்ளே அடைக்கலமாகியிரு! தம்மத்தை உன் கரங் களினால் ஒரு ஒளிவிளக்காக இறுகப் பற்றிக்கொள். தம்மத்திற்குள் ஒரு அகதிபோல அடைக்கலம் புகுந்துவிடு. உன்னைத் தவிர வேறு யாரிடமும் அடைக்கலம் பெறாதிருப்பாயாக!'

இங்கு விளக்கு என்னும் உவமை தீவு என்னும் உவமையை நீக்கிவிட்டிருக்கிறது. இங்கு நம் கவனத்தை ஈர்ப்பது மீண்டும் மீண்டும் வரும் 'அடைக்கலம்' என்னும் பதம்தான். இது, புத்தர் புறவுலகை ஒரு வலிமையான தாக்குதலாகவோ, நம்மை மிரட்டும் ஒன்றாகவோ கருதுகிறாரோ என்று எண்ணத் தோன்றும். அன்றாட வாழ்வை அத்தகைய தொனியில் குறிப்பிடுவது ஆரோக்கியமான தன்று. ஆனால் புத்தரின் பார்வையில் அது ஒன்றும் அந்தளவிற்குப் பிறழ்வானதாக இல்லை. ஆனால் ஒன்று,

தன்னுடைய வயோதிக வயதில் புத்தரின் எண்ணம் மிகவும் நுண்ணுணர்வுத்திறன் கூடியதாக ஆகியிருக்க வேண்டும். அவர், தன் சீடர்கள் தானில்லாமல் வாழ்வது குறித்தும் சிந்திக்கிறார். தான் இல்லாமல் இருந்தால் (ஒருவேளை தான் சுயநினைவில்லாமல் இருந்தாலோ) இம்மனிதர்கள் என்னதான் செய்வார்கள் என்றும் அந்தப் பதிலில்லாத (பதில் இல்லாமல் ஒன்றும் இல்லை. விரைவில் நிகழப்போகும் ஒன்றுதான்) சூழ்நிலைக்கான உபதேசமாகத்தான் 'விரைவாகத் தம்மத்தைப் பற்றிக்கொள்' அல்லது 'உனக்குள்ளே ஒரு தீவாக வாழு' 'உனக்குள்ளே அடைக்கலம் கொள்' என்றெல்லாம் உரைக்கிறார். தனக்குப்பின் தன் சீடர்கள் தந்தை யில்லாத குழந்தைகள்போல ஆகிவிடுவார்களே என்று புத்தர் வருந்துவதாகக்கூட அனுமானித்துக் கொள்ளலாம். வரப்போவதை எண்ணிக் கவலைப்படும் தொனி அவர் வார்த்தைகளின் மூலம் வெளிப்படுகிறது. ஒரு சாதாரண வாழ்க்கையை வாழும் பௌத்த பிட்சு தம்மத்தைப் பற்றி மட்டுமே சிந்திக்க வேண்டும். புறவுலகம் கண்டிப்பாக அச்சுறுத்தும் ஒன்றாகவே இருக்கும். புத்தருமேகூட தன் இளவயதில் புறவுலகை அவ்வண்ணம்தான் நோக்கினார். எப்பொழுதும் நினைவில் நிற்கும் வகையில் 'துறவிகளே! நான் இவ்வுலகுடன் முரண்படவில்லை. இவ்வுலகுதான் என்னுடன் முரண்படுகிறது' என்று ஒருமுறை அவர் குறிப்பிட்டுள்ளார்.

இங்கு முரண் என்றொரு பதத்தை அவர் உபயோகித்திருப்பது தனித்துவமானது. ஒரு சாதாரண மனிதன் இவ்வுலகை அதாவது மொத்த உலகையும் இங்கனம் முரண்பாட்டின் மூலகாரண மாகவோ, எதிர்த்து மோதவேண்டிய ஒன்றாகவோ எண்ணிப்பார்க்க மாட்டான். ஒரு மனிதன் இந்த ஒன்று அந்த ஒன்று என்று ஏதாவது ஒன்றுடனோ அல்லது ஏதாவது ஒரு கொள்கையுடனோகூட முரண்பட எண்ணுவான். ஆனால் இத்தகைய 'உலகார்ந்த முரண்' என்னும் பதம் புத்தர் இவ்வுலகை அணுகியவிதம் மீது ஒரு ஒளியைப் பாய்ச்சுகிறது. அவர் இங்கனம் முன்பு உபயோகித்த 'முரண்' என்னும் பதம் 'அடைக்கலம்' என்று அவர் உபதேசித்ததை எங்கனம் விளங்கிக் கொண்டோமோ அதை நமக்கு உறுதிப்படுத்துகிறது. இவ்வுலகுடனான 'முரண்' என்பது எப்பொழுதும் முடிவடையப் போவதில்லை என்பதால்தான் புத்தர் தன் வாழ்க்கையின் இறுதியில் 'அடைக்கலம்' புகுவதைப் பற்றி யோசிக்கிறார். மோதல் என்பது முடிவற்ற ஒன்று என அவர் எண்ணுவது தோல்வியின் முகப்பில் அல்ல. மாறாக புத்தர் தனிப்பட்ட நபர்மீது ஒரு பொறுப்பை அளிக்கிறார். அவரைப் பொறுத்தமட்டில் உலகுடனான 'முரணில்' இருந்து தப்பிப்பிழைக்க இரு வழிகள்தான் இருக்கின்றன. முதன் முதலாக இருப்பதுதான் தம்மம். அது மிகவும் உறுதியான ஒன்று,

இரண்டாவதாக இருப்பது 'ஒரு குருவிடமோ அல்லது ஒரு தீர்க்கதரிசியிடமோ சரணடைந்து விடாதே' என்னும் அவரின் உபதேசம்தான். அவ்வாறு சரணடையாதே! ஒரு மனிதன் இவ்வுலகுடன், 'அவனுள் அடைக்கலம் பெற்றவனாகவும், வேறு யாரிடமும் அடைக்கலம் கோராதவனாகவும்' இருக்கும் பட்சத்தில் தான், அவனால் மோத இயலும்.

எந்தவொரு கட்டுப்பாடும் இல்லாத நடத்தைக்கானதொரு உரிமமாக இந்த உபதேசத்தை எடுத்துக்கொள்ளக் கூடாது. அவர் சொல்வது யாதெனில், எந்தவொரு தனிப்பட்ட மனிதரும் அவர் பிட்சுவோ அல்லது அறியா மானிடரோ எத்தகையராக இருந்தாலும் அவர் கண்டிப்பாகத் தன்னுடைய சொந்தப் புரிதல் சார்ந்தே தம்மத்தைப் பற்றிக்கொள்ளவேண்டும். அவர் மிக்க பொறுப்புடனும் மிக உண்மையாகவும் அதைப் பின்பற்றவேண்டும். எப்பொழுதும் போலவே, அந்த உத்தரவிலும் தனிநபரின் ஞானம் குறித்த புத்தரின் தனித்துவமானதொரு வலியுறுத்தலைக் காணலாம். பக்திமயமான பௌத்தத்திலோ சற்றும் சிந்திக்காமல் ஒரு மதக் கட்டுப்பாட்டைப் பின்பற்றுவதிலோ புத்தர் ஒருபொழுதிலும் நம்பிக்கை கொண்டவராக இல்லை. அத்தகைய சுதந்திரமே பௌத்தத்தைப் பின்பற்று பவர்க்கு ஒரு அபாரமான தனித்துவத்தை வழங்குகிறது. எந்தவொரு மதமும் இங்கனம் 'உனக்குள் தீவாக இரு! உன்னையன்றி வேறு யாரிடமும் அடைக்கலம் கோராதே' என்று வலியுறுத்தாது. பலதெய்வ வழிபாட்டுமுறையைக் கொண்ட இந்துமதம் கூட தனக்குப் பிடித்தமான குலதெய்வத்தையோ அல்லது ஒரு பெருந்தெய்வத்தையோ தேர்ந்தெடுத்துக்கொண்டு வழிபடும் சுதந்திரத்தை அளித்தாலும் 'உனக்குள் மட்டுமே அடைக்கலம் கொள்' என்னும் பதம் அதையுமே கூட எரிச்சல் கொள்ளச் செய்யும். பௌத்தத்தைத் தவிர வேறு எந்தமதமும் தன்னைப் பின்பற்றுபவரின் ஞானத்திற்கு இத்தகைய முக்கியத்துவத்தை அளிக்கவில்லை. (இதுவும் புரிந்துகொள்ளத்தக்கதே! அம்மதங்கள் உருவான காலத்தில் கல்வியறிவு என்பது குறைவாக இருந்தது அல்லது முற்றிலும் இல்லாமல் இருந்தது). அனைவரும் வியக்கும் வகையில், தன்னுடைய போதனைகள் தனிந்திருந்து தியானித்திருப்பவர்களுக்கே அன்றி சமூகத்தில் கலந்து மகிழ்ந்திருப்பவர்களுக்கு ஆனது அல்ல என்று புத்தர் அறிவிக்கிறார். ஒரு மதப் பிரசாரகர் தன் போதனையைத் துவங்கும் முன் இவ்வாறு அறிவிப்பது என்பதை உங்களால் கற்பனை செய்துபார்க்க இயலுமா? மற்ற அனைத்து குருமார்களின் கூட்டத்திலும் கண்டிப்பாக எண்பது சதவிகித பார்வையாளர்கள் அமைதியாக அகன்றுவிடுவார்கள். இரண்டாயிரத்து ஐநூறு ஆண்டுகளுக்கு

முன்பே புத்தர் தனிமனிதனின் ஞானத்திற்கு இத்தகையதொரு பெரும் முக்கியத்துவத்தை அளித்திருப்பது வியத்தலுக்குரியது.

அவரது பிற்கால உரைகளில் 'தம்மசக்கரத்தைச் சுழற்றுபவரின் சிம்ம கர்ஜனை' என்னும் போதனைத் தொகுப்பே மிகவும் முக்கியத்துவம் வாய்ந்த ஒன்றாகத் தோன்றுகிறது. தன் இறப்பை முன்கூட்டியே உணர்ந்த புத்தர் அவ்வுரையைத் தன் மனதின் ஆழத் திலிருந்து ஆற்றுகிறார். அந்தக் குரலே மிகவும் உணர்ச்சிகரமான தாகவும் ஊக்கமளிப்பதாகவும் இருக்கிறது. அவர் வருங்காலத்தின் தரிசனத்தை, தங்கநகரமான கேதுமதியை எதிர்கால புத்தரை பற்றியெல்லாம் அதில் குறிப்பிடுகிறார். 'இந்த உலகில் மேன்மை மிகுந்த மனிதர் ஒருவர் அவதரிப்பார். அவர் மைத்ரேயர் என்று அழைக்கப்படுவார்' அரசர் பிம்பிசாரர் இறப்பதற்கு முன்னர் அவருக்கு உகந்த தருணத்தில் புத்தர் உபதேசித்ததைப் போன்றது இது. தன் மரணத்திற்கு முன்பும் புத்தர் போற்றத்தக்க எதிர்காலம் குறித்து உரைக்கிறார். கௌதம புத்தரின் அந்தத் தோற்றத்திற்கு முன்பும் கூட, தீபங்கர், காஷ்யபர், கௌண்டின்யர், விபாஷ்யீ என பல புத்தர்கள் இருந்திருக்கின்றனர். பௌத்தத்தில் உள்ள 'ஏழு புத்தர்கள்' சித்தாந்தம் மிகவும் பிரபலமான ஒன்று. ஏழாவது புத்தர்தான் கௌதமபுத்தர் அல்லது சாக்கியமுனிவர். அந்தச் சங்கிலி அவ்வாறே அறுபடாமல் தொடரும். 'நான் இப்பொழுது இருப்பது போலவே மேன்மைமிகு புனிதராகத் தோன்றுவார்' என்று புத்தரால் அழைக்கப்பட்ட மைத்ரேயர்தான் அடுத்த புத்தராகத் தோன்றப் போகிறவர். புத்தன் முடிவற்றவன்.

மைத்ரேயரின் பிறப்பு இவ்வாறு வரையறுக்கப்படுகிறது:

ஆண்களில் சிறந்தவரான மைத்ரேயர் துஷிதாய் சொர்க்கத்தி லிருந்து புறப்பட்டு, தன்னுடைய இறுதிப்பிறப்பின் பொருட்டு பிரம்மாவதியின் கருப்பையில் புகுவார். அவருடைய தேஜஸான உடலை முழு பத்து மாதங்கள் அவள் தன் கருப்பையில் தாங்குவாள். பிறகு அவள் அழகான மலர்கள் நிறைந்திருக்கும் தனது நந்தவனத்திற்குச் செல்லும் ஒரு நாளில் அங்கு தரையில் அமராமலும் படுக்காமலும் ஒரு மரத்தின் கிளையை இறுகப் பற்றி நின்றபடியே மைத்ரேயனை ஈன்றெடுப்பாள். மைத்ரேயர் வளரும்போதே தம்மம் அவருள் நிரம்பி சிறிது சிறிதாக அவரை ஆட்கொள்ளும். பிறகு அவர் துயரம் சூழ்ந்திருக்கும் அத்தனை உயிர்கள் மேலும் அதைப் பிரதிபலிப்பார். அவரது கந்தர்வக்குரல் தூரதேசங்களையும் சென்றடையும். அவர் பொன்னிறமுடையவராகவும், காந்தம் போல கவர்ந்திழுக்கும் உடல் கொண்டிருப்பவராகவும் நன்கு அகன்ற மார்புடனும் வலுவான உடற்பாகங்கள் கொண்டிருப்பவராகவும் தாமரை இதழ் போன்ற கண்களுடையவராகவும் திகழ்வார்.

அவர் பன்னிரெண்டு அடி உயரமும் மூன்று அடி பருமனும் கொண்டிருப்பார். அவர் 84000 மக்களைத் தன் குழுவினராகக் கொண்டிருப்பார். அவர்களுக்கு அவர் மந்திர உபதேசம் செய்வார். ஒருநாள் அவர் இல்லறத்தைத் துறந்து தன்னைப் பின்தொடரும் மக்களுடன் சென்று துறவு மேற்கொள்வார். ஒரு டிராகன் மரம்தான் அவர் துறவு கொள்ளும் மரமாக விளங்கும். அம்மரத்தின் கிளைகள் நூற்றி ஐம்பது கல் தொலைவிற்கும் அதன் பசுமை ஆறு காத தொலைவிற்குமாகப் பரந்து விரிந்து இருக்கும். அதனடியில் அமர்ந்துதான் உலகின் தலைசிறந்த மனிதனாக விளங்கப்போகும் மைத்ரேயர் ஞானமடைவார். அதில் எள்ளளவும் ஐயமில்லை. அவர் இல்லம் நீங்கி துறவுபூண்ட அதே நாளில் அவர் ஞானமடைவார்.

ஆப்கானிஸ்தானின் பாமியான் பகுதியின் மலைச்சிகரங்களில் மாபெரும் புத்தர் சிலை செதுக்கப்பட்டிருந்தது. அந்தச் சிலை அதன் எதிர்ப்பாளர்களால் சில வருடங்களுக்கு முன் தகர்த் தெறியப்பட்டது. அந்த மாபெரும் சிலையானது மைத்ரேய புத்தரின் உருவச்சின்னமாக இருப்பதற்கு வாய்ப்பு இருக்கிறது.

அந்தச் "சிம்மத்தின் கர்ஜனை" உரையில் கேதுமதியின் மற்றும் மைத்ரேயரின் வர்ணனைக்குச் சற்று முன்னே ஒரு ரகசியச் செய்தி சொல்லப்படுகிறது. 'ஜம்பூத்வீப (இந்திய) மக்களுக்குள் அலையற்ற ஆழம் என ஒருவர் கருதும் வண்ணம் திகழும் ஒன்று, காட்டுக்குள் புற்களும் புதர்களும் ஊடுருவதுபோல மனிதர்களுக்குள் ஊடுருவும்'

அதென்ன 'அலையற்ற ஆழம்?' இந்தப் புதிர் அறிஞர்களைத் திகைக்க வைத்திருக்கிறது. 'இது என்ன! ஆன்மா சுத்தமடையும் நரகத்தின் வர்ணனையா?' என ஒருவர் எண்ணலாம். ஆனால் அந்தச் சூழல் ஒருவித நம்பிக்கையளிப்பதாகவும், உயர்த்திக் கூறப்படுவதாகவும் உள்ளது. இது என்ன! ஒரு மேன்மையான தரிசனமா அல்லது அந்தப் புத்தர் வயோதிக மயக்கத்தில் உளறித் தொலைக்கிறாரா? என்றெல்லாம் தோன்றுகிறது. எப்படிப் பார்த் தாலும், இந்தத் தரிசனமானது வில்லியம் ப்ளேக் போன்றதொரு தீர்க்கதரிசனக் கவியை நினைவூட்டுகிறது. இந்த வர்ணனையே நம்மைச் சூழ்ந்துகொண்டுவிடும்.

நாம் மீண்டும் பாவாவிற்குத் திரும்புவோம். அந்தக் கொடுமை யான உணவை உட்கொண்ட புத்தர் கடும் வயிற்றுவலியால் அவதிக்குள்ளானார். டயரியா என்று நவீன மருத்துவர் ஒருவர் உடனடியாகக் கண்டறிந்து மருந்தளித்துவிடக்கூடிய ஒரு நோய்தான். ஆனாலும் குருநாதர் தான் எடுத்த முடிவில் விடாப்பிடியாக இருந்தார்.

'வா ஆனந்தா! குசிநாரா செல்லலாம்.'

‘அவ்வண்ணமே தேவா!’ ஆனந்தாவும் முழு நம்பிக்கையுடன் தான் கூறினார். அவரை எதிர்த்துப் பேசும் துணிவுமே அவருக்கு இல்லை.

ஆனால் புத்தரின் மனவுறுதியை அவரது உடல்நிலை வென்றெடுத்தது. ஒரு மரத்தடியில் சற்று இளைப்பாறியே தீரவேண்டும்.

‘ஆனந்தா! இந்த மேல் கச்சையை நான்காக மடித்துப் போடு! நான் கண்டிப்பாக சற்றுநேரம் ஓய்வெடுத்தேயாக வேண்டும்.’

அவர் குரல் கவலையாக ஒலித்தது. மனதையும் உடலையும் தனது கட்டுப்பாட்டிற்குள் வைத்திருப்பவராகவும், எதற்கும் சளைக்காத புத்தராகவும் விளங்கும் அம்மனிதன் அவ்வாறு இறைஞ்சுவதன் மூலம் எதற்காகவோ இங்கனம் ஒப்புக்கொள்கிறார் என்று தோன்றுகிறது. அதன்பின் அவர், ‘எனக்கு மிகவும் தாகமாக இருக்கிறது. சிறிது நீரள்ளி வா ஆனந்தா!’ என்று உரைத்தார்.

அருகில் இருக்கும் ஒரு ஓடையிலிருந்து நீர் அள்ளி வரச்சென்றார் ஆனந்தா. ஆனால் சற்று நேரம் முன்புதான் அவ்வோடையைச் சில வண்டிகள் கடந்து சென்றிருந்தன. ஆகையால் அந்த ஓடைத் தண்ணீர் முழுவதும் சேறும் சகதியுமாகக் கலங்கிப்போயிருந்தது. ஆனந்தன் வெறும் கையோடு திரும்பினார்.

குருதேவர் ஆனந்தாவை மீண்டும் நீர் அள்ளி வரச் சொல்லி அனுப்பினார். இம்முறையும் கலங்கிய நீராகவே இருந்ததால் ஆனந்தா வெறுமனே திரும்பி வந்தார்.

குருதேவர் மூன்றாம் முறையாக மீண்டும் சென்று நீர் கொண்டுவரும்படி அவரிடம் பணித்தார். இம்முறை நீர் மிகவும் தெளிவடைந்திருந்தது. ஆனந்தா வியப்பில் ஆழ்ந்தார். ‘ததாங்கதரின் அற்புதம்தான் என்னே! கலங்கிய நீரோடு ஓடிக்கொண்டிருந்த ஓடையைத் தெளியச் செய்துவிட்டாரே!’

புத்தர் நிகழ்த்திய இந்த அற்புத நிகழ்வு விரைவில் சீடர்களிடம் பரவியது. இந்த வண்டல் நிலத்தின் அடியில் தங்கி மேற்பரப்பில் தெளிவான நீர் ஓடிக்கொண்டிருப்பது எப்பொழுதும் நடக்கும் இயல்பான ஒன்றுதான் என்பதை புத்தர் அறிவார். அதையே அவரும் உரைத்தார். இதை அற்புதங்கள் அதிசயஙகள என உரைப்பது புத்தரின் ஞானத்திற்கு அவமதிப்பாகவே அவர் கருதினார். அப்பொழுது அவருக்கிருந்த தாங்க இயலாத உடல் வேதனையினூடும் அவர் சிந்தனை கூராகவும் தெளிவாகவும் இருந்திருக்கிறது.

அந்தக் குழு தன் வழியில் தொடர்ந்து பயணித்து காகுத்தா நதியைச் சென்றடைந்தது. அங்கு புத்தர் நீரில் மூழ்கிக் குளித்து

சிறிது ஓய்வும் எடுத்துக் கொண்டார். பிறகு மீண்டும் பயணித்தார். வழியில் இருந்த ஹிரண்யவதி நதியிலும் முங்கிக் குளித்தார். அவர் முற்றிலும் வற்றிப் போயிருந்ததால் படுத்துக்கொள்ள விரும்பினார். வழியில் இருந்த இரு சாலமரங்களுக்கிடையே படுத்துக்கொண்டு இளைப்பாறினார். மார்ச் – ஏப்ரல் மாதங்களின் துளிர் இலைகளோடு புத்தரைத் தங்களுக்கிடையே அவரின் இறுதி நோய்ப்படுக்கையில் படுக்கச்செய்து நோக்கியிருந்தன அவ்விரு சால மரங்களும். இவ்விரு சாலமரங்களின் நடுவிலிருந்து தாம் இனி எழப்போவதில்லை என்பதையும் புத்தர் அறிந்திருந்தார். அப்பொழுது அவர் குசிநாராவிற்கு அருகாமையில் இருந்தார். அத்தகைய கடுங்கொடுமையான உடல்நிலையிலும், தான் மரணித்தபிறகு தன் உடலை என்ன செய்யவேண்டும் என்பதை ஆனந்தாவிற்கு புத்தர் தெளிவான அறிவுடன் விளக்கிக்கொண்டுதான் இருந்தார்.

இதை இப்பொழுது எழுதும் இந்தத் தருணத்திலும் வியப்புக் குள்ளாக்கும் ஒரு விஷயம் புத்தர் தன்னுடைய எண்பதாவது வயதிலும், அத்தகைய மோசமான உடல்நிலையிலும் பாவாவிலிருந்து குசிநாராவிற்கான ஆறுமைல் தொலைவை நடந்து கடந்திருக்கிறார் என்பதே. இதுவே புத்தரின் மனவுறுதிக்கும் தைரியத்திற்கும் உடல் வன்மைக்குமான ஒரு சாட்சியமாக இருக்கிறது.

இதுபோன்ற பயனற்ற ஊகங்களில் யோசிப்பது இந்த மோச மான சூழலுக்கு எப்படியும் உதவப் போவதில்லை என்றாலும் அதையும் சொல்லிவிடலாம். புத்தர் பாவாவிலேயே தங்கி ஓய்வெடுத்து தன் நோய் நீங்கியபிறகு தன் பயணத்தைத் தொடர்ந் திருக்கலாம். அவரும் இவ்வாறு மிகத் துல்லியமாகக் கணித்துச் செய்யக் கூடியவர்தான். இதற்கு முன்பாக ஒருமுறை பெலுவாவில் இங்கனம் நோய்வாய்ப்பட்டிருந்தபோதும் அவர் அதைத்தானே செய்தார். ஆனால் ஏனோ இம்முறை மறுத்துவிட்டார்.

இதுபோன்ற பலகீனமான தருணத்திலும்கூட அவர் தன் ஆளுமையை விட்டுவிடவில்லை. அந்தக் கிழட்டுச் சிங்கத்தால் இன்னுமே கர்ஜிக்க முடிந்தது. அந்தப் பெருமரங்கள் சூழ்ந்திருந்த வனப்பகுதியில் அவர் படுத்திருந்தபோது அவர் சீடர்கள் அவரைச் சுற்றிக் குழுமியிருந்தனர். அவர்களில் சிலர் அவருக்கு விசிறிக் கொண்டும் இருந்தனர். இந்தச் சூழ்நிலையை ரசிக்காத புத்தர் அவர்களை நோக்கி உரத்தகுரலில், 'இவ்வாறு என்னைச் சூழ்ந்து கொண்டு நிற்காதீர்கள்! ஓரமாக நில்லுங்கள்!' என்று ஆணை யிட்டார்.

தன் கண்ணீரை அடக்க முடியாத ஆனந்தா சற்றுத் தள்ளிச் சென்று ஆசுவாசப்படுத்திக்கொண்டு மீண்டும் தன் குருதேவரின்

அருகில் வந்து அமர்ந்துகொண்டார். அதை உணர்ந்த புத்தர் ஆனந்தாவை நோக்கி அதைச் சுட்டியபடி, 'போதும் ஆனந்தா! நீயே உன்னைத் துன்புறுத்திக்கொள்ளாதே! அழாதே! தனக்குப் பிடித்தமானவர்களையும் அருகில் இருப்பவர்களையும் விட்டு விடுபட்டுச் சென்றுகொண்டிருப்பது மட்டுமே இயற்கையின் மாறாத விதி என்று நானே உனக்கு எத்தனை முறை உரைத்திருப்பேன்? அவற்றை விட்டுவிடு. உன்னை அவ்வுணர்ச்சியிலிருந்து விடுத்து தனித்து வைத்துக்கொள்ளமாட்டாயா?' என்று கடுகடுத்தார்.

அதே நேரத்தில் ஆனந்தாவின் தன்னலமற்ற சேவையையும் அவர் அங்கீகரிக்காமல் இல்லை. 'ஆனந்தா! நீ என் அருகாமையில் இருந்திருக்கிறாய். என்மீது மிக்க பரிவுடனும் இருந்து வந்தாய். நான் என்ன உரைத்தாலும் என்மீது நீ கொண்டிருந்த பரிவு மட்டும் மாறவேயில்லை ஆனந்தா! பணிவிடைகளையும் நீ நன்றாக ஆற்றினாய்.'

அந்த நேரத்தில் தன் குருநாதர் இவ்வாறு யாராலும் தீண்டப் படாத, கடவுளாலும் கைவிடப்பட்ட இந்த வனப்பகுதியில் உயிர் துறப்பது ஆனந்தாவை மிகவும் தவிக்க வைத்தது. அவர் அதைக் கூறவும் செய்தார். 'ஞானவானே! சற்று முயற்சி செய்யுங்கள். இந்தச் சிதிலமடைந்த நகரத்தின் மத்தியில் இருக்கும் இந்தக் காட்டில் உயிர் துறக்காதீர்கள். தங்களுக்காக சம்பா, ராஜகிருஹம், ஸ்ராவஸ்தி, சாகேதா, கோசம்பி, வாரணாசி என பெருநகரங்கள் எத்தனையோ இருக்கின்றன. நாங்கள் உங்களை அங்கே சுமந்து சென்றுவிடுகிறோம்.' ஆனால் புத்தர், 'அவ்வாறு தேவை இல்லை ஆனந்தா! பல வருடங்களுக்கு முன்பு இந்த குசிநாரா குசவதி என்னும் பெயருடன் சிறந்து விளங்கியது. இதுதான் மஹா சுதர்சன அரசின் தலைநகராகவும் விளங்கியது.' அந்தத் தீவுமனிதர் இங்கனம் கைவிடப்பட்ட ஒன்றினைத்தான் தேடி வந்திருக்கிறார்.

தான் இறப்பதற்கு முன்பு மீண்டும் ஒருமுறை தன் மடாலயங் களுக்குத் தலைவராகத் தான் யாரையும் நியமிக்கவில்லை என்பதையும் புத்தர் அடிக்கோடிட்டுக் காட்டினார். 'ஆனந்தா! நமக்கு உபதேசித்த ஆசிரியர் இறந்து விட்டார். இனி நமக்கு குருநாதர் என யாரும் இல்லை' என ஒரு பேச்சு உங்களுக்குள் எழும்பாம். ஆனால் அது உண்மையல்ல என்பதைக் கருத்தில் கொள்க! ஆனந்தா..! தம்மம் மற்றும் வாழ்வின் நெறிமுறைகளாக நான் ஏற்கனவே தொகுத்து உங்களுக்காக அளித்திருக்கும் போதனைகளே எனக்குப் பிறகு உங்களின் ஆசிரியராகத் திகழட்டும்'

அதையே தன் இறுதிச் செய்தியாக உரைத்த புத்தர் தன் கடைசிச் சொல்லையும் உரைத்தார், 'உங்களின் விமோசனத்திற்காக

விடாமுயற்சியுடன் பாடுபடுங்கள்.’ இதுவே ததாகதரின் இறுதி மகாவாக்கியமாக விளங்குகிறது.

புத்தரிடம் ஒரு ஆசிரியராக, போதகராக மக்களிடம் உரைக்க சில சொற்கள் இருந்தன. அவரிடம் இயல்பாகவே அந்த அறிவுக் கட்டமைப்பும் இருந்தது. அங்கனம் ஒரு புதிய குருநாதராக எழுந்து வந்த புத்தரேதான் இறுதி குருநாதராகவும் விளங்குகிறார். அவர் தன்னைப் பின்பற்றுவோர்க்கு ஒரு அபாரமான சுதந்திர வாழ்க்கையை அளிக்கிறார். அவர் உரைத்ததன் திரண்டகருத்து இதுதான், ‘நீங்கள் எண்ணி அசைபோட நான் என் சிந்தனைகளை உங்களுக்கு அளித்துவிட்டேன். இனி உங்களுக்கானதொரு சிறந்த பாதையை நான் முன்மொழிந்த கேள்விகள் மூலமும் இலக்குகள் மூலமும் நீங்களே சுதந்திரமாகப் படைத்துக் கொள்ளுங்கள். உங்களின் விமோசனத்திற்காக விடாமுயற்சியுடன் பாடுபடுங்கள். நான் விடைபெற்றுச் செல்கிறேன். உங்களுக்கு என் வாழ்த்துகள்.’

பெயரற்ற அந்தத் தொல்வரலாற்று அறிஞர் ஒருவர் அதன்பின் நிகழ்ந்ததை வர்ணிக்கிறார் ‘அந்த மேன்மையான மனிதர் ஆனந்தத்தை அடைந்தார். அதன்பிறகு அதைக்கடந்து இரண்டாம் நிலையை அடைந்தார். பிறகு இரண்டாம் நிலையிலிருந்து எழுந்தவர் மூன்றாம் நிலையை அடைந்தார். அங்கிருந்து எழுந்து நான்காம் நிலையை அடைந்தார். பிறகு அங்கிருந்தும் எழுந்தவர் முடிவிலி மட்டுமே இருக்கும் அடுத்த நிலையையும் அடைந்தார். இதன்பின் வருவது அவரது வர்ணனையேதான், ‘அவர் பிரக்ஞைக்கும் பிரக்ஞையற்றதற் குமான இடைப்பட்ட வெளியை அடைந்தார். மேலும் பிரக்ஞைக்கும் பிரக்ஞையற்றதற்குமான இடைப்பட்ட வெளியைக் கடந்துகொண்டி ருக்கும் பொழுதே உணர்வுகளும் கருத்துகளும் அவரைவிட்டு முற்றிலும் அகன்றுவிட்டன.’ வெறுக்கப்படும் மறுபிறப்புகளாலும், படிப்படியான ஞான வளர்ச்சியாலும் நிரம்பிய அந்த வசீகரிக்கும் பாதை அவ்வாறாகப் பூரண அமைதியில் நிலைத்துவிட்டது. எப்படிப் பார்த்தாலும், ‘அவர் கோமாவில் விழுந்துவிட்டார்’ என்று எளிதாகச் சொல்லி விடுவதைவிட பலமடங்கு உணர்ச்சிகரமான ஒரு நிலையாகத்தான் அது இருக்கும்.

இந்த உலகுடனான முரணை இவ்வாறு முடித்துக்கொண்டு அந்தப் பிரகாசமான, தனிமையான தீவு இறுதியாக அலையில்லாத ஆழத்தில் மூழ்கிக்கொண்டது.

❍

முடிவுரை

'ஓ! நீங்கள் புத்தரைப் பற்றிய புத்தகமா எழுதிக் கொண்டிருக் கிறீர்கள்?'

'ஆம். புத்தர்தான்'

'புத்தர் ஆண்களுக்கான கடவுள்தான் என்பது தெரியுமா சார்'

'அது ஒரு தவறான கருத்து. தவிர புத்தர் கடவுளும் அல்ல'

'அது சரிதான்.. ஆனால்...'

'புத்தர் தன் வாழ்நாளிலுமே தன் மடாலயங்களுக்குள் பிக்குணி களையும் பெண்துறவிகளையும் ஆதரித்தே வந்திருக்கிறார். அதைத் தவிர அங்கு 'தாரா' எனும் ஒரு பெண் தெய்வம் உண்டு. ஆண் தெய்வம் என்று யாரும் இல்லை. ஆனால் பெண் தெய்வம் உண்டு. ஆகையால் சொல்கிறேன்.'

'தாரா எனும் பெண் தெய்வமா? கேள்விப்பட்டதேயில்லையே'

'இந்தியாவின் மேற்குப்பகுதியில் வாழ்பவர்க்கு அவரைப்பற்றி அறிந்திருக்க வாய்ப்பில்லை என்பதை நானும் ஒப்புக்கொள்கிறேன். அவளை வடக்கு திசையில் உள்ள திபெத், நேபாளம் போன்ற பகுதிகளில்தான் வழிபடுகிறார்கள்.'

'அடுத்த கேள்வியாக, அங்கு அவ்வாறு என்ன நிகழ்ந்தது என்று நான் கேட்கலாமா?'

'தாரா பிரபலமானபோது மத்திய இந்தியாவில் பெரிதாக அறியப்படவில்லை. ஆனால் அவளுக்கான பிறப்பிடமாகத் திகழ்ந்தது வடக்குப்பகுதிகள்தான். குறிப்பாக, திபெத். திபெத்தியர் களுக்கு வேறெந்த ஒரு தெய்வத்தைவிடவும் தாராவிடம் அதிகம் நீடிக்கும் உறவும் நெருக்கமும் உள்ளதாக ஒரு புத்தகம் சொல்கிறது.'

'அப்படியா'

'பல இடங்களில் தாரா பயணிகளுக்கான தெய்வமாகக் கருதி வணங்கப்படுகிறாள். பெரும் அச்சங்களிலிருந்து காப்பாற்றுவது அவளுடைய தெய்வாம்சமாக விளங்குகிறது.'

பெரும் அச்சங்கள் என்றால் எவை எவை?

'புயல் மற்றும் கப்பல் விபத்துக்குள்ளாதல் என எட்டோ பத்தோ உள்ளன. இதில் சுவாரசியம் என்னவெனில், பௌத்தர்கள் அவர்களின் ஓவியங்களில் எங்கும் சிங்கங்களை வரைந்திருக்கிறார்கள். ஆனால் திபெத்தில் சிங்கங்களே இல்லை என்றபோதும் இவ்வாறு செய்திருக்கின்றனர். இவ்வகை ஓவியங்கள் பல இடங்களில் காணக்கிடைக்கின்றன. எல்லோராவில் உள்ள கி.மு. ஏழாம் நூற்றாண்டு ஓவியங்களில் பெரும் புயல்களிலிருந்து காக்கும் தாராவின் ஓவியம் உள்ளது. இந்தப் புத்தகத்தில் தாராவைப் பற்றிய குறிப்பு இருக்கிறது. மிகவும் உருக வைக்கும் குறிப்பு அது என்றபடி நான் என் புத்தகத்தில் தாராவைப் பற்றி இருந்த பத்தியைப் படிக்க அளித்தேன்.

புத்தர்களில் கருணையின் அம்சத்தினராக விளங்கும் போதி சத்துவரான 'அவலோகிதேஷ்வரர்', கீழே உள்ள உலகத்தில் உள்ள மானுடர்களின் வேதனைகண்டு மனம் வருந்தி பார்த்துக் கொண்டிருந்தார். அவர் எங்கும் துன்பமே நிறைந்திருப்பதைக் கண்டார். உயிரினங்கள் துன்பத்தில் பிறந்து துன்பத்தில் இறந்து நடுவே போரினாலும் பஞ்சங்களாலும் துன்பத்தில் உழன்றுகொண்டிருப்பதைக் கண்டார். உயிரினங்கள் தாங்கள் விரும்பியவை எதையும் பெறவில்லை என்பதையும் தாம் விரும்பாத ஒன்றால் அவர்கள் பீடிக்கப்படுவதையும் அவர் கண்டார். பல உயிர்கள் இவ்வுலகின் முடிவிலா சுழற்சியிலிருந்து விடுபட அவர் உதவியிருந்தாலும் அந்த எண்ணிக்கை மிகக் குறைந்த அளவிலேயே இருப்பதை எண்ணி அவர் உளம் கலங்கி அழுதார். அவர் கண்ணீர்த் துளிகள் நிறைந்து ஒரு பெரும் தடாகமாயின. அந்தத் தடாகத்தின் ஆழ்நிலையிலிருந்து ஒரு நீரூற்று மேலெழும்புவதைப் போல ஒரு நீலவண்ணத் தாமரை எழுந்தது. அந்தத் தாமரை ஒரு பதினாறு வயது பெண்ணாகத் தோன்றியது. கண்டும் கேட்டும் உணர்ந்தும் அறியும் ஆற்றல் கொண்டதாக விளங்கிய அவள் உடல் ஒளியாலானதாக இருந்தது. அவளது கிரணங்கள் மெய்மைக்கும் பொய்மைக்கும் இடையில் நிற்பது போலத் தோன்றின. பட்டு உடைகளையும் இளவரசிக்கான ஆபரணங்களையும் அணிந்திருந்த அவள், ஒரு கையில் நீலத் தாமரையையும் மறு கையில் அபயமுத்திரையையும் கொண்டிருந்தாள். அவலோகிதேஷ்வரரின் கருணைத்துளியிலிருந்து தோன்றியதால் அவள் கருணையின் வடிவானவளாக விளங்கினாள். மகிழ்ச்சியின் நட்சத்திரமான தாரையே மீண்டும் மண்ணில் வந்துவிட்டது போன்றதொரு அழகான ஒளிபடைத்த கண்களைக் கொண்டிருந்தாள்.

அப்பொழுது அங்கிருந்த ஞானிகள், 'போதிசத்துவரே! நீங்கள் ஒரு ஆணை படையுங்கள். நல்லவைகளை உரைக்கும் நெறி ஆண்களுக்கே உரித்தானது!' எனக்கூறி வேண்டினர்.

'ஏன் அப்படி விளங்கவேண்டும்?' என அதை மறுத்துக் கேட்டாள் தாராதேவி. 'ஒருவரை மரணத்தின் பாதையில் இட்டுச் செல்லும் பலர் இருந்தாலும் அதை ஒரு பெண் இதுவரை செய்த தில்லை. நான் அதை ஆணுக்கும் பெண்ணுக்கும் ஒரு பெண்ணின் உடல்கொண்டே ஆற்றுவேன்' என உரைத்தாள்.

இதைக்கேட்ட துறவிகள் அனைவரும் முகம் திருப்பிச் சென்றனர். ஆனால் சாமானியர்கள் அனைவரும் தாராதேவியைப் பெருத்த ஆரவாரத்துடன் ஏற்றுக்கொண்டனர். சில காலங்கள் சென்றபின் துறவிகள் என்று அழைக்கப்பட்ட அம்மக்களுமே தங்கள் அங்கீகாரத்தை வழங்கினர். இப்பொழுது புத்தர் தனியாக இல்லை. மற்றொருபுறம் தாராதேவி அவருக்கு ஈடுகொடுத்து நிரப்புகிறாள்.

'பிரமாதம்!' என்றாள் அந்தப் பெண்மணி எனது புத்தகத்தைத் திருப்பியளித்தபடி. தொடர்ந்து, 'அருணாசலப்பிரதேசத்தில் ஒரு சிலை இருப்பதாகக் கேள்விப்படுகிறேனே! அது தாராதேவி யினுடையதுதானா?' என்றாள்.

'ஆம். தவாங் புல்வெளியை மேற்பார்வையிட்டபடி எண்பது அடி உயரத்திலான ஒரு மாபெரும் சிலையை அரசாங்கம் கட்டமைக்கிறது.'

'இதை ஒரு அரசாங்கம் ஏன் செய்யவேண்டும்? இது அதன் பணி அல்ல அல்லவா?'

'அருணாச்சலப்பிரதேசம் சைனாவின் எல்லையாகவும் விளங்குகிறது. அருணாச்சலப்பிரதேசத்தின் சில பகுதிகளைச் சீனா தன்னுடைய பகுதிகளாக உரிமை கோருவதையும் நீங்கள் அறிந்திருப்பீர்கள். ஆகவேதான் அரசாங்கம் இதில் மும்முரமாக இருக்கிறது.'

'அது சரி! எனில் மதத்தைவிட அரசியல் காரணங்களும் இதில் உள்ளன'

'அது மிகவும அருமையான பிரதேசம். ஒரு பக்கம் பூடானையும் மறுபுறம் திபெத்தையும் அங்கிருந்து காணமுடியும். அவள் கருணையின் வடிவான பொன்னிற தாரா. ஆயிரம் சிவந்த இதழ்களின் மேல் அந்த வெண்ணிற தாராவின் சிலை நிறுவப் பட்டிருக்கிறது.'

'அடுத்த கோடை விடுமுறைக்கு நாம் தவாங் புல்வெளிக்குச் செல்வோம்.'

◯

ஆசிரியரின் குறிப்பு

இந்த நாவலை எழுதும் போது, புத்தரின் வாழ்க்கை மற்றும் அவரது போதனைகள் பற்றிய பல புத்தகங்களை நான் படித்துத் தெளிவு செய்துகொண்டேன். அந்தப் புத்தகங்களின் முழுமையான பட்டியலைக் கீழே தருகிறேன்.

- Buddhist Scriptures, selected and translated by Edward Conze, 1959. (Quoted on pages: 70, 163)
- Buddhism: Its Essence and Development, Edward Conze, 1936. (Quoted on page 149)
- The Historical Buddha, Hans Wolfgang Schumann, translated from the German by M.O'C Walshe, 1990 (Quoted on pages: 112, 113, 126, 134, 149, 160)
- Dialogues of the Buddha (The Digha Nikaya) Volumes I to III, translated from Pali by T.W. Rhys Davids (Quoted on pages: 141, 142, 155, 156, 157, 159, 160, 163)
- Bhagwan Buddhancha Janwadi Dharm, Avinash Sahsrabuddhe, 2006. (Quoted on page 116)
- The Legend of the Buddha Shakyamuni, translated from Pali by E.H. Johnston.
- The Buddhist Encyclopaedia of Buddhism, Volumes I to V, edited by Subodh Kapoor.